उतरंड

दिलीपराज प्रकाशनाची सर्व पुस्तके आता आपण Online खरेदी करू शकता. आमच्या website ला कृपया अवश्य भेट द्या.
www.diliprajprakashan.in

उतरंड

(तीन लघु कादंबऱ्यांचा संग्रह)

ग. वा. बेहेरे

दिलीपराज प्रकाशन प्रा. लि.
२५१ क, शनिवार पेठ, पुणे - ४११ ०३०.

उतरंड / Utrand

प्रकाशक
राजीव दत्तात्रय बर्वे,
मॅनेजिंग डायरेक्टर,
दिलीपराज प्रकाशन प्रा. लि.,
२५१ क, शनिवार पेठ, पुणे - ४११ ०३०

प्रकाशन दिनांक : १५ सप्टेंबर २०१३

प्रकाशन क्रमांक : २०३१

ISBN : 978 - 81 - 7294 -972 - 3

मुद्रक
Repro India Ltd, Mumbai.

टाइपसेटिंग
मधुराज प्रिंटर्स ॲण्ड पब्लिकेशन्स प्रा. लि.
स. नं. २९/८-९, पारी कंपनीजवळ,
धायरी, पुणे - ४११ ०४१

मुखपृष्ठ व आतील सजावट
रेषविश्‍व ॲड । सागर नेने

अनुक्रम

उतरंड

खरं म्हणजे माझ्या कहाणीपासून कुणालाच काही शिकण्यासारखं नाही. कारण ज्याचा त्याचा रस्ता तसा वेगळाच असतो. ठरवूनही काही करता येत नाही. हे लिहिण्यामागचं प्रयोजन कोणाची सहानुभूती मिळावी, हे निश्चितच नाही. कारण माझ्या स्वत:च्या आयुष्याबद्दल कधीकधी मलाच घृणा वाटते. माणसाला आयुष्य एकदाच जगता येते. त्यामुळं पुन्हा जन्म आला तर काय, या प्रश्नाचं उत्तर देणं वेडेपणाचं आहे. माझ्या हातात नसलं, तरी देवाला मी एवढं मागणं मागेन, की या जन्मी दिलंस तेवढं रूप माझ्या वाटेला पुढे कधीही देऊ नकोस; मला कुत्र्या-मांजराचा जन्म दे, पण स्त्रीचा जन्म देऊ नकोस; कारण स्त्रीचा जन्म अन् त्यातही रूपसंपन्न स्त्रीचा जन्म म्हणजे धोक्याची वळणे. संस्कार चांगले असले, परिसर चांगला असला तर ती धोक्याची वळणे पार करता येतात. एरवी स्त्रीच्या रूपासारखा तिचा वैरी नाही. त्यातून दरिद्री घरात तिचा जन्म झाला म्हणजे तर तिचं आयुष्य आणखीच कठीण होतं.

आता ही गोष्ट खरी आहे की, सगळ्याच रूपसंपन्न स्त्रिया माझ्यासारखं प्रवाहपतित जिणं जगायला लागल्या, तरी त्यांना कोणीतरी सावरते आणि मोहाचा आणि हव्यासाचा क्षण टाळला जातो. एखाद्या डोंगरावरून कोसळलेल्या दगडाला मधेच थांबता येत नाही. त्याला गर्तेतच कोसळून जावे लागते. अशी गर्ता की, जिथून मग परत उठता येत नाही. माझं जवळपास तसंच झालं.

मला कुणाची सहानुभूती नको आहे. जे माझ्या वाट्याला आलं, ते मी पुरेपूर उपभोगलं. सुख आणि दु:ख दोन्हीही भोगण्यावाचून मला गत्यंतरच नाही. माझ्या आयुष्याचा ताळेबंद मांडण्यामुळं मी हातचे किती चुकीचे धरले, एवढंच मला कळणार आहे; यापेक्षा याचा काही लाभ नाही. सारा काही घोटाळा होतो, तो ह्या हातचे धरल्यामुळेच होतो. मला वाटलं होतं की, इतरांच्यापेक्षा मला एक वेगळंच रुप लाभलेलं आहे, ह्या रूपावर मी कुणालाही नमवीन आणि हवं ते मिळवीन. पण माझं गणित चुकीचं होतं. हवं ते मिळवणं आणि जिकणं या फसव्या नादात मी सर्व काही हरवून बसले आहे.

खरं म्हणजे सारं आता संपलेलं आहे. परंतु मरणाला सामोरे जाण्याची हिंमत माझ्यात नाही. म्हणून जे सुख ओरबाडता येईल ते

ओरबाडून घेऊन मला उरलेला काळ कंठलाच पाहिजे. एके काळी माझा उल्लेख 'लावण्यखणी', 'सौंदर्यसम्राज्ञी' असा केला जात असे आणि तसा वृत्तपत्रांतून उल्लेख आला की, माझ्या अंगावर मूठभर मांस चढे. भोवताली वावणाऱ्या माणसांनी कौतुकाने आणि लालसेने माझ्याकडं पाहिलं, म्हणजे अभिमानानं माझी मान ताठ होत असे. त्यांपैकी कोणालाही मी गुलाम बनवू शकेन, हा दर्प माझ्या चालण्या-वागण्यात असे.

- ० -

किंबहुना अशा वाटचालीतच एक दिवस माझी आणि शांतारामची गाठ पडली. शांताराम दिसायला देखणा, कोवळा होता आणि नुकताच बऱ्यापैकी नट म्हणून मान्यता पावू लागलेला होता. नाटकातल्या माझ्या कामाची प्रशंसा करण्यासाठी म्हणून तो ग्रीनरूममध्ये आला, तेव्हा मी साडी बदलत होते. ग्रीनरूममध्ये वेगळी खोली असूनसुद्धा मी मुद्दामच दार लावून घेत नसे. तो एक माझा सापळा असे. लालसेने वखवखलेल्या डोळ्यांना खिळवून घेण्याचा तो एक सोपा मार्ग होता. नीतिमत्तेचा आव आणणारे नटसम्राटही त्या वेळेस काहीतरी निमित्तानं माझ्याकडं येत. माझ्या अंगोपांगांवर नजर फिरवीत. मला तेव्हा मोरपिसे फिरवल्यासारखं वाटत असे. त्या अधाशी नजरा मला फार सुखवायच्या. पण बाबासाहेबांचाही दरारा मोठा होता. मी त्यांच्या मालकीची वस्तू होते. कंपनीच्या मालकाच्या, मालकीच्या वस्तूवर नजर खिळवण्याची कुणाचीही हिंमत नव्हती. ते आशाळभूत चेहरे म्हणजे माझी करमणूक होती. एक दिवस आमच्या चालू नाटकातील नायक शांताराम याने मला एकटीला गाठले. त्या दिवशी बाबासाहेब कुठल्याशा कार्यक्रमासाठी परगावी गेले होते. एखाद्या मौल्यवान अलंकारावर बरेच दिवस लक्ष ठेवून असावं, असं तो जणू माझ्यावर लक्ष ठेवून होता. त्याचा सारा संवाद आज आठवला की, मला हसू येतं.

- ० -

पुरुष स्त्रीवर का लोभावतो? त्याला जोडीदाराची ओढ असते की केवळ एक मादी हवी असते? माझ्या अनुभवाचा विचार केला, की प्रेम, माया, जिव्हाळा ही सारी नाटकं आहेत असं मला वाटू लागतं. पुरुषाला हवी असते ती फक्त मादी. एक नवा रक्त उसळणारा अनुभव. अर्थात या गोष्टीत काही काळ पुनरुक्ती चालते, आवडते; पण त्याला अंत हा असतोच. कितीही आकर्षक वस्तू असली तरी परिचयाने तिचे रंग उडतातच; मग माणसे एकाच स्त्रीबरोबर वर्षानुवर्षं संसार कशी करू शकतात, एकत्र राहू कशी शकतात? अशा स्त्रियांचे

मला आश्चर्य वाटत असे. आज वाटत नाही, कारण आता पुरुषाच्या स्पर्शाने माझं अंग फुलत नाही, पाझरत नाही, रक्ताला उसळी येत नाही. सवयीनं माझं अंग मी आजही पुरुषाच्या स्वाधीन करते. माझा थंडपणा त्याच्या लक्षातही येत नाही; पण मनातून मला माहीत असतं, आता हा खेळ राहिलेला नाही. एक खेळणं होण्याची कुवतसुद्धा माझ्यात उरलेली नाही. ज्या रूपाचा एके काळी मला मोठा अभिमान वाटे, तेच माझं रूप आता मला किळसवाणं वाटतं. आता रूप सांभाळणे ही कष्टसाध्य गोष्ट झाली आहे. एरवी लिपस्टिक, पावडर, डाय, स्पेशल ब्रा या गोष्टी मी कधी वापरल्याच नाहीत. त्यांची गरजही वाटली नाही. देवानंच माझं सौंदर्यप्रसाधन करून मला पाठवलं होतं. गुडघ्यापर्यंत पोहचणारे माझे लांबसडक केस रात्री एकांतात मी मुद्दाम मोकळे सोडायची. आलेला पुरुष त्यांच्या कौतुकात शरीरधर्मसुद्धा विसरत असे. माझ्या त्वचेच्या रंगाकडे पाहिलं की, विस्मयानं पुरुषोत्तम म्हणविला जाणारा पुरुषसुद्धा आश्चर्यचकित होत असे. विभ्रमानं, अभिनयानं, संभाषणानं मला कोणाला कधी आकर्षित करून घ्यावंच लागलं नाही. अलिबाबाची गुहा पाहिल्यानंतर कासीम जसा खुळा झाला आणि 'तिळा तिळा दार उघड' हा मंत्रही विसरून गेला, तसेच साऱ्या पुरुषांचं होत असे. ते झपाटलेले पुरुष हाच माझ्या करमणुकीचा विषय. प्रत्यक्ष संगामध्ये मला रस नव्हता. आतातर नाहीच नाही. धसमुसळ्या माणसापासून तर मला यातना होत. परंतु मी मी म्हणणारी माणसे माझ्यासमोर कुत्र्यासारखी लाचार होत, यातच नशा होती. आता तो सारा काळ संपलेला आहे. आज मला बनावट रंग वापरावा लागतो. केसांना डाय करावा लागतो. छातीच्या उभारीसाठी खास इंपोर्टेड ब्राज् वापराव्या लागतात. शृंगाराचं, अभिनयातून आता पुष्कळ नाटक करावं लागतं. तरुण आणि अनभिज्ञ पुरुषांना त्यातलं काही समजत नाही. माझ्या पूर्वलौकिकावर ते भाळलेले असतात. खरं म्हणजे त्यांची विचारशक्ती जागीच नसते. त्यामुळे खरं आणि खोटं कळण्याच्या पलीकडे ते गेलेले असतात. पण जाणत्या माणसाला माझं हे नाटक समजत असलं पाहिजे. खरं म्हणजे त्यांच्याजवळही तसं काही राहिलेलं नसणार. तेही नाटक करत असतील. पूर्वायुष्यातील मस्तवाल आयुष्य जगल्याची स्मृती त्यांना जागवायची असते. त्यांना काही नकोच असतं आणि देण्यासारखं काही माझ्याजवळही उरलेलं नसतं. अलीकडे असला संबंध मला फार सुखाचा वाटतो. त्या वेळची ती अल्लड किशोरी, आता माझी मीसुद्धा विसरली आहे. ती किशोरीच खरी लक्षात ठेवण्यासारखी होती. आज कोणीतरी तिची आठवण जागी करावी लागते. ती आठवण त्या चतुर, प्रौढ पुरुषानं जागी

केली की, खरोखरच तो काळ मी जगू लागते. माझा रिकामा पोहरा त्या वेळेस अचानक तुडुंब भरतो, सुरकुत्यासुद्धा उलगडून जातात. गळाठलेले स्नायू पुन्हा घट्ट होतात. एके काळी लवलव करणारा, चळवळ्या असा देह, अज्ञाताचं रहस्य शोधणारी माझी तेव्हाची भिरभिरती नजर आणि देऊन टाकण्याची आणि शोषून टाकण्याची अनावर ऊर्मी या साऱ्यांना एकदम जाग येते.

का कोणास ठाऊक, पूर्वपरिचयातील अशी प्रौढ माणसंसुद्धा आता मला भेटेनाशी झालीत. त्यांना केवळ जुन्या आठवणी नको असतात. त्यांनाही विझलेला अग्नी फुलविणारी ठिणगी हवी असते.

- ० -

सांगत होते शांतारामबद्दल आणि कुठेतरी वाहवत गेले. खरं सांगायचं, तर हे असं अलीकडे नेहमीच होतं. मनात एक विचार चालू असतो आणि शरीर तिसरंच काहीतरी करीत असतं. शरीरानं साथ नाकारली, तरी मनाची भूक शमलेली नाही. सगळे हव्यास जागे आहेत. पुरुषोत्तमशेठबरोबर कधी नाटकाला गेले, चांगल्या कपड्यांतले स्त्री-पुरुष पाहिले, की पोटात खोल खड्डा पडतो. एखाद्या पार्टीत सर्वांचं लक्ष एखाद्या सुंदर देखण्या स्त्रीकडे जातं; ती मीच असायला हवी, असं मला वाटतं. तिच्या तारुण्यापेक्षाही माझं नाटक कित्येकदा सरस वठतं आणि सगळ्यांचं लक्ष मी वेधून घेते. काळजीपूर्वक केलेल्या साजशृंगाराला आणि मॅचिंगला अनेक लोक भुलतात. त्या चळलेल्या नजरा अजूनही मला जिवंत ठेवताहेत. एखाद्या मारलेल्या वाघिणीत पेंढा भरून ठेवला, तरी तिचे कृत्रिम डोळे पाहून मनात धडकी भरतेच आणि तिचं पट्टेरी कातडं अंगावर थरकाप उठवतं. कधीकधी अजूनही लोकांच्या डोळ्यांतील ती थरथर मला जाणवते. पण वाघिणीजवळ जर झेप नसेल, तर वाघीण असण्यात तरी काय फायदा आहे? पार्टीतून परतताना मी खचून जाते, गळून जाते. माझ्याबरोबर आलेल्या पुरुषोत्तमशेठला माझं वागणं अजिबात उलगडत नाही. एक सुंदर, प्रेक्षणीय वस्तू आपल्या मालकीची आहे आणि आपल्या भाग्याचा लोक मत्सर करतात, यावर ते संतुष्ट असतात. कधीकधी ते मला खालीच सोडून घरी जातात, तर कधी मुक्कामाला वर येतात, आणि मद्यपान करतात. पण पुरुषोत्तमशेठ ही माझी गरज आहे; आवड नाही. माझ्या डोळ्यांत झिंग आलेली असेल, पण ती मद्याची नाही; आठवणींची आहे. भोगलेल्या क्षणांची, वासनेच्या महापुरांची व जागलेल्या रात्रींची आहे. मात्र शेठच्या डोळ्यांत झिंग असते ती अस्सल दारुड्याची. खरं पाहायला गेलं, तर ह्या वयात त्यांना स्त्रीचीसुद्धा गरज नाही; पण तेही

सवयीचे गुलाम आहेत. ते वरती येतात आणि उघडंनागडं माझं रूप पाहण्यापलीकडे काही करू शकत नाहीत. त्यांच्या विकृत जिज्ञासा पुऱ्या करण्यावाचून मला गत्यंतरच नसते. प्रोजेक्टरवर ते एखादी ब्ल्यू फिल्म लावतात, मला चेतवण्याचा प्रयत्न करतात व स्वतःही चेतण्याचा यत्न करतात. मला पेटविणे कठीण नसते; पण त्यांच्यात आग कधी पेटतच नाही.

पुन्हा मी कुठेतरी वाहवत गेले. भूतकाळ आणि वर्तमानकाळ यांची फार गल्लत होते आहे. ज्यांना भविष्य नसतं, त्यांचं हे असंच असतं. जुन्या आठवणींशी खेळण्याचा चाळा लागतो आणि मग वर्तमान दरिद्री वाटतो. होय! शांतारामाची आठवण झाली म्हणजे मग उजाड झालेली माझी मरुभूमी अजूनही सुजलाम सुफलाम होते.

त्या रात्री शांतारामने माझ्याशी वागण्याचं धोरणच बदललं होतं. बाबासाहेब नाहीत हे त्याला माहीत होतं. एरवी तो किंचित तिरसटपणे, आढ्यतेने वागे. आमच्या कंपनीतल्या इतर बायकांशी तर तो बोलतही नसे. त्याच्याबरोबर प्रेमाचे सीन वठवतानासुद्धा मी कधी फुलत नसे. त्याच्या डोळ्यांत नाटकी असं निमंत्रणसुद्धा नसे. मी अनेक पुरुष पाहिले, पण शांतारामाची सर कुणाला येणं शक्य नाही. एखाद्या आदर्श पुरुषाची तसबीर काढायची असेल तर चित्रकारानं त्याचं मॉडेल वापरायला हरकत नाही.

त्याच्या रूपसौंदर्याचा त्याला गर्व होता म्हणून तो इतक्या ताठपणाने वागे, का तो त्याचा स्वभावच होता हे मला तेव्हा कळलं नाही. किंबहुना त्याच्या त्या अलिप्तपणाबद्दल माझ्या मनात तेव्हा कुतूहल निर्माण झालं होतं. बाबासाहेबांच्या सान्निध्यात, त्यांच्या राकट पहाऱ्यात, हे कुतूहल कधीच पुरं करता आलं नसतं. अनेक लाचार पुरुषांच्या संगतीत वावरल्यामुळे असेल, पण तुच्छतेने वागणारा हा पुरुष मला कुठेतरी जखम करून गेला होता. परंतु त्याची मला काहीच माहिती नव्हती. त्यानं केलेली जखम त्याच्याकडून कुरवाळून घेण्याची माझी इच्छा तशी निद्रिस्तच होती. त्या दिवशी प्रथमच त्याचा आणि माझ्या नाटकातला सीनसुद्धा रंगला, त्याच्या डोळ्यांत निराळीच चमक होती. स्पर्शांत आवाहन होतं आणि स्वरात निमंत्रण होतं. सबंध नाटकाच्या वाटचालीत मला जाणवत होतं, की आज काहीतरी घडणार. मीही आपोआप नाटकात रंगत होते. कधी नव्हे ते आज अपेक्षेपेक्षाही नाटक रंगलं. प्रत्येक अंकाच्या मध्यंतरात कधी चहाच्या निमित्ताने, तर कधी अन्य काही निमित्ताने तो माझ्या मेकअप रूममध्ये येई आणि एक क्षण का होईना, माझ्या अर्धउघड्या शरीराकडं डोळे भरून पाही.

- ० -

तिसरा अंक संपला. काही नित्याचे चाहते आतही येऊन गेले. मेकअप पुसून मी कपडे बदलत होते. नाटक संपल्याबरोबर उभा केलेला सारा कृत्रिम पसारा आवरला जात होता. गाडी तयार होती. माणसांची वर्दळ कमी झाली असं पाहून शांताराम माझ्याजवळ आला. नक्षीकाम केलेला एक लखनवी झब्बा व पायजामा त्यानं पेहेरला होता. केसांची झुलपं उडत होती. ती त्यानं मुद्दाम विस्कटलेली ठेवली होती, हे मला जाणवत होतं. तो आल्याआल्या म्हणाला,

"बाई, आज झकास काम झालं."

"खरंच?"

"खरं म्हणजे काय विचारता? तुमची मी कधी स्तुती केली आहे का?"

"होय, तेही खरंच. नाहीतरी तुम्ही शब्दाचे कंजूस आहात."

"अहो, मी मुळीच कंजूस नाही. पोटासाठी तोंड गप्प ठेवावं लागतं."

"ते का?"

"बाबासाहेब असले की त्यांच्यासमोर तुमच्याशी बोलण्याची काय हिंमत आहे?"

"का बरं?"

"तुम्हाला काय सांगायचं बाई? बाबासाहेबांना नुसता शक आला तर आमची हकालपट्टी होईल. आज ते नाहीत इथं, म्हणून तर धाडस केलं."

त्याचं हे बोलणं ऐकल्यावर मला हसू आलं. त्याचं म्हणणं तसं खरं होतं, कारण बाबासाहेबांच्या स्वामित्वाबद्दलच्या कल्पनाही तीव्र होत्या. बाबासाहेब कोपिष्ट होते. आपल्या हातांतून मी कधी सुटता कामा नये, याविषयी ते दक्ष असत. ते जंगली होते, रासवट होते, त्यांची वासनाही अपार होती. मद्यपान केल्यानंतर तर ते अधिक पिसाट होत. प्रसंगी मारहाणसुद्धा करीत. पण त्यांचा आश्रय म्हणजे पहाडाचा आश्रय होता. एके काळचे श्रेष्ठ नट म्हणून त्यांचा नाटक-सिनेमाच्या क्षेत्रात लौकिक होता. त्यांच्या मद्यपान, स्त्री,जुगार या साऱ्या गोष्टींच्या दंतकथा लोक चघळून चघळून सांगत असत. मी त्यांच्या गळाला कशी लागले, हीही आणखी वेगळीच कहाणी आहे. त्यांच्या उपस्थितीत दुसऱ्या पुरुषाकडे डोळे वर करून पाहण्याचीही माझी हिंमत नव्हती. त्यांना मी चिकटून राहिले त्याचं एकच कारण, त्यांचा राकट पुरुषीपणा त्या काळात मला मनोमन आवडत होता. माझीही त्या वेळची गरज फार मोठी होती आणि माझ्यापेक्षा वयाने कितीतरी मोठे असूनसुद्धा बाबासाहेब ती गरज पुरी करू शकत होते.

त्यांच्याजवळ नाजूकपणा नव्हता. नाटकी शृंगार नव्हता. सरळसरळ पाशवी वासनेचेच ते प्रतीक होते. कदाचित त्यांच्या या रांगड्या व्यक्तिमत्त्वालाही मी भुलले असेन. कारण ह्यापूर्वीचं माझं सारं आयुष्य अगदी बाळबोध आणि मिळमिळीत होतं. माझ्या ठायीसुद्धा एक वखवखलेलं जनावर होतं आणि बाबासाहेब तर मूर्तिमंत लांडगा होते. आमचं चांगलं जमलं होतं. कदाचित त्यात बिघाडही आला नसता; पण शांताराम आला आणि सगळं आयुष्यच बदलून गेलं.

खरं म्हणजे शांतारामच्या त्या संभाषणाची अखेर काय होणार? अर्ध्या तासानंतर मी त्याला घरी यायला सांगितले. गाडीतून बरोबर नेणं शक्य नव्हतं. कारण बाबासाहेबांचा ड्रायव्हर म्हणजे त्यांचा इमानी गुलाम होता. मी घरी गेले. जाई वाटच पाहत होती. जाई म्हणजे माझी दासी, मोलकरीण, मैत्रीण. खरं म्हणजे त्यापेक्षाही अधिक काहीतरी होती. गरम जेवण तयार होतं. अंघोळीचं पाणी तापलं होतं. व्हिस्कीचा पेलाही तयार होता. जाईला सगळं सांगणंच भाग होतं. म्हणून मी सांगितलं, की आज एक पाहुणे येणार आहेत. ती नुसती हसली. तिच्या हसण्यात सगळं काही होतं. तिला माझं सगळं चरित्र माहीत होतं. म्हणूनच तिला काही धक्का बसला नाही. ती म्हणाली, "नेहमीसारखी सगळी तयारी आहे, आणखी काही करायला हवं?"

मी म्हणाले, "नवीन काय असणार? ड्रिंक फक्त बेडरूममध्ये नेऊन ठेव." मग मात्र ती खळखळून हसली. तिच्या अनुभवांत आणखी एक भर पडणार होती. माझ्यापेक्षाही येणाऱ्या पाहुण्याची ती जास्त वाट पाहत होती.

नंतर काय झाले, हे सांगण्यात काही स्वारस्य नाही. व्हायचं तेच झालं. शांताराम लाजण्याचा अभिनय करत होता, का तो लाजला होता, हे त्या वेळेस मला कळलं नाही, इतका त्यानं तो अभिनय उत्तम केला. प्रत्येक गोष्ट तो जणू काही माझ्याकडून शिकत होता. एक कोवळा, अनाघ्रात, भाबडा तरुण, त्याच्या आयुष्यतली मी पहिलीच स्त्री. त्याचं लवलवतं तारुण्य व अद्भुत आनंदाच्या स्पर्शानं उठलेले रोमांच, हे सारं माझ्या लेखी नवीनच घडत होतं.

- ० -

बाबासाहेब काय, ज्यांच्याशी माझ्या लग्नाची गाठ पडली ते भटमास्तर काय किंवा मधू भोकटे काय, सगळेच पुरुष तसे निबर व सराईत होते. माझ्यासारखी स्त्री गटवली याचा आनंद प्रत्येकाच्या डोळ्यांत लकाकत होता. माझ्या आयुष्यातला पहिला पुरुषस्पर्शच मुळी—पुरुष म्हणजे काय मला माहीत नव्हतं, त्या काळात —भटमास्तरांनी केला. त्यानंतर जे जे स्पर्श माझ्या देहाला

झाले, ते ते सारे स्पर्श उष्टे होते. आज प्रथमच शांतारामचा स्पर्श मला अगदी ताजा आणि टवटवीत वाटला. मद्याच्या नशेनं लकाकलेले त्याचे डोळे, माझ्या सौंदर्याला, एखादा अपूर्व ठेवा लाभावा आणि त्यामुळे बावचळून जावं अशा तऱ्हेने पाहत होते. आजपर्यंत माझ्या योग्यतेचा पुरुष मला भेटलाच नव्हता आणि एखादा पुरुष आपल्याला पुन्हा पुन्हा भेटावा अशी ओढही कधी लागली नव्हती. माझ्या लग्नाच्या पहिल्या रात्री भटमास्तरांनी रात्र जागवली होती. तेव्हा ते म्हणाले होते, ''रात्र संपली तरी आनंद विझणारच नाही.'' खरं म्हणजे ते संस्कृतात काहीतरी बोलले होते. मला समजावं म्हणून त्यांनी त्याचा प्राकृतात अनुवाद केला. ती रात्र व आजची रात्र यांत जमीनअस्मानाचा फरक होता. तेव्हा पुरुषापासून काय काय मिळवायचं, हे मला ठाऊकच नव्हतं. पण स्त्रीपासून काय काय मिळवायचं, यात भटमास्तर मात्र वाकबगार. मला काहीतरी चांगलं घडतंय एवढं कळलं; पण स्त्रीपुरुषसंबंधाचं खरं रहस्य मला कळलंच नाही. मास्तर आपल्या पौरुषाचा चमत्कार मला दाखवीत होते; पण तो चमत्कार आहे, हे मला कळणार कसे? कारण तोपर्यंत मला पुरुष म्हणजे काय, हेच माहीत नव्हतं. भटमास्तर माझ्या अंगचटीला जात होते, हवे तेथे स्पर्श करीत होते, उत्तेजित होत होते आणि पुन्हा पुन्हा माझ्यावर तुटून पडत होते. दुसऱ्याला सुखी करण्यात, किंबहुना उन्मादित करण्याचं आपल्याजवळ काही सामर्थ्य आहे, याची मला जाणीवच नव्हती. पहिल्यांदा मी विरोध केला; पण विरोधाला काही अर्थ नव्हता. एकतर सगळयांच्या साक्षीनं मास्तरांनी माझ्याशी लग्न केलं होतं. आईचीही त्याला संमती होती. भटमास्तर आवडावेत, असं त्यांच्याजवळ काही नव्हतं. त्यांना टक्कल पडलं होतं. ते चष्मा घालायचे आणि माझ्या मानानं ते कितीतरी आडदांड होते. लग्नाच्या बायकोची काही कर्तव्यं असतात आणि खुशी-नाखुशीचा तिथं प्रश्नच नसतो, असं मला शिकवण्यात आलं. आईने मला शक्य तितक्या सूचना दिल्या होत्या. निसर्गनियमानं मी वयात आले होते एवढंच; पण अन्य कोणत्याही कारणानं मी अजून वयात आलेच नव्हते. प्रेम म्हणजे काय, हे फक्त सिनेमा आणि कादंबऱ्यांतून मी पाहिलेलं आणि भटमास्तर तर प्रेम करण्याच्या योग्यतेचे निश्चित नव्हते. नायक-नायिकांच्या तर ते जवळपास जाऊ शकत नव्हते. कसलेच आकर्षण नसलेले ते साधे मास्तर होते- माध्यमिक शाळेतले. म्हणजे त्यांची आर्थिक स्थितीसुद्धा म्हणण्यासारखी चांगली नव्हती. असं असतानाही आईनं विरूप असणाऱ्या भटमास्तरांशी माझं लग्न का लावून दिलं? आमची परिस्थिती वाईट होती हे खरं, पण वयात आलेल्या व चांगलं

रूप असणाऱ्या मुलीचं लग्न एका दरिद्री, प्रौढ आणि थुलथुलीत माणसाशी लावून देण्यात आईला काही चुकल्यासारखं वाटलं नाही, याचं मला आश्चर्य वाटलं. याचं रहस्य मला समजलं आणि तेव्हा किळसवाणं वाटणारं लग्न मग फारच किळसवाणं वाटायला लागलं.

- ० -

ती सारी कहाणी केव्हातरी सांगायची आहे. किंबहुना माझ्या आयुष्याची परवड त्या माझ्या लग्नामुळेच झाली. तेव्हाच जर मला एखादा माझ्या वयाचा जोडीदार भेटला असता, तर पुढे जी मी वाहवत गेले, ती कदाचित गेले नसते. माझ्या रक्तालाही केवळ वासनेची जी ओढ पुढे लागली तीही कदाचित लागली, नसती.

पुढे लग्नसंबंधाची मी चेष्टाच करू लागले. पण आता आता शांतपणे एकटी बसले, म्हणजे लग्नाचा अर्थ मला समजू लागला. लग्न म्हणजे सोय, सुरक्षितता हे जरी खरं असलं, तरी त्यामुळे आयुष्य रिकामं राहत नाही. शरीराच्या पलीकडं जी काही लहानमोठी सुखं असतात, त्यांत माणसे गुंतून पडतात. तेवढ्यासाठी दोघांना एकमेकांवर अवलंबून रहावं लागतं. वाट पाहावी लागते. स्वत:पेक्षा दुसऱ्याचा विचार करण्यातला आनंद मला कधी समजलाच नाही. असा पुरुष मला भेटलाच नाही, की ज्याची मला वाट पाहावी लागली किंवा जो माझ्यासाठी वाट पाहायला तयार होता.

एक अद्‌भुत सुंदर स्त्री आपल्याला सहजगत्या मिळाली या नादात, मास्तर माझं अनिवार कौतुक करायचे. मला नाना कपड्यांनी सजवायचे. मला कष्ट पडतील म्हणून मला स्वयंपाकसुद्धा करू द्यायचे नाहीत. कधीकधी तर ते स्वत:सुद्धा स्वयंपाक करायचे किंवा बाहेर जेवायला आणि नाटका-सिनेमाला न्यायचे. पण त्यांच्याबरोबर फिरताना मला कधी अभिमान वाटलाच नाही. त्यांनी माझं कोडकौतुक केलं, ते केवळ आपल्याला चांगल्या तऱ्हेने भोग मिळायला हवा यासाठी. त्यांनी मला गृहिणी कधी केलंच नाही. त्याचा परिणाम इतका झाला की, सुखासीनतेची आणि दुसऱ्यांकडून कौतुक करून घ्यायची मला सवय लागली. तो माझा हक्क आहे, असं मी मानू लागले. वेळोवेळी दिवाणखान्यात, स्वयंपाकघरात त्यांना कामतृप्तीची लहर येई. त्यांचं ते समाधान केलं की आपलं काम संपलं, अशी जाणीव हळूहळू माझ्यात निर्माण झाली आणि पुरुषाला तृप्त करण्यासाठीच आपला जन्म आहे, हे मनात ठसल्यामुळंच माझ्या आयुष्याला दुसरा काही अर्थही उरला नाही.

खरं म्हणजे भरपूर खावं, चांगलेचुंगले कपडे करावेत, हवं तितकं लोळावं, मास्तरांनी माझ्यासाठी आणलेल्या चावट कादंब‍र्या वाचाव्यात आणि मास्तर म्हणतील तेव्हा कपडे काढून आडवे व्हावे, हा दिनक्रम माझ्या अंगात मुरून गेला. घर स्वच्छ व सुंदर ठेवण्याची मला आवश्यकता वाटली नाही. मास्तर माझी अंतर्वस्त्रेसुद्धा धूत असत. किंबहुना त्यात त्यांना एक विकृत आनंदही वाटत असावा, हे माझ्या ध्यानात आलं.

शांताराम माझ्या आयुष्यात आला आणि मला प्रथमच संसाराचं स्वप्न पडलं. तो देखणा होता, स्वप्नाळू होता, म्हणून तो सर्वार्थाने मला हवा होता. तर मग त्याला सतत सुखी ठेवायला हवं, या जाणिवेने प्रथमच मी स्वतःला विसरू लागले व दुस‍र्याचा विचार करायला शिकले.

त्या रात्री प्रथमच माझ्या वृत्तीत आमूलाग्र बदल झाला. सुखाच्या अनेक जागा त्यानं दाखविल्या. केवळ शरीराच्या नव्हे, तर मनाच्यासुद्धा! तो मजेदार बोलायचा आणि मला सारखं बोलकं ठेवायचा. मजेदार गोष्टी सांगून रंगताना माझा नग्न देह समोर असूनसुद्धा तिकडं बघून तो दुर्लक्ष करायचा. मला तो म्हणाला, ''तुला पाठमोरी चालताना पाहायचंय.'' खरं म्हणजे संपूर्ण कपडे काढून तासन् तास बसणं हे काही मला अपरिचित नव्हतं.

माझा उघडानागडा देह तो पाठमोरा पाहतोय, या कल्पनेनं मला प्रथमच लाजल्यासारखं झालं. जसजशी मी संकोचू लागले, तसतसा त्याचा आग्रह वाढू लागला. लज्जेची जाणीव नवीनच होती. अखेरीस त्याची मागणी मी पुरी केली. पण खरं सांगायचं तर तेव्हा प्रथमच माझ्या लक्षात आलं, की पुरुषाला अर्धवट उघडा असणारा देह अधिक उत्तेजित करतो. आजपर्यंत माझा देह नुसता ओरबाडण्यात आला होता. आज प्रथमच तो कुरवाळला जात होता. माझ्याही तृप्तीची दखल आज प्रथमच घेतली जात होती. स्त्री-पुरुष संबंधात दोघेही एकाच वेळी सुखी होतात, हे मी प्रथमच अनुभवले.

- ० -

भटमास्तरांनी काय, मधूने काय किंवा बाबासाहेबांनी काय, मला सुख दिलंच नाही, असं मी म्हणू शकत नाही. परंतु त्या वेळेस माझी सुखाची कल्पना तेवढीच होती. कितीतरी पुरुषांना समागमाचं सुख म्हणजे काय, हे मुळी समजलेलंच नसतं. म्हणून ते स्वतःचं सुख शोधण्याची धडपड करतात. देण्यातही सुख असतं; किंबहुना तेच खरं सुख असतं. कारण या खेळात दाता आणि याचक असे कुणी नसतातच. देणा‍र्याच्याही पदरात शिगोशीग सुख आपोआप येऊन

पडतं, हे क्वचितच लक्षात घेतलं जातं, आणि मग केवळ सवयीने पुष्कळ स्त्रिया पुरुषवीर्याचे पतन हेच कामसुख मानू लागतात.

शांतारामने मला वेड लावलं, यात शंकाच नाही. बाबासाहेबांच्या जबरदस्त पहाऱ्यातूनसुद्धा त्याच्या गाठीभेटी होत राहिल्या. चोरटेपणातही एक विलक्षण सुख असलं पाहिजे. तशा त्या ओझरत्या गाठीभेटीसुद्धा आणखी वाट पाहायला लावणाऱ्या होत्या. शांताराम जेव्हा लग्नाची स्वप्नं पाहू लागला, तेव्हा तर माझ्या अंगावर लगेच रोमांच उठले. आमचं लग्न होईल की नाही, हा विवेकही माझ्या मनात आला नाही. वाटलं, आपल्याला हवा तसा जोडीदार मिळतो आहे, ही संधी हुकता कामा नये. मी नकार दाखविला, अडचणींचे डोंगर उभे केले; पण शांताराम बधला नाही. एक दिवस आम्ही चक्क गुपचूपपणे लग्नही करून टाकलं. बाबासाहेबांना जेव्हा हे कळेल तेव्हा ते काय करतील, या भीतीनं माझी घबराट उडे. शांतारामला त्याचं काही नव्हतं. माझ्यापेक्षाही तो झपाटला होता. बाबासाहेबांना न सांगता मी त्यांचं घर सोडलं. अर्थात यापूर्वी शांताराम आणि मी दोघांनी नाटकात अन्यत्र कामं मिळण्याची खटपट केली होती. बाबासाहेबांना नेमकं त्या प्रकरणाबद्दल काय वाटेल, याचासुद्धा मी विचार केला नाही. त्यांच्या 'कीप'सारखंच मी आयुष्य जगत होते. मग तसं मी त्यांचं देणं काहीच लागत नव्हते.

कदाचित असं असेल की, आपल्या प्रत्येक कृत्याला आपण एक तत्त्वज्ञान शोधतो. मीही ते शोधलं. शांतारामने पण कारणं शोधून काढली; पण अखेर ती कारणं होती, उत्तरं नव्हती. बाबासाहेबांनी मला आधार दिला; नटी म्हणून लौकिकाला आणलं; कपडेलत्ते, दागदागिने, राहायला जागा, वापरायला गाडी सारं काही दिलं. त्या क्षणाला मात्र या सर्व गोष्टींची मला आठवण झाली नाही. अनेक स्त्रियांशी त्यांचे संबंध होतेच. त्यांनी मला निष्ठा कधीच कबूल केली नव्हती. तो त्यांचा स्वभाव नव्हता. माझी त्यांच्याशी निष्ठा मात्र सुरक्षिततेपोटी होती व त्याहीपेक्षा बाबासाहेबांच्या नीतिमूल्यांच्या बंधनासाठी होती. स्वामित्वाची त्यांची कल्पना तीव्र होती. मला इकडेतिकडे सरकायलाही त्यांनी जागा ठेवली नव्हती. शांताराम माझ्यासाठी वेडा झाला नसता−खरं म्हणजे मीही त्याच्यासाठी वेडी झाली नसते−तर कदाचित बाबासाहेबांना सोडण्याची कल्पनाही माझ्या डोक्यात आली नसती.

- ० -

या घटनेमुळे माझं आयुष्यच बदललं. पुन्हा एकदा अस्थिर आयुष्यात मी आपणहून प्रवेश केला. भटमास्तरांना सोडून जेव्हा मी एकटी राहायला लागले,

तेव्हा आर्थिक संकटाचा पहिला प्रहार माझ्यावर झाला. वेगवेगळ्या सुखांची चटक लागलेली; आणि ती चटक भागवायला साधन मात्र नव्हतं. मधू भोकटे माझ्या आयुष्यात आला तो त्या गरजांपोटीच. किंबहुना भटमास्तरांच्या घरी मी राहत असतानाच मधूशी माझा संबंध आला होता. भटमास्तर व माझ्या वयातील अंतर मला जाणवायला लागलं. मधू श्रीमंत कारखानदाराचा एकुलता एक मुलगा. आमच्या घरी तो यायचा, मास्तरांचा एके काळचा विद्यार्थी म्हणून, आणि मास्तरांचादेखील त्याच्यावर विश्वास होता. मास्तरांची नोकरी शाळेत म्हणजे दुपारची. ती वेळ साधून दुपारच्या वेळी गप्पा मारायला म्हणून तो यायचा. त्यातून एक दिवस त्याने मला विचारलं.

"बाई, तुम्ही मास्तरांशी लग्नतरी कसं केलंत?"

"का बरं? नाहीतरी माझ्यासारख्या गरीब मुलीशी कोण लग्न करणार होतं?"

"बाई, तुम्हाला गरीब कोण म्हणेल? देवानं तुम्हाला किती श्रीमंती दिली आहे माहीत आहे? मनात आणलं तर कितीतरी श्रीमंतीत राहू शकाल." क्षणभर मी अचंब्यात पडले. त्याला काय उत्तर द्यावं, हेही मला कळेना. त्याच्या बोलण्यातला अर्थ न समजण्याइतकी मी मूर्ख नव्हते.

"मला तू समजतोस काय मधू?"

"नाही नाही बाई, गैरसमज करून घेऊ नका. माझ्या म्हणण्याचा अर्थ वेडावाकडा नाही. तुम्ही एवढ्या सुंदर, तरुण. मास्तर तुमच्यापेक्षा किती मोठे, किती बेरूप! तुम्हाला याचं काहीच वाटत नाही?"

खरं म्हणजे मला काहीच वाटत नव्हतं, हे त्याला कोणी सांगितलं? मला ते खटकत होतं; नाही असं नाही. पण माझं शिक्षण बेताचं झालेलं. घरचं अफाट दारिद्र्य. आईचा घायकुता स्वभाव. मी लग्नापूर्वी-लग्नानंतर तरी काय करू शकणार होते?

"मग मी काय करावं, अशी तुझी अपेक्षा आहे?"

"ते मी कसं सांगू? मास्तरांबद्दल मला आदर आहे; पण तुमच्याबद्दल कीव वाटते."

"कीव वाटून काय उपयोग?"

"त्यातून रस्ता काढता येईल; नाही असं नाही बाई. पण मी आत्ताच काही सांगू शकत नाही."

या प्रसंगानंतर अधूनमधून तो येतच राहिला. माझ्या मनात तो हळूहळू असंतोष निर्माण करतो आहे, हेसुद्धा माझ्या लक्षात आलं. कधी एखादा निसटता

स्पर्श, कधी कटाक्ष याने तो आमच्यातले अंतर दूर करत होता. त्याच्याबद्दल मी खूप काही ऐकलं होतं; तरीसुद्धा मला त्याचं आकर्षण वाटायचं. बापाच्या धंद्यात तो शिरला होता. त्याच्याजवळ पैसाही खूप असायचा. लहानमोठ्या गमतीदार वस्तू, फुले, रुमाल हे मला तो भेट म्हणून द्यायचा. मलाही त्यात काही अवघड वाटायचं नाही.

एक दिवस त्यानं एक कसलंतरी अनोखं अत्तर आणलं, प्रथम त्यानं ते सहजगत्या माझ्या हाताला लावलं. त्या अत्तराचा सुगंध माझ्या डोक्यात भणभणत गेला.

"चोळल्याशिवाय अत्तराचा गंध फुलत नाही." असं तो माझ्याकडे रोखून म्हणाला आणि त्याने माझ्या हाताला लावलेले अत्तर स्वत:च्या बोटांना चोळले. तेच गंधभरले हात त्यानं माझ्या नाकापाशी नेले. तो गंध डोळे मिटून मी चाखत होते, तोपर्यंत गळ्याभोवती हात घालून त्यानं मला जवळ ओढलं होतं आणि माझा मुकाही घेतला होता.

या त्याच्या धिटाईचा मला राग यायला हवा होता; राग यायच्याऐवजी मला त्याची गंमतच वाटली. तो आज काहीतरी ठरवून आला होता, आणि अत्तराचा उपयोग त्यानं चातुर्यानं केला होता. आळसावलेला माझा देह त्यानं लावलेल्या सुगंधाने, दिलेल्या आलिंगनाने आणि घेतलेल्या मुक्याने एकदम उत्तेजित झाला. खरं म्हणजे त्याला प्रतिकार करून तोडून टाकावं, असं माझ्या मनातसुद्धा एकदा आलं; पण हातून घडलं मात्र काही नाही. घडलं ते इतकंच, की मी लटका प्रतिकार केला. ती त्याला उलट संमतीच वाटली. मास्तरांच्या वखवखलेल्या शृंगारापेक्षा काही निराळं घडतंय असं जाणवलं आणि ते साहजिक आहे असंसुद्धा मला वाटायला लागलं. मधूची मी एक नवीन शिकार झाले होते इतकंच. एक विजयाचा उन्माद त्याच्या डोळ्यांत नाचत होता. त्याला एक नवीन खेळणं सापडलं होतं- आणि मलासुद्धा, आता त्याला केवळ लागट बोलत बसण्याची व वशीकरण करण्याची गरज नव्हती. मास्तर घरी नाहीत, त्या वेळा नीट ध्यानात ठेवून तो घरी येई. आल्याआल्या कपडे उतरवी आणि पंधरावीस मिनिटांत खेळ आटोपून निघूनसुद्धा जाई. येण्यापूर्वी आणि येण्यानंतर त्याची खूणसुद्धा मागे राहत नसे. त्याला त्याची गरज नव्हती. त्याच्या या आकस्मित येण्याला मी सरावू लागले.

- ० -

हे असं दुहेरी नाटक कितीतरी काळ चाललं असतं; पण त्याच्यात एक

व्यत्यय आला- तो म्हणजे मला दिवस गेले. ही बातमी मी मास्तरांना सांगितली, तेव्हा ते वेडे व्हायचेच बाकी राहिले. त्यांनी लहान मुलासारख्या उड्या मारल्या, आणि हर्ष व्यक्त केला. त्यांना मी हे कसं सांगू, की मला झालेले मूल हे त्यांचं नव्हतं. असलं तर ते मधूचंच होतं. खरा संयोग केव्हा घडला, हे स्त्रियांना बरोबर समजते. मास्तराबरोबर दोन-तीन वर्षं संसार करून मला मूल झालेलंच नव्हतं आणि मधूशी संबंध आल्याबरोबर मात्र मी गर्भवती झाले, याचा अन्वयार्थ मला बरोबर लागला होता. जेव्हा मी प्रथम उषाला पाहिली, तेव्हा माझ्या ध्यानात आलं की मधूच्या आणि माझ्या संयोगाचं चिन्ह आता कायमचं उमटलंय. दिवस गेल्याची बातमी ऐकून मधू मात्र फारसा सुखी झाला नाही. त्याचं येणं अजिबात थांबलं नाही, पण कमी कमी होत गेलं, आणि सहाव्या-सातव्या महिन्यापासून तर तो यायचा अजिबात बंद झाला. फक्त या प्रकरणानं मास्तर मात्र माझ्या मनातून कायमचे उतरले.

गर्भारपणाचा मला खूप त्रास झाला आणि बाळंतपणाचा तर विलक्षण त्रास झाला. आई मदतीला आली, तेव्हापासून घराचे खासगीपणही संपले होते. प्रौढ असलेले मास्तर अधिकच प्रौढ झाले होते. बाळंतपणात माझा शक्तिपातही झाला. मला भीती वाटत होती की, आता मात्र मी मास्तरांच्या संसारात गुदमरून जाणार. मला मूल झाल्यामुळे आई निश्चिंत असल्यासारखी वागत होती.

खरं म्हणजे मला मूल अजिबात नको होतं. इतरांचं काय ते मला माहीत नाही; पण या काळात माझी शारीरिक उपासमार झाली. मधू येत होता तोपर्यंत मला आधार वाटत होता. त्याचं मूल मी वाढवते आहे, याचा एक आनंदही मला वाटत होता. पण ही जबाबदारी नकोय असं त्या क्षणापासून मला वाटू लागले. त्यामुळे तर मी फारच दुःखी झाले. ते दुःख बोलायला मला जागा नव्हती. या अवघडलेल्या परिस्थितीतसुद्धा माझी वासना शाबूत कशी होती, याचंच मला आश्चर्य वाटतं. मास्तर माझ्याशी जिव्हाळ्यानं वागायचे, माझं कोडकौतुक करायचे; पण त्यानं माझं भागण्यासारखं नव्हतं. मास्तरांच्या हे कधी लक्षात आले नाही. त्यांनी आपल्या वासना कशा ताब्यात ठेवल्या, हे मला समजेना. का मुलाच्या आनंदाने ते वेडेपिसे झाले होते? 'गर्भवती स्त्रीनं हे सारं आता टाळलं पाहिजे', असं ते म्हणायचे. माझ्या खोलीत ते रात्री यायचेच नाहीत आणि मी एकटी तळमळत रात्र रात्र काढायची. माझ्या इच्छेविरुद्ध मी गर्भवती झाले आणि आता इच्छेविरुद्ध मी माता झाले. माझं रूप आणि तारुण्य आता उणावणार, या भीतीनं येणाऱ्या मुलाचा मी दुःस्वास करू लागले आणि बाळंतपणानंतर मी

अंगावरचं दूधसुद्धा द्यायला नकार दिला. त्याचाही मला त्रास व्हायचा, पण मी तो सहन करायची. आईने मात्र खूप उपदेश करायचा प्रत्यत्न केला. मी ठाम राहिले आणि म्हणाले, ''बाळंतपणात मी मेले असले, तर तुम्ही काय केलं असतं?'' यावर सर्व वादविवाद संपले. उषाचे सर्वकाही आईच करत होती.

बाळंतपणानंतर तीन-चार महिने गेले तरीसुद्धा मास्तर माझ्या खोलीत आलेच नाहीत. तेव्हा मी एकदा त्यांना रागावून त्याबद्दल विचारलं, त्यावर ते म्हणाले,

''अजून तुझी काळजी घ्यायला पाहिजे.''

मी म्हणाले, ''मला काय झालंय?''

ते नुसतेच हसले- केविलवाणेपणानं. एक दिवशी अशीच माझ्या खोलीत तळमळत असताना पहाटे मला झोप लागली. कशानं तरी मला जाग आली.

मी चूळ भरण्यासाठी मोरीवर निघाले; पण जाताना ते दृश्य पाहिलं त्यामुळे माझं डोकंच फिरलं. कुणाचंही फिरलं असतं. माझी जन्मदात्री आई माझ्या नवऱ्याच्या मिठीत आहे, हे दृश्य पाहण्यापेक्षा माझा मृत्यू घडला असता, तर बरं झालं असतं. कारण आईबद्दलची जी काही थोडी आपुलकी माझ्या मनात शिल्लक होती, तिचा अगदी चेंदामेंदा झाला. आईबद्दल मला काही फार प्रेम वाटत होतं, अशातला भाग नाही; पण तिनं मला वाढवण्यासाठी कष्ट घेतले होते याची, नाही म्हटलं तरी थोडी कृतज्ञता शिल्लक होती.

तिनं घाईगर्दीने भटमास्तरांशी माझं लग्न लावून दिलं तेव्हा मला वाटलं, एका अभागिनी, दुर्दैवी विधवेनं, आपली जबाबदारी पेलणे असह्य झाल्यामुळे, तो निर्णय घेतला असावा; पण आताचं दृश्य पाहून तिचा डाव माझ्या लक्षात आला. मास्तरांचे आणि तिचे संबंध पूर्वीपासून असले पाहिजेत आणि उघडपणे ते संबंध चालू ठेवण्यासाठी तिनं माझा बळी दिला असावा. मला स्वत:ची, आईची आणि भटमास्तरांचीसुद्धा इतकी किळस आली, की ते दृश्य पाहून माझी शुद्धच हरपली. दु:खामुळे, संतापामुळे का अगतिकतेमुळं, माझं भान केव्हा हरपलं, हे सांगता येणार नाही.

माझ्या अंगात नासलेलं रक्त कुठून आलं, याचा शोध लागला. आईमधूनच हे रक्त मला लाभलं, यात मुळीच शंका नाही. माझ्या वडिलांचे आणि आईचे संबंध कसे होते, माझे वडील तरी खरोखर कोण होते आणि कसे होते? आई पहिल्यापासूनच अशी व्यभिचारिणी होती काय? का दुर्दैवाच्या फेऱ्यात सापडून तिला हा मार्ग चोखाळावा लागला? सारंच काही अगम्य आहे. आईबद्दलची

माझ्या डोक्यातील तिडीक एवढी तीव्र आहे, की अजूनही मी त्या गोष्टीचा विचार करू शकत नाही. खरं म्हणजे माझं आयुष्य आता उतरणीला आहे. स्त्रीच्या आयुष्याची कशी परवड होते, हे मी पाहिलं आहे. पण तिच्याबद्दल सहानभूतीचा एक बंधसुद्धा शिल्लक उरलेला नाही.

- ० -

मला जेव्हा शुद्ध आली, तेव्हा मास्तर घरात नव्हते. ते तोंड चुकवण्यासाठीच घराबाहेर पडले असावेत. आई बोलण्याच्या मन:स्थितीत नव्हती. खालच्या मानेने वावरणाऱ्या आईकडे मी पाहिलं तेव्हा क्षणभर मला वाटलं, की तिचा गळा घोटावा; पण माझ्या हातून असलं काही होणं शक्यच नव्हतं. माझ्या लक्षात प्रथमच एक गोष्ट आली, की आई वाटावी इतकी प्रौढ नव्हती. माझ्या आईचं नेमकं वय मला कधी कळलं नव्हतं. माझ्याइतकी ती सुंदर नव्हती किंवा कुणाचं लक्ष वेधून घेण्याइतकी आकर्षकही नव्हती; पण ती तरुण होती. मीसुद्धा तिला अगदी तरुणपणीच झाले असले पाहिजे. म्हणजे तिचं वय पस्तीसपेक्षा जास्त असणं शक्य नव्हतं. माझ्या आयुष्यात वासनेचं वादळ घोंघावून गेल्यावर वासनेचा अर्थ मला समजायला हरकत नव्हती. वासनेनं माणसं झपाटल्यासारखी होतात तशी तीही झपाटली असेल, असं मी का समजू नये?

मी काही बोललेच नाही. मी न बोलता माझा दिनक्रम आटोपला. आईला काही बोलण्याची इच्छा होती, पण शक्ती नव्हती आणि मला गरज नव्हती. मी माझे कपडे आवरले. एका बॅगमध्ये आवश्यक ते कपडे व सर्व दागिने भरले. माझ्या डोक्यात चटकन एक विचार आला. मी अशी निर्धन अवस्थेत जाऊन काय करणार? कपाटात होते ते दीड-दोनशे रुपये मी माझ्या पर्समध्ये ठेवले. तिथंच एक चेकबुकही होतं. मास्तरांनी माझं आणि त्यांचं एक जॉइंट खातं हौसेनं उघडलं होतं. लग्न झाल्यानंतर आपलं आंजर्ल्याकडचं घर विकून आलेले पैसे त्याच सेव्हिंग्ज खात्यात ठेवलेले होते. त्यातले बरेच पैसे आमच्या दोन-तीन वर्षांच्या संसाराच्या चैनीत खर्च झाले होते. तरीसुद्धा अजूनपर्यंत बरीच रक्कम शिल्लक होती. मी आणि मास्तरांनी जाऊनच ते खातं उघडलं होतं आणि कधी कधी त्यांच्याबरोबर मी पैसे काढायला जातही असे. ते चेकबुकही मी पर्समध्ये टाकलं आणि आईलाही न सांगता, आवाज न करता गुपचूप घराबाहेर पडले.

हा माझा निर्णय मी एका भ्रमिष्ट अवस्थेत घेतला होता. कुठं जायचं हे मी ठरवलं नव्हतं. पण अस्थिरता व असुरक्षितता याला मी सामोरी जात आहे, हे घराबाहेर पडल्याक्षणीच माझ्या ध्यानात आलं. मला ज्याचा आधार होता–निदान

त्या वेळेस वाटला होता–तो म्हणजे एक मधू. बाहेर पडले आणि एका हॉटेलमधून त्याला फोन केला. फोनवर तो मला भेटला. त्याला मी ताबडतोब यायला सांगितलं होतं आणि तो लगोलग आलाही. मी घर सोडलं एवढंच त्याला सांगितलं. का, ते आता सांगण्याची मला हिंमत नव्हती. त्यानंही ते विचारलं नाही. त्यानं चटकन मला गाडीत घेतलं आणि आम्ही 'नॅशनल हॉटेल' नावाच्या एका हॉटेलमध्ये पोचलो. हे हॉटेल असं नव्हतंच. महिनामहिन्याच्या बोलीनं येथे तात्पुरते प्रवासी राहू शकत असत. महिन्याभराचे पैसे त्याने देऊन टाकले. त्या वेळेस माझं लक्ष गेलं ते त्याच्या नोटांनी भरलेल्या पाकिटाकडं. त्याच्या ते लक्षात आलं नाही म्हणून बरं. आपला फोन गेल्याबरोबरच तो येईल अशी खात्री मला कशामुळे वाटली, हे मी आज सांगू शकत नाही. पण त्या वेळी मात्र तो आला नसता, तर मी काय केलं असतं? माझ्या शरीराची ओढ त्याला लागलेलीच असेल. आम्ही पूर्वी अनेकदा एकत्र आलो होतो तेव्हा नाही म्हटलं तरी मुक्तपणानं आम्हाला सुख घेता आलं नव्हतंच. गळ्यात मंगळसूत्र घालून एका सभ्य माणसाची पत्नी म्हणून मी वावरत होते. पण आता मी आपणहून निराधार झालेल्या स्थितीत त्याचा आश्रय घेतला होता. एका स्त्रीला आपण आधार देत आहोत अशी भावनासुद्धा पौरुषाच्या क्षणिक अहंकारासाठी त्याच्या मनात आली असेल. पण खरं कारण अर्थात बाळंतपणानंतर मला लाभलेलं रूप हे होतं. शिवाय मध्ये घडलेला विरह, त्याच्या अंगात असलेली विलासप्रियता आणि त्या सर्वांपेक्षाही त्याच्या जवळच्या पैशाची मस्ती हेच कारण असलं पाहिजे. ते काहीही असो. त्याच्या वागण्याबोलण्यात आत्मविश्वास जाणवला. त्यानं माझ्यासाठी निर्माण केलेला सुरक्षित निवारा आणि उदारपणानं माझ्या हाती ठेवलेले पाचशे रुपये यामुळं मी भारावून गेले.

हॉटेलच्या खोलीत आल्याबरोबर दरवाजा बंद करताच मी त्याला घट्ट मिठी मारली. आता घाईगर्दीने वासनेचा खेळ खेळायची नाराजी त्याच्या डोळ्यांत होती. कदाचित आता काही कामासाठी त्याला बाहेर जायचं असेल. परीटघडीचे कपडे बिघडून घ्यायचे नसतील. त्यानं मिठीला तितकासा जबाब दिलाच नाही. माझ्या डोळ्यांतली नाराजी पाहत तो म्हणाला,

"आता एवढी धांदल कशासाठी? नुकतीच तू घर सोडून आली आहेस. अजून तुझं मनसुद्धा स्थिर झालेलं नाही. आता निवांतपणाने तू अंघोळ कर. विश्रांती घे. मी संध्याकाळी येईन. मग तू आहेस, मी आहे. सारी रात्र आपलीच आहे." आणि तो हसला. त्या हसण्यात मला निराळाच वास आला. आता मी

त्याच्या स्वामित्वाची गोष्ट होते असा दर्पसुद्धा क्षणभर जाणवला. पण मी काय करू शकत होते? कदाचित आर्जवाने मी त्याला फारतर आताही कामोत्सवाचं निमंत्रण देऊ शकत होते आणि त्याला ते नाकारताही आलं नसतं. पण खरंतर अजून मलासुद्धा सावरायला हवंच होतं. मी नाराजीनं संमती दिली आणि तो निघून गेला.

- ० -

भटमास्तरांचं एक पर्व संपलं होतं आणि हे दुसरं पर्व सुरू झालं होतं. मधू मला कायमचा आधार देईल, अशी आशा मी बाळगून होते. अर्थात वेडी आशा. पण त्या वेळेस माझा त्याच्यावर विश्वास बसला. दुसरा काही पर्याय नव्हता. मास्तरांकडून घटस्फोट घ्यायचा आणि आज ना उद्या मधूशी लग्न करायचं, असं मी साधं आणि सोपं गणित मांडलं; पण मला अजून जग उमजायचं होतं आणि जगाचं ज्ञान शिकायचं होतं.

एक गोष्ट त्यातल्या त्यात बरी होती. बँकेतून काढून आणलेल्या पैशाबद्दल मी काही बोललेच नव्हते. खरं म्हणजे त्या माझ्या भाबड्या अवस्थेत सगळं काही बोलून टाकण्याची इच्छा मला आवरत नव्हती. पण तेवढ्यापुरतं माझं शहाणपण माझ्या मदतीस आलं. जसं आईच्या व्यभिचाराचे मी त्याच्याजवळ बोलले नव्हते, तसंच माझ्याजवळ असणाऱ्या पुंजीबद्दलही बोलले नव्हते. ही सावधगिरीसुद्धा बहुधा माझ्या रक्तातूनच निर्माण झाली असावी. पैसा ही एक प्रचंड शक्ती आहे, हे पुढे पुढे तर मी अनुभवलंच; पण माझ्या रक्तालाच त्याची शिकवण होती की काय कुणास ठाऊक! एकदा सुखाचा रस्ता धरायचा ठरवलं, की पदोपदी पैसा लागतो. उंची कपडा, अलंकार यांचा शौक निर्माण झाला, तर पैशाशिवाय कसे भागणार? घरचं साधं भटाळलेलं जेवण अलीकडे मला आवडत नसे. हॉटेलातलं मसालेदार जेवण खायची ही चटक खरं म्हणजे मास्तरांनीच लावली होती. गेले पाच-सहा महिने मसालेदार जेवणापासून मला दूर राहावं लागलं. मधूजवळ पैशाला तोटा नव्हता. त्या दिवशी रात्रीपासून माझं एक निराळंच जीवन सुरू झालं. माझ्या आयुष्यातलं घर तेव्हापासून जवळपास उडून गेलं. त्या रात्री आम्ही एकत्र आलो, तेव्हा एक निराळाच पुरुष माझ्या अंगाला बिलगतोय असे वाटले. माझ्यावर खर्च करणारा एक पुरुष त्या पैशाचा मोबदला वसूल करतोय, ही जाणीवही निर्माण झाली आणि ही जाणीव म्हणजेच माझ्या पुढच्या वारयोषितेच्या जीवनक्रमाची सुरुवात होती. पैशाचा मोबदला भरपूर देणं, हे धंदेवाईक वेश्या इमानीपणानं करतात. माझ्यासारख्या स्त्रीला पोसणाऱ्या पुरुषांना पूर्णपणे तृप्त

करून चालण्यासारखं नव्हतं; कारण मला रिक्त व्हायचं नव्हतं. मधूचं माझ्याबद्दलचं आकर्षण कायम राहायला पाहिजे होतं. शक्य तितका अंगचोरपणा करून ताव वाढवायला हवा होता. घ्यायचे तेही पुष्कळशा धडपडीनं आणि तेही एखाद्या नजराण्यासारखं– मेहेरनजर केल्यासारखं. मधूच्या आणि माझ्या व्यवहारात मी हा एक हिशेब बाळगला होता. माझ्या ध्यानात आलं नाही की, आपण एकटेच हिशेब मांडत नसतो. जगातले सारेच लोक हिशेब मांडतात, आणि तेही आपापल्या सोईनुसार मांडतात. एक महिना आम्ही नॅशनल हॉटेलमध्ये रात्री जागवल्या, परंतु दिवस मात्र मला खायला उठत असे. पहिले काही दिवस मी झोपण्यात घालविले, पण लक्षात आलं की स्त्रीला असं एकटं जगायचं असलं, तर आपली संरक्षणाची अस्त्रं वाढविली पाहिजेत. स्वत:चा काहीतरी उद्योग हवा, निदान उद्योगाचे नाटक तरी!

मधूचा आणि माझा सहवास कायमचा टिकेल, असं आरंभी जे मला वाटलं होतं, ते काही तितकंसं खरं नव्हतं. त्याच्या लेखी तो एक शौक होता; माझ्या लेखी ती एक सोय होती. मधूला उघड उघड माझ्याशी प्रेमव्यवहार करणं सोईचं नाही, हे त्यानं सांगून टाकलं. त्याचे अनेक स्त्रियांशी संबंध आहेत, हेही सांगायला त्याने कमी केले नाही. त्याचं लग्न झालेलं होतं, त्यामुळं आपण लग्न वगैरे काही करू शकणार नाही, हेही त्याने सुचवले.

याचा अर्थ हे असंच जिणं मला स्वीकारावं लागणार...! हीच घटना सात-आठ वर्षांनंतर घडली असती, तर तसं राहण्यात मला काही फारसं विचित्र वाटलं नसतं. पण त्या वेळी मात्र त्याच्या त्या स्पष्ट बोलण्यामुळं मला धक्का बसला. मी त्याला आवडत होते. माझं शरीर मिळालं तर त्याला कायमचंही हवं होतं; पण त्यासाठी एका निराश्रित स्त्रीला तो कायदेशीर आश्रय द्यायला तयार नव्हता.

खरं पाहिलं तर तशी मी अल्लडच होते. असेल माझं वय अठरा-वीस वर्षांचं. तीन-साडेतीन वर्षांचा संसार झाला होता इतकंच. चाळीतलं मध्यमवर्गीय आयुष्य मी आजवर जगले होते. मनासारखं नसलं, किळसवाणं असलं, तरी त्या वेळच्या माझ्या आयुष्यात सुरक्षितता होती. निराधार स्त्रीची काय अवस्था होऊ शकेल, याची अनुभवानं जरी नाही, तरी कल्पनेनं मला जाण येण्यासारखी होती. रागाच्या तिरीमिरीत मी घर सोडलं आणि मधूसारख्या माणसाचा, काडीचा आधार घेऊन जगात जगायला तयार झाले. यात शहाणपणा नसेल; पण माझ्यापुढं दुसरा पर्याय तरी काय होता? मास्तरांच्या घरात मी राहू तरी कशी शकत होते? सख्ख्या आईनंच आपला बिछाना काबीज केलेला पाहून, त्या

घरात पाणीसुद्धा पिणं मला शक्य नव्हतं. म्हणून तर माझं आयुष्य मी वाऱ्यावर सोडलं होतं. पाचोळ्याची दिशा वारा ठरवतो, त्याला फक्त भरकटत जाण्याचं काम असतं आणि माझ्या नशिबात तेच येणार होतं.

- ० -

माझे दुसरे जवळपासचे कुठलेही नातेवाईक नव्हते किंवा मला स्नेही-सोबतीही नव्हते. तशी कधी परिस्थितीच प्राप्त झाली नाही. जे काही शेजारी-पाजारी माझ्या परिचयाचे होते, त्यांना माझ्याबद्दल सहानुभूती असेल; पण सहानुभूतीपेक्षाही पुरुषांच्या लेखी हव्यास आणि स्त्रियांच्या लेखी मत्सर यांचाच वरचष्मा असतो काय? या माझ्या निराधार आयुष्यात सोबत होती, ती फक्त माझ्या शरीराची. पण शरीराची कधी सोबत नसते; ते एक ओझं असतं. मर्यादेपलीकडं शरीराची उपासमार करता येत नाही. आणि शरीराच्या या भुका माणसाला पशू करतात. त्याला मृत्यूशिवाय पर्याय नसतो. मृत्यूला सामोरं जाणं ही काय सोपी गोष्ट आहे? आज एवढी माझी परवड झाली, तरीही मला मरावंसं वाटत नाही. अजूनही सारे गंध, सुंदर स्वर, मोहमय स्पर्श मला जमिनीला खिळवून ठेवतात. मग तेव्हा तर मी माझ्या सर्व इंद्रियांच्या ऐन भरात होते. बाळंतपणानंतर माझ्या देहाला एक मोहक गोलाई आली होती. शरीरातल्या साऱ्या ग्रंथी उत्तेजित झाल्या हात्या. त्या मला सारख्या बैचेन करीत आणि म्हणूनच माझ्या समोर येणारं आयुष्य जगत राहण्यावाचून मला पर्याय नव्हता.

पुढे नंतर एकदा स्वत:वर प्रेम करणाऱ्या राणीची गोष्ट मी केव्हातरी ऐकली. त्या राणीचं स्वत:वर एवढं प्रेम होतं की, आरशात दिसणाऱ्या आपल्या रूपालाच ती कुरवाळत बसायची. अमृतकुंभाला स्वत:च स्पर्श करायची आणि त्या स्पर्शाने विरघळून जायची. दुसऱ्या व्यक्तीचा ती विचारच करू शकत नसे. आणि स्वत:च्या कोशात जगता जगता तिने मृत्यूला कवटाळले. माझं स्वत:वरचं प्रेम तिच्याइतकं उत्कट नव्हतं. नाहीतर पुरुषांच्या रूपाचं, वैभवाचं, पौरुषाचं कौतुक माझ्या मनात कधी निर्माणच झालं नसतं. आता या साऱ्या जुन्या आठवणी आहेत. पण शरीरसुख काय असतं, या अदभुत आनंदातून मी दीर्घकाळ प्रवास केलाय. पुन्हा पुन्हा पेटणारं ते एक अग्निकुंड आहे. जितकी त्यात आहुती द्यावी, तितकं ते अग्निकुंड भडकतच राहतं. जेव्हा रसरसून शरीर विरघळेल, तेव्हा क्षणमात्र तृप्ती झाल्यासारखी होते. त्या वेळेस वाटतं, हीच अवस्था कायम राहावी. यात मृत्यू आला तरी चालेल. एखाद्या पिसासारखं शरीर तरंगत असतं. एखादा आघात झाल्यास बराच काळ शरीरावर व्रण राहतो; पण

त्या वेळेस मात्र प्रत्येक वेदना सुखाचे शहारे उत्पन्न करते. देहाला कोणतंही ओझं अनावर होत नाही. असं असतं तरी काय या वासनेच्या गदारोळात? शरीराच्या स्नायूंत विलक्षण चेतना येते कुठून? शरीराला एक वेगळं संरक्षणकवच मिळतं कसं? केवळ मनात वासनेचा गदारोळ उमटला की वेलीचा वृक्ष व्हावा, पिसाचे पंख व्हावेत किंवा सुताचं वस्त्र व्हावं, असलं मनाचं सामर्थ्य केवळ या वासनेच्या प्रेरणेत आहे. दुबळी वाटणारी स्त्री त्या क्षणाला कोणत्याही पुरुषावर मात करू शकते. नाजूकपणा, शरीराचा अपुरेपणा या गोष्टींना फारसा अर्थ नाही. कोणतीही स्त्री कोणत्याही पुरुषाला पुरेशी असते. स्त्रीच्या दुबळेपणात स्त्रीचे सामर्थ्य असते, कारण त्यामुळं पुरुष बेसावध असतात. ज्या स्त्रीला आपल्या सामर्थ्याचा नेमका क्षण माहीत असतो, ती स्त्री सम्राटालाही गुलाम करील.

मला काही हे कोणी शिकवलं नव्हतं. अनुभव हेच शिक्षण असतं. मी त्यातले धडे आता गिरवू लागले होते.

भटमास्तरांची गोष्ट निराळी. तसं पाहिलं तर जवळ काही नसलेला पुरुष, धर्म आणि नीती यांच्या बळावर माझी बरोबरी करू शकत होता. ज्यांना बंड करता येत नाही किंवा करण्याची इच्छा नसते, त्या स्त्रिया दासी म्हणूनच वावरतात; जरी त्यांना धर्मपत्नी, गृहदेवता, सहचरी अशा नावांनी ओळखलं तरी!

मधूच्या संगतीतल्या रात्री खरंच सुंदर होत्या. व्यभिचाराचा तो पहिला उन्माद होता. पापाला निष्ठेने जोड दिली, की त्याचं पुण्यांत रूपांतर करता येतं. माझा प्रयत्न तोच होता, पण त्याचा काही उपयोगच नव्हता. मधूनं आपल्या आयुष्याचा रस्ता नक्की ठरवला होता. मी त्याला हवी होते. माझ्या देहाचं त्याला आकर्षण होतं, म्हणून तो माझ्यातून पूर्णपणे मुक्त होऊ शकत नव्हता. मधून-मधून त्याची वृत्ती अस्थिर व्हायची आणि मग शंकेने माझे मन काळवंडून जाई. हे असंच किती काळ चाललं असतं, कोणास ठाऊक? हॉटेलमधल्या त्या बाजारी शयनमहालात आमचा विचित्र संसार चालला होता, पण तो अकस्मात एक दिवस संपुष्टात आला.

- ० -

एक दिवस वृत्तपत्रात स्मगलिंगच्या कोणत्यातरी प्रकरणात मधूला अटक झाल्याची बातमी मी वाचली आणि माझं अवसान गळालं. एक-दोन दिवसांतच तो जामिनावर सुटला आणि मला भेटायला आला, पण तो बावरला होता, हे माझ्या लक्षात आलं. पोलिसांनी हॉटेलवरच्या खोलीचीही तपासणी केली आणि मला नाना प्रश्न विचारले. त्यामुळे मीसुद्धा घाबरले. चिंता करण्यासारखं काही

नाही असं मधू वरवर म्हणत होता, पण वृत्तपत्रीय प्रसिद्धीमुळे तो आणि त्याच्यामुळं मी अकारण चर्चेचा विषय झालो. जाणारे-येणारे सर्वजण कुतूहलाने आमच्याकडे पाहत, तेव्हा लाजेनं माझी मान आपोआपच खाली जाई. हॉटेलच्या मालकाने आम्हाला जागा सोडण्यासाठी सुचवून पाहिलं. उपनगरात असलेल्या एखाद्या जागी मी जाऊन राहावं, असं जेव्हा मधूनं सुचवलं, तेव्हा मात्र मी घाबरले. याचा अर्थ माझे संबंध आता गुप्त राहिलेले नव्हते.

आणि मग मधू माझ्याकडे येईनासा झाला. हॉटेलच्या मालकाची जागा सोडण्याची भुणभुण सुरू झाली, आणि ऑफिसच्या दोन्ही फोनवर मधू भेटेनासा झाला. काय करावं ते समजेना. अशा वेळेला एक दिवस बाबासाहेबांची आणि माझी गाठ पडली.

बाबासाहेबांना एक नट म्हणून मी यापूर्वीच ओळखत होते. त्यांचे काही चित्रपटही मी पाहिले होते.

एक-दोन नाटकांतील त्यांची कामंसुद्धा मला आवडली होती. आडदांड, राकट आणि डोळ्यांत खुनशी भाव असणारा हा माणूस नाटक-सिनेमांत खलनायकाच्या भूमिकेत पाहताना अंगावर थरार उठायचा. मला नेहमी आश्चर्य वाटायचं, की इतक्या उघडउघड दुष्ट बुद्धीच्या खलनायकाला लोक फसतात कसे? थोडा बटबटीत असा खलत्वाचा अभिनय करणारे बाबाजीराव सिनेमा आणि नाटकांत एक लीजेंडरी व्यक्ती होती. ते प्रौढत्वाकडे झुकले होते. त्यांनी पन्नाशी तर नक्कीच ओलांडली असेल. नॅशनल हॉटेलमध्येच ते उतरत असत, आणि एकटे कधीच नसत. त्यांच्याबरोबर कोणी ना कोणी तरी बाई ही असायचीच. रात्री त्यांच्या खोलीतला दंगा ऐकू यायचा. परंतु त्याकडे लक्ष देऊन ऐकत बसावंसं वाटे, कारण त्या दंग्यात अभद्र ओरडणं काही नसायचं. मुंबईतली नाना क्षेत्रांतली मोठमोठी माणसे त्यांच्या या मैफिलीत हजर असत व ते गेल्यावर मग बाबाजीरावांचा रंगमहाल उघडे. नॅशनल हॉटेलचा मालक दादूशेठ गुजराती हाही त्यांना फार सन्मानाने वागवत असे. वर्तमानपत्रांत ते एक नवीन नाटककंपनी काढत असल्याच्या बातम्या अधूनमधून येत. पूर्वी कधी नव्हे ते आता माझं लक्ष हॉटेलमधल्या अनेक घटनांवर केंद्रित होऊ लागलं, कारण सारा दिवस मी रिकामटेकडीच असे. वेळ कसा घालवायचा, हेच मला कळत नसे. एकटीला बाहेर जायची हिंमत नव्हती म्हणून बंद खोलीत तासन् तास बसून राहायचं, तासन् तास आपल्या भवितव्याची चिंता करायची, असा माझा दिनक्रम चालू होता. महिनापंधरा दिवस मी असे एकटीनेच काढले होते.

शरीराची काहिली होत असे. पुन्हा पुन्हा मधूबरोबर घालवलेल्या रात्रींच्या उन्मत्त आठवणी जाग्या होत असत.

- ० -

एक दिवस सकाळी हॉटेलच्या मॅनेजरने–कापडीनं–निर्वाणीची ताकीद दिली. खरंतर त्याचे पैसे मी आगाऊ भरत होते. मला घालवून देण्याची त्यांना खरोखरच आवश्यकता नव्हती. मी अगतिक आहे, हे त्यांना माहीत होतं. कदाचित त्या अवस्थेचा त्यांना फायदा घ्यायचा असावा, असं माझ्या मनात येऊन गेलं. त्यानं निर्लज्ज आवाजात जे मला सुचवलं, ते ऐकताच माझा राग अनावर झाला आणि मी हातातला पाण्याचा जग त्याच्या अंगावर फेकून मारला. त्याला तो चांगला वर्मी लागला असला पाहिजे. तो हेलपटला. उगाच वाच्यता होऊ नये म्हणून तो खोलीबाहेर पडला. पण जाता जाता संध्याकाळच्या आत खोली खाली केली नाही, तर सामान बाहेर काढण्याची धमकी त्यानं दिली.

नेमक्या ह्याच वेळेला बाबासाहेब कॉरिडॉरमधून चालले होते आणि त्यांच्या कानांवर कापडीची ही धमकी अर्थातच गेली असली पाहिजे. ते थांबले आणि म्हणाले.

''काय कापडी! काय चाललंय?''

''काही नाही साहेब. या बाईंना हॉटेलची खोली सोडायला सांगतोय.''

''पण का? बिल थकलंय काय?''

''तसं नाही. पण, ज्यांच्या नावावर जागा आहे, त्यांना स्मगलिंगच्या आरोपाखाली पकडलंय.''

''म्हणून काय झालं? या हॉटेलमध्ये काय सगळे संत-महात्मे राहतात का काय? सज्जन लोक हॉटेलात कशाला राहतील आणि तेही असल्या हॉटेलात?''

त्यांचे हे शब्द ऐकताच मला थोडा धीर आला. मी पुढे झाले आणि म्हणाले, ''साहेब, हा काहीतरी खोटं बोलतोय. तो माझ्या अंगचटीला येत होता आणि माझ्याशी अतिप्रसंग करत होता.''

''काय रे कापड्या, तुझी ही हिंमत?'' असं बाबाजीराव म्हणाले आणि त्यांनी पुढं होऊन कापडीच्या एक सणसणीत थोबाडीत ठेऊन दिली. हॉटेलमधले नोकर-चाकर सगळे गोळा झाले आणि मालक दादीशेठ ताबडतोब धावत आले. मला बाबाजीरावांनी खोलीत जायला सांगितले आणि बाहेर नेमकं काय झालं हे मला कळलं नाही. पण दहा-पाच मिनिटांत सगळा गलका शांत झाला. मग दरवाजावर कुणाचीतरी बोटं वाजली. मी घाबरले पण त्याचबरोबर 'मी बाबाजीराव'

हे भरदार शब्द ऐकले आणि चटकन दार उघडलं. बाबाजीराव दरवाजात उभे होते. सगळा दरवाजा जवळपास भरून गेला होता. बाबाजीराव जेव्हा म्हणाले, "आम्ही आत यावं काय?" तेव्हा उत्तर द्यायलाच मी विसरले. पडद्यावरचा खलनायक आता दिसत नव्हता, तर एक भरदार व्यक्तिमत्त्वाचा सुसंस्कृत पुरुष मला अभिवादन करत होता. मी भांबावले पण लगोलग सावरून म्हणाले, "या ना, या. बसा ना." ते आत आले आणि सोफ्यावर टेकले. खिशातून त्यांनी सिगारेटची पेटी बाहेर काढली आणि ते काडेपेडी शोधू लागले. कुठल्याच खिशात सापडेना, तेव्हा ते अस्वस्थ झालेले दिसले. तेव्हा चटकन मी ती चेस्ट ऑफ ड्रॉवरवरून माझ्याजवळची काडेपेटी उचलली आणि काडी ओढून त्यांच्या तोंडाजवळ नेऊन त्यांची सिगारेट पेटवली.

"थँक्स!" त्या घोगऱ्या आवाजात पंसतीची दाद होती. माझ्या धीटपणाचं कौतुक होते. डोळे मिटून त्यांनी एक सिगारेटचा खोलवर झुरका घेतला आणि मी त्यांना न्याहाळून पाहू लागले. पांढरेशुभ्र कपडे, डोळ्यांत मघाशी लकाकलेली, पण आता विसर्जित झालेली लालसर झाक, किंचित करडे होत जाणारे केस, मी डोळ्यांत साठवून घेतले. पण लक्षात आलं, माझ्या एवढ्याशा डोळ्यांत मावण्यासारखा हा पुरुष नव्हताच. प्रौढत्व जाणवत होतं; पण त्यांच्या देहाचा थाट एखाद्या लोखंडी कांबेसारखा होता. खानदानी ऐट आणि रग त्यांच्या आविर्भावात ओसंडून चालली होती. त्यांनी डोळे उघडले आणि पाहिलं. पूर्वी माझ्या मनात त्यांची जी प्रतिमा होती, तिच्याशी सारं विसंगत असं व्यक्तिमत्त्व माझ्या समोर उभं होतं. त्या पूर्वप्रतिमेला न शोभण्याइतकं त्यांचं हास्य मऊ होतं. त्यांच्या डोळ्यांत नागाचं तेज अन् दुसऱ्याला खिळवून टाकण्याची दाहक शक्ती होती. त्यांच्यापुढं मी कोणीतरी एक क्षुद्र व्यक्ती आहे, असे मला वाटायला लागले. ते काहीच बोलत नव्हते तरी पण खूप बोलत होते. कुठेतरी निराधारपण लोपून गेल्यासारखं वाटलं. एका चमत्कारिक शांततेत आम्ही दोघे एकमेकांकडे पाहत होतो. त्यांच्या पाहण्यात कुठेही हावरटपणा नव्हता. कुतूहल होतं, पण त्याहीपेक्षा दया होती. काय बोलायचं, या कल्पनेने माझे ओठ कोरडेच पडले.

तेच म्हणाले, "तुम्ही काहीतरी अडचणीत दिसताय."

स्वत:ला सावरत मी कशीबशी म्हणाले,

"होय."

"मला वाटतं, मी तुमच्या काही उपयोगी पडू शकतो. अर्थात तशी तुमची इच्छा असली तर! पण असल्या घाणेरड्या हॉटेलात तुम्ही एकटीने राहणं

बरं नाही.''

"होय, पण...''

"आहे, मला कल्पना आहे. मधू भोकटेबद्दल मी ऐकलं आहे. त्याच्या नादानं तुम्ही घर सोडायला नको होतं. अजून तुम्ही निर्णय करा आणि घरी परत जा. माझ्या गाडीतून मी सोडू शकेन.''

मी काहीच बोलत नाही, असं पाहून ते म्हणाले, "माझी आणि तुमची काही ओळख नाही, तेव्हा माझं तुम्ही काही ऐकलं पाहिजे असं मुळीच नाही. शिवाय माझा लौकिकही काही तसा चांगला नाही. माझ्याबरोबर जर तुम्हांला कोणी पाहिलं, तर लोक भलताच अर्थ काढतील.'

"नाही, तसं नाही...''

"तसंच आहे. लपावछपवी हवी कशाला? माझ्याबद्दलचं लोकांचं मत हे असं आहे. शिवाय मला लपवाछपवी करता येत नाही. नाटक-सिनेमांतला मी माणूस. त्यामुळं मला तुम्ही विसरून जा. तुमचा तुम्ही काही विचार करा. पैशाची काही अडचण असेल तर सांगा.''

"नाही, तशी काहीच अडचण नाही.''

"तर मग मला वाटतं... मी तुमच्या खाजगी गोष्टीत लक्ष घालतोय. क्षमा करा. घर आणि नवरा कितीही वाईट असले, तरी बाहेरचं जग फारच वाईट असतं. त्यात तुमच्यासारख्या सुंदर, तरुण मुलीला एकटं नाही राहता यायचं.''

"पण मी घरी परत जाऊ शकत नाही.''

"का? सांगण्यासारखं नाही का?''

का कोणास ठाऊक, एकदम मला हुंदका आला. इच्छा असूनही मला रडे थांबवता येईना. बाबाजीराव उठले. माझ्याजवळ आले. माझ्या पाठीवरून त्यांनी हात फिरवला. कितीही हळुवार हात फिरवला असो, तो हात एका मस्तवाल आणि समर्थ पुरुषाचा होता. माझ्या रक्तातल्या अनामिक ओढीला तो स्पर्श बरोबर समजला. मी नकळत त्यांच्या बाजूला झुकले आणि त्यांच्या रुंद बाहूंवर मस्तक ठेवलं. मला त्यांच्या महाकाय देहाची ऊब जाणवली. कुठेतरी तिरस्कार करण्याजोगी जी एक बाबाजीरावांची मूर्ती माझ्या मनात निर्माण झाली होती, ती एकदम अदृश्य झाली. एखाद्या वृक्षाचा आधार वेलीनं घ्यावा, तितक्या सहजगत्या मी त्यांना बिलगले; पण माझ्या या शोकावेगानं ते अजिबात हुरळले नाहीत. त्यांनी खिशातून रुमाल काढला. माझे डोळे पुसले. एवढंच नव्हे, तर माझं नाकसुद्धा पुसायचा त्यांनी प्रयत्न केला. मग मात्र मी लाजले. त्यांच्या लेखी

समोर उभी असणारी उपभोग्य स्त्री नव्हती; तर एक बावळट, रडवेली मुलगी होती. माझा मलाच राग आला. पदरानं माझी मी नाक पुसायचा प्रयत्न केला, त्यावर त्यांनी काय करावं? त्यानी चक्क माझ्या नाकपुड्या दोन्ही बोटांनी धरून दाबल्या. खरं म्हणजे, त्यामुळे मला वेदनासुद्धा जाणवली. पण त्याहीपेक्षा जाणवला त्यांचा निरागस खेळकरपणा. मी त्यांच्या मिठीत होते- अधीन होते, पण त्यांनी काही माझा मुका घेतला नाही किंवा शारीरिक लगटही केली नाही. उलट, मला हाताला धरून त्यांनी शेजारच्या खुर्चीत बसवलं आणि ते म्हणाले, "दॅट्स लाइक ए गुड गर्ल. रडून प्रश्न थोडेच मिटतात? खरं म्हणजे संकटाच्या वेळी माणसानं आपली सारी सामर्थ्यं एकवटली पाहिजेत आणि तू तर खुळ्यासारखी वागतेस?"

"असू दे मी खुळी."

"ते ठीक आहे. हे बघ, तू शांतपणे सगळ्या गोष्टींचा विचार कर. तू म्हणतेस, तुला घरी परत जायचं नाही. मग दुसरीकडे कुठे जाता येण्यासारखं ठिकाण आहे काय?"

"नाही हो. कुठेच मी जाऊ शकणार नाही."

"ठीक आहे. मग माझ्याकडे राहतेस? माझी जात, वय, धंदा सगळं समजावून घे. मी एक नाटक कंपनी काढतोय. त्यात मी तुला काहीतरी काम देईन. कुठेतरी राहायची सोय करीन..."

"पण मला नाटकातलं काही कळत नाही."

"पण मला कळतं ना! मी तुला उत्तम नटी करीन. पण माझ्या काही अटी आहेत. फार कठोर आहेत. तुला झेपणार नाहीत."

"नाही नाही, वाटेल त्या अटी मला चालतील."

"हे पाहा, असं भाबडेपणानं एकदम 'हो' म्हणू नकोस. ताबडतोब 'हो' म्हणणाऱ्या बायका पुरुषांना आवडत नाहीत." मला एकदम हसू फुटलं. का कोणास ठाऊक, समोरचा माणूस आवडण्यासारखाच होता. मुख्य म्हणजे तो पुरुष होता. मी म्हणाले.

"तसल्या भलत्याच गोष्टीला काही मी 'हो' म्हणालेली नाही."

"तू हसतेस छान. मला आवडलीस. पण लक्षात ठेव, हे असलं हसणं फक्त माझ्यासाठीच. मी सहसा नकार घेत नाही. मी विलक्षण मत्सरी आहे. साधं तू कुणाशी बोललीस, तरी ते मला आवडणार नाही. माझा राग माझ्या कह्यात राहत नाही. माझ्या वस्तू माझ्याच हातात लागतात. तू संध्याकाळी नीट विचार

करून सांग.''

''नाही-नाही, मला सारं कबूल आहे.''

''बघितलंस, पुन्हा लगेच होकार दिलास. अशी भाबडी माणसं संकटात सापडतात. निराधार आणि अश्राप स्त्रियांना मी नादी लावत नाही. जाणूननबुजून माझा स्वीकार करणाऱ्या स्त्रीलाच मी आश्रय देतो. मी कुठल्याच अर्थानं चांगला माणूस नाही. चांगला कलावंत चांगला माणूस असतोच असं नाही.''

नंतर बाबाजीराव पुष्कळ वेळ काही बोलत राहिले आणि मी नुसती भारल्यासारखी ऐकत राहिले. त्यांचा रेखीव आवाज पूर्वी नाटका-चित्रपटांतून ऐकला होता. पण आताच्या आवाजाला एक नाद होता. बाबाजीरावांबद्दल अनेक दंतकथा का जन्म पावल्या होत्या, याचा उलगडा मला आता झाला. त्यांचा आत्मविश्वास, व्यक्तिमत्त्व, कर्तृत्व ह्या साऱ्यांचा विचार करता आपल्या क्षुद्रपणाची मला जाणीव झाली. मी निराधार होते. अडचणीत सापडले होते. म्हणून मी त्यांचा आश्रय स्वीकारला, असं शांतपणं विचार केल्यावर खरं वाटत नाही. खरं तर, त्यांचा पुरुषीपणा व स्पष्टवक्तेपणा एखाद्या सुरीसारखा धारदार होता. भोग भोगूनही त्यापासून कोरडं राहण्याची कला त्यांनी अवगत केली होती. खरं म्हणजे भोवतालच्या जगातले नियम ते धडधडीतपणे ठोकरून लावत होते. मधू भोकटेही श्रीमंत होता, तरुणही होता, त्याला माझ्याशी चोरटे संबंध हवे होते. शक्यतो जबाबदारी न घेता एखादी मैना अडकवून ठेवता आली तर त्याची हरकत नव्हती. बाबाजीरावांचं सारंच निराळं होतं.

- ० -

त्या दिवशी संध्याकाळी बाबाजीरावांनी शिवाजी पार्कमधल्या एका फ्लॅटमध्ये माझी सोय लावून टाकली. फ्लॅट त्यांच्या मित्राचा असावा. फ्लॅट वापरात होता. मला हव्या असणाऱ्या साऱ्या सुखसोई तिथे होत्या. बाल्कनीत बसले की, समोर समुद्र थयथया नाचताना दिसे. दिवाणखान्यात आलं की पाय रुततील असे गालिचे, बघतच राहवं अशी सुंदर चित्रं आणि घराला एक ऊब जाणवत होती. बेडरूम तर अशी आलिशान होती की, मी हरखूनच गेले. कुणातरी सुसंस्कृत माणसाचा हा रंगमहाल होता. कारण बिछान्याच्या बाजूच्या दोन्ही भिंतींना प्रचंड आरसे लावलेले होते. वेगवेगळ्या रंगांचे दिवे लावण्याची सोय तेथे होती. गिरगावातल्या एका चाळीतनं उठून मी जणूकाही एका राजमहालात आले!

पण अखेरी हे घर नव्हतं, तो रंगमहाल होता हेच खरं. मला घरात करण्याजोगं कोणतंच काम नव्हतं. बाबाजीरावांचा ड्रायव्हर बाकी सर्व घरकामे

करायचा आणि जाई ही स्वयंपाकपाणी, कपडेलत्ते, सगळं काही बघायची. जी काही माझ्या आयुष्याचा बरीवाईट परवड झाली, ती सगळी जाईला कळायला वेळ लागला नाही. जाईला पाहिल्याबरोबर ती मला आवडून गेली. ती अगदी मनकवडी होती. मनात यायच्या आत तिला सगळं समजायचं. तिची स्वच्छता, आदब आणि अबोलता यांमुळे ती असूनही तिची अडगळ नसायची. तिने बरंच जग पाहिलेलं असलं पाहिजे. मी कोणत्या नात्यानं या घरात आले आहे, याचीही तिला जाणीव असावी. तिच्या रूपानं मला एक मैत्रीणच भेटली. तिचं अस्फुट हास्य म्हणजे सुरक्षितता असं वाटायचं. पुढे जेथे मी गेले तेथे जाई माझ्याबरोबर आली आणि प्रत्येक सांत्वनाच्या वेळेस तिचा धीरगंभीर हात माझ्या पाठीवर राहिला. मी ह्या घरात आले व राहिले तेव्हा थोडी बावचळलेलीच होते, पण तिनं तास-अर्ध्या तासात सारा परकेपणा दूर करून टाकला.

बाबासाहेब मला इथे सोडून काही कामासाठी बाहेर गेले होते. ते रात्री आठ-साडेआठला परत आले. तोवर मी घरात चांगलीच रुळले होते. येतायेताच दरवाजातून ते म्हणाले.

"काय म्हणतेय आमची मैना?"

आणि मग त्यानंतरच्या सर्व काळात त्यांनी माझं नावच मैना ठेवून टाकलं. त्यांच्या वागण्यात धसमुसळ जाणवली नाही किंवा लोभटपणा तर मुळीच दिसला नाही. त्यांना अजिबात घाई नव्हती. जणू काही सर्व यथास्थित घडणार होतं, हे ते धरूनच चालले होते. पांढरीशुभ्र सुरवार आणि तितकाच पांढराशुभ्र झब्बा घालून जेव्हा ते परत दिवाणखान्यात आले, तेव्हा त्यांचं रूप अगदीच पालटून गेलं. ते आता खूपच तरुण वाटत होते. ते कोचावर बसण्यापूर्वीच बाबा ड्रायव्हरनं मद्याची बाटली, दोन ग्लास, सोडा आणि बर्फ आणून ठेवलं. ग्लास तयार करून ठेवून तो निघून गेला. तो जाताक्षणीच एक ग्लास माझ्यासमोर करत बाबाजीराव म्हणाले, "आपल्या दांपत्यजीवनाचा आजचा पहिला दिवस. तो आपण आज साजरा करू या..."

मला काय उत्तर द्यावं, तेच कळेना. आजपर्यंत मी कधी दारूला स्पर्शही केल नव्हता. दारू म्हणजे काहीतरी भयंकर गोष्ट असली पाहिजे, असं कथाकादंबऱ्यांतून मी पुष्कळदा वाचत आले होते. माझ्या चेहऱ्यावर आपोआपच नाराजी प्रकटली. समोरच्या समजदार पुरुषाच्या ते चटकन ध्यानी आले. ते लगेच म्हणाले,

"मला माहीत आहे की, आपला या वस्तूशी परिचय नसणार! पण तो

करून घ्यायला पाहिजे. कारण माझ्या आयुष्यात मद्याला पहिलं स्थान आहे; स्त्रीला दुसरं.''

जवळजवळ त्यांनी माझ्या हातात ग्लास कोंबला. त्यांना मला नाराज करायचं नव्हतं म्हणून मी चटकन तो ग्लास तोंडाला लावला आणि औषध पितात त्याप्रमारे तो पिऊन टाकण्याचा प्रयत्न करू लागले. पण मला त्या वासाचीही सवय नव्हती. चवीची तर नव्हतीच नव्हती. मला एकदम ठसका आला आणि माझ्या तोंडातली दारू चहूकडे उडाली आणि त्यातले काही थेंब बाबाजीरावांच्याही अंगावर उडाले. त्यांच्या डोळ्यांतला मिस्कील भाव पाहून झाल्या प्रकाराची भीती कमी झाली. ते म्हणाले, ''शुभारंभ उत्तम झाला. मद्याची चूळ अश्वत्थ वृक्षावर थुंकणाऱ्या संस्कृत काव्यातील नायिकेप्रमाणे तू दिसायला लागलीस. अगं मद्य असं प्यायचं नसतं. ते घोटाघोटानं प्यायचं असतं. त्याची चव हळूहळू जिभेला समजून देत त्याचा आनंद हळूहळू भिनू द्यायचा.''

''पण...''

''वेडी आहेस. नवखी आहेस. हा एक शांत समाधानाचा, हळूहळू चढत जाण्याचा सोपान आहे.''

ठसका लागल्यामुळे माझी झालेली कासावीत आता कमी झाली. मद्यपान चुकणार नाही हे आता माझ्या ध्यानात आलं. मी हळूहळू एक घोट तोंडात घेतला आणि गिळून टाकला. प्रथम वाटली तितकी काही वाईट चव दारूला नव्हती आणि त्या थंड द्रवामुळं थोडं बरं वाटलं. चव परिचयाची झाली. गंध नाकातून घुटमळू लागला. मग मी आणखी एक घोट घेतला. बाबाजीरावही एक एक घोट घेत माझ्याकडे शांतपणे बघत होते. रेडिओवर कुठलेतरी गाणे मंद आवाजात चालू होतं. चंद्रप्रकाशाचा एक पट्टा आमच्या दोघांमध्ये अलमारीपर्यंत पोचला होता. समुद्रावरून वाऱ्याची झुळूक अंगावर उसळत होती आणि त्यात सागराचा धुंदपणा आणि लयबद्ध ताल मिसळत होता. दोन-चार मिनिटं अशीच गेली. मद्याचा एकेक घोट उतरत होता. एक अज्ञात रहस्य मला हाका मारत होतं. समोरचा अनोळखी पुरुष आणि अनोळखी आसमंत इंचाइंचाला माझ्याजवळ सरकत होता. कदाचित पोटात गेलेल्या मद्यामुळे असेल किंवा माझ्या संरक्षण बुद्धीनं असेल, समोर काय वाढून येतंय, याची कल्पना येऊ लागली.

बऱ्याच वेळानंतर एखाद्या गुहेतून आवाज यावा तसा आवाज आला. ''तू फार सुंदर दिसतेस. तुला फार मोठं भवितव्य आहे. माझ्या नाटकाची तू नायिका होणार आणि माझीसुद्धा!''

"पण नाटकं मी नुसती पाहिलीत हो. मला त्यातलं काही कळत नाही."

"मी शिकवीन, सगळं काही शिकवीन. बागेत नुकत्या उमलू लागलेल्या फुलाला अजून रंग यायचेत, कसं फुलायचं हेसुद्धा त्याला माहीत नाही. तू स्टेजसाठीच जन्माला आली आहेस. तू नुसती स्टेजवर उभी राहा, लोक तुझ्याकडे खुळ्यासारखे पाहत राहातील. आय विश यू सक्सेस इन न्यू करीअर." असं म्हणत म्हणत त्यांनी आपला ग्लास संपवून टाकला. दुसरा ग्लास भरण्यासाठी ते म्हणाले, "आज आपण सुरुवात करू या. आजच आपल्या नाटकाचा मुहूर्त झाला असं समज."

"नाटक? कोणतं नाटक?"

"मला सगळी नाटकं करायची आहेत. झुंजारराव, एकच प्याला, खडाष्टक, ही तर करायचीच आहेत; पण ज्यात तुला स्कोप आहे, अशी अनेक कौटुंबिक नाटकंसुद्धा माझ्याजवळ आहेत. तुझा निरागस चेहरा आणि निष्कपट डोळे तुला कुठच्याकुठे घेऊन जातील! एका वर्षाच्या अवधीत मी तुला लोकप्रियतेच्या शिखरावर घेऊन जाईन."

मद्य माझ्या अंगात मुरू लागलं आणि त्याचा परिणामही मला जाणवू लागला. खूप मोठ्यानं गावं-हसावं, असं मला वाटू लागलं. पण समोरच्या त्या गूढगंभीर डोळ्यांनी मला रोखून ठेवलं. माझं लक्ष सारखं माझ्या रिकाम्या ग्लास-कडं जात होतं आणि ते बाबाजीरावांच्या लक्षात आलं. त्यांनी तो ग्लास इतमामानं भरला आणि नजराण्यासारखा माझ्यासमोर धरला. मी तो ग्लास दोन घोटांतच संपवून टाकला. खरं म्हणजे त्यांनी काहीतरी पुढाकार घ्यावा, असं मला वाटत होतं. माझं रक्त आता सळसळू लागलं. कित्येक दिवस माझ्या वासनेचा बेलगाम घोडा मी ठाणबंद केला होता, तो आता चौखूर धावू लागला. काही मद्यानं असेल, तर काही संगीतानं असेल; माझं मन सैरभैर धावू लागलं. मी कोणीतरी आहे, असं मला जाणावायला लागलं. माझ्याकडे बाबाजीराव शांतपणे पाहत होते. अंदाज घेत होते. त्यांची नजर माझ्या वस्त्रांतून घुसून माझं सर्वांग न्याहाळत होती. वस्त्रं असूनसुद्धा मी नग्न आहे, असं मला वाटायला लागलं. त्यांची नजर मला जाळायला लागली आणि हे जळणं कधीच संपू नये, असं वाटायला लागलं.

त्या दिवशीच्या रात्रीचा तो प्रसंग अजून जसाच्या तसा माझ्या समोर उभा आहे. नेमके शब्द मला आठवत नाहीत. परंतु मला बेडरूमच्या दिशेनं त्यांनी तरंगत तरंगत नेलं आणि मीही एखाद्या दासीप्रमाणं वाहत गेले. त्यांनी मला

कपडे काढायला फर्मावलं, पण समोरचे आरसे पाहून, खोलीतला प्रकाश पाहून, मला काही धारिष्ट्य होईना. मी लाजले, शरमले. त्यांनी कपडे काढण्याचा प्रयत्न केला तसतशी मी विरोध करू लागले. खरं पाहायला गेलं तर तो विरोध लटका होता. परंतु तो बाबाजीरावांना समजला की नाही कोण जाणे? माझ्यावर भेदक डोळे रोखीत ते म्हणाले,

"कपडे काढ म्हणतो ना!"

मी उगीचच हट्टाला पेटले. अंग चोरू लागले. मला हवं तेच घडत होतं, तरीही माझा विरोध जागा झाला. कदाचित माझ्या गळ्यातलं मंगळसूत्र, माझ्या मनात जागं झालं असावं. कदाचित मद्यानं माझा हट्ट जागा केला असेल. कदाचित मनधरणी करून घ्यायचा आपला हक्क आहे, असंही मला वाटलं असेल, आणि मग काय झालं ते मला नक्की सांगता येणार नाही. ते माझ्या दिशेने आले आणि त्यांनी माझ्या मुस्काडीत मारली. त्यांच्यासारख्या महाकाय पुरुषाची ती थप्पड! अगोदर मद्यानं मी अस्थिर झालेली... मी सावध व्हायच्या आत त्यांनी माझ्या अंगावरच्या कपड्यांच्या चिंध्या केल्या. काचोळी निघता निघेना. तेव्हा तर त्यांनी ती तोडून काढली. मी भीतभीत त्यांच्याकडे बघत बसले. मग ते काही बोललेच नाहीत. एखाद्या वाघानं एखाद्या बेसावध, भेदरलेल्या हरिणीवर झडप घालावी तशी त्यांनी माझ्यावर झडप घातली. अपमान, यातना ह्या साऱ्या सर्वांगाला टोचत होत्या; पण चार-दोन क्षण गेले आणि हळूहळू त्याचा विसर पडू लागला. काय होतंय तेच मला कळत नव्हतं. पण होत होतं, ते सुखावह वाटू लागलं. हवंहवंसं वाटू लागलं. देह आपोआप सहकार्य करू लागला आणि मग वासनेचा तो गदारोळ सारी शुद्ध हरवून गेला. किती वेळ गेला कोणास ठाऊक? जागी झाले तेव्हा शेजारी बाबाजीराव नव्हते. फक्त माझ्या तुकडे झालेल्या, फाटलेल्या कपड्यांच्या चिंध्या, चारी दिशांना विखुरलेल्या होत्या. सारं काही मला एकदम आठवलं. तिरस्कार, राग यांनी देह पेटून उठला. पण त्याचबरोबर देह कुठेतरी विलक्षण सुखावला आहे, हेही लक्षात आलं. मी संतापाने उठले. सारं अंग जड झालं होतं, मग दिवाणखान्यात डोकावून पाहिलं, तेव्हा बाबाजीराव सिगारेटचा झुरका घेत, काहीतरी वाचीत बसले होते. माझ्या आवाजाकडे त्यांचं लक्ष असावं. अगदी पूर्वीच्या हळुवार आवाजात ते म्हणाले,
"ये, इथे बैस. रागावलीस माझ्यावर? तुझे बरोबरच आहे. अजून तुला सवय नाही. अशा वेळेला मला विरोध अजिबात सहन होत नाही. माझा तोल जातो. तू मला क्षमा करायलाच पाहिजेस."

त्यांचे हे शांत बोलणे हळूहळू माझ्या अंत:करणात रुजले. मला काय बोलावं हेच सुचेना. पुस्तक आणि सिगारेट खाली ठेवून बाबाजीराव उठले आणि माझ्याजवळ आले व मला मिठीत घेण्याचा प्रयत्न करू लागले. माझं अंग आपोआपच चोरलं गेलं. त्याबरोबरच ते म्हणाले, "नाही, फक्त एवढं करायचं नाही. मद्य प्याल्यानंतर मला विरोध खपत नाही." आणि मग त्यांनी मला आपल्या घट्ट मिठीत सामावून घेतलं. हळूहळू ते मला कुरवाळीत राहिले. माझा राग ओसरत गेला. आता मला त्यांच्या शरीराचीच ओढ लागली आणि जे मला मनातून हवसं होतं त्याचीच मी प्रतीक्षा करत राहिले.

बाबाजीरावांच्या आणि माझ्या संबधांतलं हे रहस्य दाहक आहे, पण त्या संबंधांबद्दल माझ्या काहीच तक्रारी नव्हत्या. उलट, बाबाजीराव रसिक होते, उमदे होते, विलासप्रिय होते, असं अगदी नि:संकोचपणे मी आजही म्हणू शकते. नव्या सुखाच्या लालसेनं मी जर त्यांच्यापासून दूर गेले नसते, तर आजचे असे निराधार, निष्प्रेम आयुष्य कंठण्याची आज माझ्यावर पाळी आली नसती. त्यांनी माझी किती हौसमौज पुरवली, हे सांगण्यापलीकडचं आहे. त्यांच्यामुळंच मी मोठ्या समाजात वावरायला शिकले. नानाविध क्षेत्रांत त्यांचे मित्र होते. त्यामुळे वाङ्मय, संगीत, क्रीडा या अनेक क्षेत्रांत मला पुष्कळच फिरायला मिळालं. त्यांच्यासारख्या पुरुषाशी आपलं नाव जोडलं जाणं म्हणजे काय, याचाही अनुभव मला हळूहळू येऊ लागला. वास्तविक त्यांच्यासारखा लोकप्रिय प्रसिद्ध पुरुष जे जे करतो, त्याची वाच्यताही होतच असते. तशी ती आमच्या संबंधांचीही झाली. त्यांचं-माझं नातं तरी काय? काही म्हटलं तरी त्यांची मी कीपच; परंतु त्यांचा नावलौकिक आणि वागण्याची पद्धतच अशी होती, की या नात्यातसुद्धा ते मला सरसकट कुठेही घेऊन जायचे. जणू काही मी त्यांची पत्नीच होते, अशा थाटानं ते जसे वागवीत, तसेच लोकही वागवीत. एरवी त्यांच्याबरोबर समारंभांत वगैरे जाताना मी डोक्यावरून पदर घेऊन मोठं कुकूं लावायची. तसं करायला काही त्यांनी सांगितलं नव्हतं. मीहूनच हे करीत होते. पण त्यांना ते मनोमन आवडत होतं. त्यांनी मला किती तऱ्हेचे कपडे आणून द्यावेत, याला मर्यादाच नव्हती. अतिशय आधुनिक, तंग, पारदर्शक किंमती कपड्यांचाही त्यांनी पाऊस पाडला. सुखविलासाची जेवढी म्हणून साधने होती, तेवढी त्यांनी माझ्यासाठी शोधूनशोधून आणली. त्यांच्या आणि माझ्या वयात, रूपात आणि व्यक्तिमत्त्वात किती अंतर होतं; पण का कुणास ठाऊक, त्यांच्या वागण्यात ते कधी जाणवलं नाही. त्यांच्या वागण्यातला रुबाब, ऐट अशी काही न्यारी होती की, माझ्याकडे डोळा

वर करून पाहण्याची हिंमत कोणी दाखवलीच नाही. ते एवढे धिप्पाड, बलदंड आणि त्यांची ह्या वयातही वासना एवढी अनावर की, मला वाटलं होतं मीच पुरी पडणार नाही, आणि गमतीची गोष्ट अशी की, ते माझ्यापेक्षा वयाने मोठे असूनसुद्धा कोठे उणे पडले नाहीत. किंबहुना ते म्हणायचे, "तुझ्यासारखी स्त्री मला भेटलीच नाही. भेटली असती तर कशाला मी त्या छिनाल बायकांच्या नादी लागलो असतो." आणि ते पुष्कळ अर्थाने खरं असावं. माझ्याबरोबर ते राहू लागल्यानंतर माझ्या माहितीप्रमाणं तरी त्यांच्या आयुष्यात दुसरी कोणी स्त्री आली नाही. त्यांच्याबरोबर या देशातल्या बहुतेक सर्व चांगल्या ठिकाणी मी फिरून आले, चांगल्या हॉटेलांत राहू लागले, तीर्थक्षेत्रांनासुद्धा भेटी दिल्या. खूपखूप जग त्यांनी मला दाखवलं. माझं त्यांना अप्रूप होतं. थोडंसं वेड होतं, म्हटलं तरी चालेल.

माझा उल्लेख नेहमी ते 'बेबी डॉल' असा करायचे. खरोखर मी त्यांचं खेळणं होते. आपले रंगीबेरंगी खेळ जितक्या प्राणपणानं लहान मूल सांभाळतं, तितक्या प्राणपणानं ते मला सांभाळायचे. एकटीला मला कुठे जायला परवानगी नव्हती, आणि जायची इच्छाही होत नसे. रात्रीची मी आतुरतेने वाटच पाहत बसे. त्यांचा तो अनगड, रांगडा वासनेचा दंगा माझी गात्रं नि गात्रं शोषून घ्यायचा. तेवढ्यापुरती तरी मी अगदी रिक्त व्हायची आणि त्यांचे तृप्त डोळे पाहिले म्हणजे आनंदून जायची. पण चोवीस तास उलटण्यापूर्वी शरीराला कोठून उधाण यायचं कोणास ठाऊक? पुन्हा उकळी आल्यासारखं वाटायचं. फक्त कामसुखाच्या वेळेस त्यांचा तो दिलदार स्वभाव, नाजूक आणि लडिवाळ भाषा लुप्त व्हायची. एकदम एखाद्या हिंस्र श्वापदाप्रमाणे ते माझ्यावर तुटून पडायचे. आता मी शांतपणे विचार करते, तेव्हा मला वाटतं की, माझ्यातसुद्धा एक सुप्त श्वापद दडलेलं होतं. भटमास्तर काय किंवा मधू काय, यांच्याबद्दल माझ्या मनात आपुलकी उत्पन्न झाली नाही, याचं मुख्य कारण त्यांच्यात जनावर नव्हतंच. सारा मिळमिळीत मामला. कोठेतरी त्यांच्या डोळ्यांत याचना जाणवे. बाबाजीराव मात्र एकाद्या बुलंद पहाडाप्रमाणे अविचल असत. समोरची वस्तू आपल्या सुखासाठीच जन्माला आली आहे, असे ते गृहीत धरत. द्यायच्या वेळेस ते अंग चोरत नसत, आणि घ्यायच्या वेळेस ते आक्रस्ताळेपणानं सारं काही शोषून घेत. त्यांचा आत्मविश्वास जबर होता. इतका की, त्या आत्मविश्वासाच्या विळख्यातून मी कधी बाहेर पडलेच नसते.

जसजसे ते मला सुखाचा एकेक नवीन रस्ता शिकवत होते, तसतसे ते

मात्र ते रस्ते विसरायला लागले. एकतर आयुष्यभर त्यांनी बाई आणि बाटली यांत स्वत:ला मनसोक्त बुडू दिले होते. सुख मिळवताना अंगचोरपणा केला नव्हता. निसर्गाला हिशेब द्यावाच लागतो. तो कोणाला चुकत नाही. नाही म्हटलं तरी इच्छा आणि शरीर यांचा मेळ हळूहळू तुटू लागतोच. पाच-सात वर्षांच्या प्रदीर्घ अशा त्यांच्या-माझ्या सुरत क्रीडेतला उत्साह हळूहळू ओसरू लागला. ते असत तेव्हा अजूनही वाघच असत, पण आता अधनूमधून वेगवेगळ्या सबबींखाली वाघाची गुहा सोडतच नसत. मला त्यांनी पेटवून ठेवलं होतं आणि ते तर विझायला लागले होते. माझ्याबद्दलचा त्यांचा जिव्हाळा आणि ममता दिवसेंदिवस वाढत चालली. ते मला जातायेता कुरवाळत; पण मी पुरती पेटू नये म्हणून सावध असत. कुठेतरी आपला पेला रिकामा होतो आहे, याची त्यांना जाणीव भासायला लागली. त्यांचा मनस्वी करारी स्वभाव ही जाणीव झाकून ठेवी इतकंच. पण जे कुणालाच टाळता येणं शक्य नाही, ते त्यांना तरी कसं टाळता येणार? मला रक्ताची चटक लागली होती आणि ते मिळालं नाही म्हणजे मी अस्वस्थ व्हायची.

त्यांनी मला मद्याची चटक लावून ठेवली होती आणि तेही आता दिवेंसदिवस, अधिकाधिक मद्यापन करू लागले. त्यांचा माझ्यावरचा पहारा वाढला आहे, हे मला जाणवलं. खरं म्हणजे त्यांच्यासारख्या उमद्या माणसाला मत्सर शोभा देत नव्हता. किंबहुना त्यांनी जर आपला मत्सर ताब्यात ठेवला असता, तर त्यांच्या उबदार, सुरक्षित मिठीतून बाहेर पडण्याची माझी इच्छाही तशी राहिली नसती. त्यांच्या या मानसिक अवस्थेचे परिवर्तन त्यांच्या धुंद अवस्थेत आणखीनच जाणवायचं. काही कारण काढून त्या वेळेस ते मला मारहाण करीत. जोपर्यंत ती मारहाण अपार आसक्तीतून निर्माण होत होती, तोपर्यंत माझाही प्रतिकार होण्याची शक्यता नव्हती. पण आता माझ्या मनात भय उत्पन्न करण्यासाठी तर ती मारहाण होत नव्हती ना, असं वाटू लागलं. माझ्या मनाला कुठेतरी तडे जाऊ लागले, हे निश्चित.

ते काही असले, तरी बाबासाहेबांशी मी कृतज्ञ आहेच. मी त्यांना सोडायला नको होतं, असंसुद्धा मला वाटतं. कारण त्यांना सोडून म्हणण्यासारखं मी काहीच मिळवलं नाही. मिळवलीच असली तर एक भयाण पोकळी आणि निरर्थक आयुष्य.

त्यांनी मला म्हटल्याप्रमाणे विख्यात नटी तर बनवलंच. त्यासाठी खूप खस्ता काढल्या. प्रत्येक भूमिका समजावून सांगण्यासाठी आणि शिकवण्यासाठी त्यांनी किती कष्ट केले, याची मोजदादसुद्धा करता येणे शक्य नाही. मी केवळ

एक सुंदर स्त्री, कोणाची तरी सावली, कोणाची तरी कीप ह्या भूमिकेपेक्षा त्यांनी मला स्वतंत्र अस्तित्व दिलं. माझी नाटकांतली कामं गाजली. माझं दैनंदिन जीवन आणि नाटकांतलं जीवन यांत तफावत किती? एक स्वैराचारी, खुशालचेंडू, विलासी स्त्री ही माझी प्रत्यक्षातली प्रतिमा; तर नाटकात माझी कुलीन, त्यागमूर्ती अशी निरागस आई, वहिनी, ताई अशी प्रतिमा होती. लोक मला खरोखरीच एक सात्त्विक स्त्री समजत, तेव्हा माझं मलाच हसू येई. पण लोकांचं एक खरं होतं. माझ्या खासगी जीवनाशी त्यांना काय करायचं होतं? स्वप्नात हरवलेल्या एकत्र कुटुंबात वावरणाऱ्या एका आदर्श स्त्रीची ज्यांना ओढ लागली होती, त्यांना तशी स्त्री सापडली होती. माझ्या नाटकांना तुफान गर्दी व्हायची. बाबाजीरावांच्या कंपनीला अमाप पैसाही मिळाला. माझ्या नाईटचे पैसे बाबाजीराव माझ्या खात्यात जमा करीत. स्त्रीच्या पैशावर जगणाऱ्यांची त्यांची जातच नव्हती. बाबाजीरावांची रखेली म्हणून मला जेवढा मान मिळाला असता, तेवढा मान मला शांतारामची पत्नी म्हणूनही मिळाला नाही.

- ० -

आता कधी मी एकटी असले की विचार करते, ज्या भूमिका माझ्या वाट्याला आल्या, त्या मी सादर केल्या तरी कशा? केवळ ती भाबडी नाटकं लोकांना आवडली, माझं रूप लोकांना आवडलं, म्हणून का त्या भूमिका लोकप्रिय झाल्या? मला वाटलं, जे मला होता आलं नाही, पण जे मला व्हायचं होतं, त्यांचा त्या भूमिकांशी मेळ जुळला; म्हणूनच त्या भूमिका लोकप्रिय झाल्या असल्या पाहिजेत. जणू काही माझ्या वासनामय जीवनावर मी सूडच उगवीत होते. त्यामुळेच माझ्या भूमिका जीव तोडून करत होते. माणूस जेव्हा म्हाताऱ्याची भूमिका करतो, तेव्हा तो केवळ कमरेत वाकत नाही, केस पांढरे करीत नाही किंवा चेहऱ्यावर रेषा उमटवीत नाही; तो आपल्या अनुभवांत जमा केलेल्या सर्व म्हातारपणाच्या कल्पना काळजीपूर्वक भूमिकेत आणतो. म्हणून चांगल्या तरुण माणसाची भूमिका अधिक सजीव वाटते. माझ्या बाबतीतसुद्धा हेच झालं असलं पाहिजे. जिथे कुठे नम्र, शालीन आणि प्रेमपरायण स्त्री मला दिसत होती, तिच्या सर्व बारीकसारीक छटा मी अभिनयात आणीत होते. मी ते जीवन जगत नव्हते, म्हणून तर मी अभिनय करीत होते. आरंभीआरंभी बाबाजीरावांनी मला प्रत्येक गोष्ट काळजीपूर्वक शिकवली. म्हणून आयुष्याच्या या उतरणीवर आलेली असताना त्यांना स्नेह मला आठवतो आहे. ते माझे प्रियकर होते, गुरू होते; पण अगदी मनातले सांगते, तेच माझे खरेखुरे पतीही होते. लग्नाची पहिली गाठ भटमास्तरांबरोबर

झाली, पण मास्तर मला कधीच नवऱ्यासारखे वाटले नाहीत; तर ते मला आपल्या भांडवलावर व्याज मिळवणाऱ्या सावकारासारखे वाटले. शांतारामबरोबर नंतर मी लग्न केलं; पण पहिले वर्ष-सहा महिने सोडले, तर तो नवऱ्याऐवजी सूड घेणाऱ्या सावत्र मुलासारखा माझ्याशी वागला.

बाबाजीरावांना मी सोडल्याचं प्रायश्चित्त नाहीतरी मला मिळायला हवंच होतं. बाबाजीरावांनी मला मारहाण केली, पण पुरुषी हातानं त्यांनी मला कुरवाळलं देखील. आज बाबाजीराव हयात असते, तर मी हक्कानं त्यांच्याजवळ गेले असते. आयुष्याची एवढी परवड होऊनही त्यांनी मला आश्रय दिला असता.

ते वयाने मोठे होते म्हणून स्त्रीला ज्या पुरुषाची ओढ असते, तसा जोडीदार त्यांच्यापाशी मला गवसला नसेल; म्हणून का त्यांच्या-माझ्यात दुरावा उत्पन्न होत होता? अन् अशाच काळात शांताराम माझ्या आयुष्यात का आला? मी वयाची तिशी ओलांडत होते आणि शांताराम तर अगदी तारुण्याच्या उंबरठ्यावर उभा होता. एखाद्या पौराणिक नाटकातील राजपुत्राप्रमाणे त्याचे रूप होते. पण ते केवळ त्याचं रूप होतं, हे कळायला मात्र मला फार वेळ लागला. तो केवळ रंगभूमीवरच नाटकात काम करत असे, असं नाही, एरवीसुद्धा तो नाटकच करत असे. तो आणि मी त्या रात्री एकत्र आलो, तेव्हा मी अगदी भारून गेले, सारासार विवेकशक्ती घालवून बसले. चोरट्या गाठीभेटी किंवा केवळ शरीरसुखानं संतुष्ट व्हायला मला काय हरकत होती? नाही म्हटलं तरी, मला प्रतिष्ठा होती. अर्थात या प्रतिष्ठेचं रूप कुलशीलवान स्त्रीप्रमाणे नसले, तरी माझ्याकडे वर डोळा करून पाहण्याचीसुद्धा कोणाची हिंमत नव्हती. शांताराम माझ्या मोहात पडला असेल, पण मी त्याच्या मोहात इतकी का पडावे? शांताराम सुंदर होता, थोडा बायकीसुद्धा होता. हे काही त्याचे केवळ कारण नव्हते. तर तो तरुण होता आणि तोपर्यंत तरी मला वाटलं, याच्या आयुष्यातली मी पहिली स्त्री आहे. तो मुद्दाम अडाणीपणाचं सोंग करीत होता. त्याचा कोवळेपणा त्यावेळी अगदी खुलून दिसे. आता साऱ्या गोष्टी शांतपणानं पाहिल्या तर त्याच्याबद्दलच्या माझ्या आकर्षणात वेगवेगळ्या छटा होत्या, हे माझ्या लक्षात आले. तोपर्यंत स्त्रीला शरीरसुखाच्या पलीकडे काही गरजा असतात, असं मला वाटलंच नाही. वास्तविक वयानं तो माझ्या बरोबरचा नव्हता, खूपच लहान होता. पण मला मात्र एखाद्या आदर्श जोडीदाराप्रमाणे वाटला. नवरा असावा तर असा असावा. जोडीदारासंबंधीच्या ज्या काही कल्पना माझ्या मनात कुठेतरी निर्माण झाल्या असतील, त्यात तो आदर्श वाटला. ह्या माणसाबरोबर एकत्र राहावं, त्याच्याशी बोलावं, त्याच्यासाठी

घर सजवावं, असं प्रथमच आयुष्यात मला वाटायला लागलं. माझ्या आयुष्यात तो पहिलाच पुरुष की, ज्याची भाषा मला माझी वाटली. असं का वाटावं, याचा विचार करण्याची माझी शुद्धबुद्धही हरपली आणि ते बरोबरच होतं. माझ्यापेक्षा वयाने खूप मोठ्या असणाऱ्या माणसांशी माझे आजपर्यंत संबंध आले. शरीरव्यवहारातल्या नव्हे तर, लोकव्यवहारातल्यासुद्धा साऱ्या गोष्टी माझ्यापेक्षा त्यांना अधिक अवगत होत्या त्यामुळे माझा सल्ला विचारण्याची त्यांना कधी गरजच वाटली नाही. साऱ्या गोष्टी ठरवूनच ते माझ्याशी वागत. मग मला आवडतं किंवा नाही, याचा विचारसुद्धा न करता, हव्या त्या रंगाची किंवा वाणाची पातळं ते माझ्यासाठी घेऊन येत. आपल्याला आवडतील असे दागिने माझ्यासाठी घडवीत. त्यांच्या इच्छेनुसार मला शरीरभोग मिळत. शांतारामच्या बाबतीत सगळं उलट घडलं. माझ्या पसंतीशिवाय तो कोणतीच गोष्ट करत नसे. किंबहुना त्याच्या लेखी माझी पसंती हा अखेरचा शब्द असे. माझ्याशी तो लहान-सहान गोष्टही बोले. म्हणजे मला बोलायला लावी आणि माझ्या मांडीवर डोकं घुसळत ते तो नुसता ऐकत राही. मला वाटतं, त्याच्या या माझ्या अंगचटीला जाण्यात वासनेपेक्षा आणखीनही काही गोष्ट होती. तो माझ्यापेक्षा लहान होता, पण प्रत्यक्ष तो होता त्याच्याहूनही लहान मुलाप्रमाणे माझ्याशी वागत असे. माझी अंत:करणात गोठून गेलेली मातृत्वाची भावना त्यानं जणू काही जागी केली होती. त्याला तर मी भुलले नसेल? मला वाटतं, आपल्या मनात नेमकं काय काय दडलेलं आहे, याचा आपल्याला तरी कुठं अनुभव असतो? तो खूश व्हावा, त्याच्या डोळ्यांतलं कुतूहल पूर्ण व्हावं अशी एक निराळीच ऊर्मी मला जाणवू लागली. आजपर्यत साऱ्या पुरुषांनी माझ्या देहाचं खेळणं केलं होतं. मन मानेल तसा त्याचा उपभोग घेतला होता. या त्यांच्या वृत्तीला मीही मला लुटता येईल तितकं सुख लुटून जबाब दिला होता. खरं म्हणजे तिथं देण्याघेण्याचा प्रश्नच नव्हता. सुख ओरबाडून घेतल्याशिवाय मिळतच नाही, असं तेव्हा मी मानू लागले, पण शांतारामने माझ्या आयुष्याला एक निराळाच अर्थ लावला. खरं म्हणजे माझ्या पूर्वीच्या जीवनात माझ्या शरीराला केवळ माज आलेला होता. आणि माजावर आलेलं जनावर जसं बेबंद असतं, जसं नादावलेलं असतं, तशी मी नादावलेली होते. काही अनुभवांमुळं, काही सुखांच्या पुनरावृत्तीमुळं किंवा काही विलासी जीवनक्रमामुळे अभिमान वाटावा अशी गोलाई मला प्राप्त झाली होती. जणूकाही विधात्यानं कुणालातरी नजराणा देण्यासाठी एक पुष्पगुच्छ बनवला होता. शांताराम माझ्या जीवनात आला.

आमचं सहजीवन सुखाचं झालं नाही. पण एका गोष्टीसाठी मी त्याची ऋणबद्ध आहे. कुणासाठी तरी आपलं सर्वस्व देऊन टाकण्यातला आनंद त्या वेळी मी प्रथमच उपभोगला होता. काहीतरी अद्‌भुत आनंद झाल्याचा त्याचा चेहरा मला कित्येक दिवस विसरता आला नाही.

पण माझा तो सगळाच भ्रम होता. कारण शांताराम अनाघ्रात नव्हता. एवढंच नव्हे, तर तो जे आपल्या भाबडेपणाचं प्रदर्शन करीत होता, तेही नाटक होतं. मुळातच तो हलक्या कुळातला होता. एका माडीवरच त्याचा जन्म झाला होता. देहाचा व्यापार करणाऱ्या, चक्क एका सार्वजनिक ठिकाणी वावरल्यामुळं स्त्रीसुख त्याला अजिबात अपरिचित नव्हतं, किंबहुना गणिकेचं रक्त अंगात असल्यामुळे नाटकं करणं, खोटं बोलणं किंवा हातोहात दुसऱ्याला फसवणं, यात त्याला अवघड काहीच नव्हतं. आरंभी त्यानं भाबडेपणाचा जो अभिनय केला, त्याला तर तोडच नव्हती. सरळसरळ त्यानं मला फुकटात विकत घेतलं. कसाही जीवनक्रम आचरला तरी, मी एका चांगल्या कुळात जन्म पावलेली व चांगल्या कुळाशी विवाहबद्ध झालेली स्त्री होते. त्याला माझ्याबद्दल नको तितक्या सर्व गोष्टी माहीत होत्या. माझं रूप तर सर्व जगाला दिसत होतं. पण माझ्याजवळ पैसे आहेत, हे फक्त त्याच्यासारख्या माणसालाच कळू शकत होते. आमच्या नाट्यव्यवसायात नाही म्हटलं, तरी मला काही स्थान होतं. तो तर एक उगवता नट होता. त्यानं हिशेबानंच मला जाळ्यात पकडलं होतं. पण त्याला मात्र दोष देता येत नाही. कारण मला त्या जाळ्यात जायला सांगितलं होतं कुणी? मला वाटत होतं की, जणू मीच त्याला जाळ्यात पकडते आहे. एक तरणाबांड सुंदर पुरुष आपखुशीनं आपल्यावर मुहब्बत करतो आहे, याचा मला अभिमान का वाटू नये?

प्रेम केल्याचं, किंबहुना माझ्याशिवाय जगू शकत नसल्याचे सोंग तो इतकं चांगलं बजावी की, त्यानं माझी बुद्धीच बंद करून टाकली. लग्नाला मी कबूल कशी झाले, याचंच मला आश्चर्य वाटते. वास्तविक मास्तरांशी माझा डायव्होर्सही झालेला नव्हता. मी कधी कोर्टातही गेले नव्हते. पण कुठल्यातरी वकिलाला त्याने आणले. त्याने दोन कागदांवर सह्या घेतल्या आणि काही दिवसांनंतर मला सांगितलं की, डायव्होर्स मिळाला. डायव्होर्स घेण्यासाठी निदान एकदा तरी कोर्टात जायला पाहिजे होतं, एवढंसुद्धा भान मला राहिलं नाही. डायव्होर्स मिळाला, हे त्यानं सांगितल्यानंतर दुसऱ्याच दिवशी बाबासाहेबांचं घर सोडून, वांद्र्याच्या शांतारामच्या घरात मी प्रवेश केला. शांतारामचं घर छोटंच

होतं; पण आता ते माझं घर होतं. या घरात मी आणि तो राजा-राणीचा संसार करणार होतो. आता मी शांतारामसाठी घर सजवणार होते, स्वयंपाक करणार होते. खरं म्हणजे आता माझं आयुष्य मी शांतारामसाठी देऊन टाकणार होते. त्या दिवशी मी खरोखरच इतकी आनंदात होते की, काय करू अन् काय नको, असं मला झालं होतं. त्याच्या हळुवार मिठीत मी माझं सारं पूर्वायुष्य भडभडून त्याला सांगितलं.

मला वाटलं, माझ्या आयुष्यातलं दु:खाचं पर्व आता संपलं, माझ्या आयुष्यातला नको होता तो संसार एकदा संपला; आता मला हवा तसा संसार मी करणार होते. आमचं बस्तान बसेपर्यंत हवंतर मी नाटकातसुद्धा कामं करीन; परंतु एकदा का घरी रिकामी बसले की, फक्त ह्या छोट्या घरात शांतारामची पत्नी म्हणून राहायचं. मुलांची मला हौस नव्हती, नाहीतर केवळ मातृहृदय म्हणून तरी माझ्या मुलीला मी भेटायला गेले असते. पण मला पूर्वीचं काहीही माझ्याजवळ उरायला नको होतं. पहिलं मूल झालं ते अपघातानं झालं. ते माझ्या ओशाळलेल्या आणि अवकळलेल्या पहिल्या संसाराचं प्रतीक होतं. पण आता मला मूल झालं, तरी चाललं असतं; कारण त्यामुळे शांताराम माझ्याशी कायमचा निगडित राहिला असता. बाळंतपणामुळे किंवा मुलाला पाजण्यामुळे माझं रूप थोडंसं ओसरलंही असतं; पण आता मला त्याची पर्वा नव्हती. आता काही मला केवळ लावण्याच्या बळावर कोणाला जिंकायचं नव्हतं.

माझा राजपुत्र मला सापडला होता. माझा राजवाडा मी बांधला होता. आता मला कोणाचीही पर्वा करण्याचं कारण नव्हतं. याच घरात जेव्हा एका भटजीने, चार-दोन मित्रांच्या समवेत मंत्र म्हटले आणि शांतारामनं माझ्या गळ्यात मंगळसूत्र घातलं, तेव्हा मला सारं काही हरवलेलं परत मिळालं. पण तो भास होता, ती घोर फसवणूक होती, हे कळायलासुद्धा मला दोन-तीन वर्षं लागली. वयाने माणसं शहाणी होतात, हा आपला गैरसमज आहे. शहाणपणा किंवा बेरकीपणा हा जन्मजातसुद्धा असू शकतो. वरून अगदी साध्याभोळ्या दिसणाऱ्या शांतारामचं खरं रूप मला कळायचं होतं.

- ० -

पण शांतारामबरोबर माझे पहिले काही दिवस खरोखरच सुखात गेले. रोजरोज नव्या तऱ्हेनं नटून मी त्याला तृप्त करण्याचा प्रयत्न करीत असे. जाई माझ्याबरोबरच आली होती. त्यामुळे घर चालवण्याचा प्रश्नच नव्हता. आम्हा दोघांनाही नाटकात कामं मिळाली होती. दोघांचं आयुष्य इतकं एकमेकांत गुंतून

गेलं की, ह्याशिवाय बाहेर काही जग असेल, हे मला खरंच वाटेना.

आमचा संसार तसा श्रीमंतीचा नव्हता. महिन्याकाठी दोन-तीन हजार रुपये मिळत; पण ते कसे उडून जात, हे कळतच नसे. अधूनमधून आम्ही मद्यपान करीत होतो. तो मला किंवा मी त्याला चांगलेचुंगले कपडे विकत घेत होतो. घर सजवण्यासाठी लागणारे पैसे मी बँकेतूनच काढीत असे. त्या वेळेला तो खूप विरोध करी. त्याची मी समजून काढी की, तू आणि मी दोन आहोत का? आपल्या संसारासाठीच ना चाललंय सगळं? नाराजीनं संमती देतोय, असं तो दाखवत असे. असेच दिवस चालले होते. बँकेतली माझी जी काही थोडीफार शिल्लक होती, ती हळूहळू खर्ची पडत होती. कधीकधी जाई मला सांभाळून खर्च करण्याचा उपदेश करी, तेव्हा मी तिचीच चेष्टा करी. शांतारामचे एक एक गुण हळूहळू माझ्या लक्षात येऊ लागले; पण तेव्हा ते मला सद्‌गुणांसारखेच वाटले. तो अतिशय आळशी होता आणि अस्वच्छही होता, पण जणूकाही मला देखभाल करायला मिळावी, म्हणूनच तो असा वागतो आहे, असं मला वाटायचं. नाटकातल्या लोकाचंदेखील त्याच्याबद्दल चांगलं मत नव्हतं; पण आरंभीतरी तसं कोणी दाखवलं नाही. पण मला हे समजत होतं की, नवीन कामं घ्यायच्या वेळी त्याला घ्यायला निर्मात्याची नापसंती असे. माझ्यासाठी ते त्याला नाटकात घेत. पण नुसत्या रूपाव्यतिरिक्त त्याच्याकडे काहीही नाट्यगुण नाहीत, असं दूरान्वयानं ते मला सुचवीत. अर्थात मला ते खरं वाटत नसे. प्रेमानं मी आंधळी झाली होते. त्यामुळे दिग्दर्शक जे म्हणत, ते सत्यसुद्धा मी स्वीकारायला तयार नव्हते. काही नाटकं चालायची. काही पडायची; पण निर्माते मात्र अपयशाचं खापर नेमकं शांतारामवर फोडायचे. मी त्यांच्याशी वाद घालत असे; पण त्याचा परिणाम इतकाच झाला, की नव्या नाटकात घ्यायला लोक मलाही टाळायला लागले. ते लक्षात यायला अर्थात फार उशीर झाला. बँकेतली सारी शिल्लक संपुष्टात आली. खर्च कमी करायची इच्छा असली तरी, शांताराम त्याला मोडता घालीत असे. तू पुरुष आहेस, संसाराचा गाडा तुलाच ओढला पाहिजे, असं मी त्याला एकदा चेष्टेने म्हटले होते. तेव्हा तो इतका दुखावल्यासारखा झाला की, मला माझंच काही चुकल्यासारखं वाटायला लागलं, परंतु दिवसेंदिवस समाधानी संसाराला तडे जायला लागले.

खरं म्हणजे जेव्हा नाटकात माझ्याबरोबर काम नसे, तेव्हा आरंभी तो माझ्याबरोबर येत असे. पण पुढे पुढे त्याला ते कमीपणाचे वाटू लागले. तो मग घरी एकटाच थांबायचा आणि वेळ काढण्यासाठी दारू प्यायचा. दारू प्यायचं

त्याचं प्रमाण वाढू लागलं. मग त्याला मी सावधगिरीची सूचना दिली, तेव्हा तो म्हणाला, ''मी करू तरी काय?''

मी तरी त्याला काय सांगणार? त्याला काही कुठं नोकरी मिळणार नव्हती. कारण त्याचं शिक्षणच झालं नव्हतं. तू लहानसहान मिळतील त्या भूमिका कर, हेही मी त्याला सांगू शकत नव्हते. नाहीतर तो असं म्हणाला असता, तू पैसे मिळवतेस म्हणून मग्रुरी करतेस, तर मी काय करणार होते? मी तशीच ओढत पुढं जायचं ठरवलं. नाटकांच्या दौऱ्यासाठी कधी आठ-आठ दिवस मला बाहेरगावी जायला लागायचं, तेव्हा चिंतेने मी अगदी व्याकूळ व्हायची. शांताराम एकटा काय करत असेल? त्याला आपली आठवण होत असेल? त्याला कोणी नादी तर लावणार नाही? असल्या नाना तऱ्हेच्या शंका मनात येत होत्या. पण मला काही अन्य मार्ग शोधून काढता येत नव्हता.

एकदा दौऱ्यावरून परत आले, तेव्हा जाईबाईनं मला हळूच सांगितलं की, ''तुम्ही गेल्यापासून एक बाई घरात येऊन राहिल्या होत्या, कालच त्या परत गेल्या.'' हे ऐकून मी चक्रावून गेले. शांतारामची गाठ पडल्यावर त्याबद्दल मी त्याला विचारलं, तेव्हा जणू काही घडलंच नाही असं दाखवीत तो म्हणाला,

''अगं, जयू सावकार आली होती. नवीन नाटक बसतंय ना तिचं. तालमी चालल्याहेत.''

''पण आपल्या घरी कशाला? ती लॉजमध्ये पण उतरली असती. तुला तिची काळजी घ्यायचं कारण काय?''

''तसं नव्हे गं? तिच्यामुळं मला नाटकात एक रोल मिळाला आहे लहानसाच.''

''अरे, पण तू का घेतलास तो रोल?''

''काय करणार? कोणी मला कामच देत नाही.''

''मग काय, लहान रोल करायचे तर ते माझ्या नाटकातही तुला मिळतील. नाहीतरी वासू वाघला मला काढून टाकायचंच आहे.''

''अगं, पण तुझ्याबरोबर असले बारीक रोल मी करणं तुला शोभेल का? लोक काय म्हणतील?''

''लोकांना काय होतंय म्हणायला? लोक काही आपला संसार चालवायला येत नाहीत. आपण नाटकधंद्यातील माणसं. त्यात चढ-उतार असायचेच. उद्या आणखी काही वर्षांनी मला तरी हिरॉईनचा रोल देणार आहेत थोडेच? मिळेल तो रोल करायलाच पाहिजे.''

"खरंच, तुझं वय किती आहे गं? कधी विचारायचा प्रसंगच आला नाही."

वास्तविक हा प्रश्न त्यानं इतक्या भाबडेपणानं विचारला होता की, एरवी माझं खरं वय सांगायला दिक्कत वाटली नसती. पण अशा तणावाच्या प्रसंगी मला माझं वय सांगायची हिम्मत होत नव्हती. का कुणास ठाऊक, मला मी गुन्हेगार आहे असं वाटायला लागलं. माझ्यापेक्षा कितीतरी लहान असलेल्या पुरुषाला मी लग्नबंधनात अडकवून टाकलं. आग्रह त्याचाच होता, ही गोष्ट खरी; तरीपण वस्तुस्थिती लपून राहत नव्हतीच. मला प्रथमच माझ्या-त्याच्या वयांतील अंतराची गंभीर जाणीव झाली. खरं म्हणजे माझ्या रंगात कुठेही कमरता आली नव्हती. मी माझ्या ऐनपणात होते. लोक माझ्या रूपावर खुळे होते. माझ्याकडे खुळ्यासारखे बघत बसायचे. एरवी मला माझं वय जाणवायचं कारणच नव्हतं. मला वाटलं, शांताराम हा जो प्रश्न विचारतो आहे, त्याअर्थी माझ्याकडूनच काहीतरी कमतरता होत असली पाहिजे.

मी लगेच म्हणाले, "जाऊ दे रे! कशाला हव्यात त्या गोष्टी? तुला तर काही कमी पडत नाही ना? दौऱ्यामुळे मला परगावी जावे लागते त्याला माझा काही इलाज नाही. तेवढ्यापुरती तुला कळ काढलीच पाहिजे. मी तरी काय करणार?" असं म्हणता म्हणता मी त्याला मिठीत घ्यायचा प्रयत्न केला. प्रथमच त्यानं माझ्या मिठीत अंग चोरलं. मी एकदम नाराज झाले. मी एवढी थकून-भागून घरी आले, तरी त्याला त्याचं काहीच नाही. दहा-बारा दिवस मी एकटीनं काढले. शांतूच्या मिठीसाठी मी तळमळत होते. कधी नव्हे ते अंगात जरा सळसळून आलं. एरवी आमची अशी गाठ पडली, की शांतू कसा अगदी विरघळून जायचा. मीसुद्धा लहान मुलाला एकेक गोळी देतात तशी त्याला खेळवायची. पण आता त्याच्याकडून काही जबाब मिळत नव्हता. मी तशी थोडीशी चवताळलेच होते. बरेच दिवस भक्ष्य न मिळाल्यामुळे चिडलेली वाघीण जशी भक्ष्याच्या वासावरून बैचेन होते आणि त्याचा माग काढू लागते, तशी माझ्यातली वाघीणसुद्धा जागी झाली. मी थोड्याशा वेडसरपणानंच अंगावरचे कपडे काढून टाकले. मला वाटलं होतं, की नेहमीसारखं तोही माझ्या देहाच्या उत्तमाङ्गाकडे दृष्टी जाताच माझ्याकडे धावत येईल; पण आज तसं काही घडलंच नाही. तो एवढंच म्हणाला, "तुझं वय बरंच आहे, माझ्या लक्षातच आलं नाही." आणि तो माझ्यासमोरून माझ्या नागड्याउघड्या अवस्थेकडे दुर्लक्ष करीत घराबाहेर चालता झाला,

माझा मनोभंग झाला, माझा अपमान झाला. माझी शस्त्रे आज बोथट

झाली. आज मला नाकारून शांताराम निघून गेला. दु:ख, राग, अपमान या साऱ्याच गोष्टींनी मी बेभान झाले. "पाणी काढलंय आंघोळीला, येणार का?" हे जाईचे उद्‌गारसुद्धा मला ऐकू आले नाहीत. जाईला न बोलता, न ऐकता सारं काही कळत असे. जाईच्या हळुवार मायाळू स्पर्शाने मला हुंदका फुटला आणि प्रथमच मी ओक्साबोक्शी रडले.

माझ्या आयुष्यात पुन्हा एकदा स्थित्यंतराची वेळ आली. आता पूर्वीइतकी मी निराधार नव्हते. काही ना काही व्यवसाय करून पैसे मिळवणे मला शक्य होते. परतीचे सारे मार्ग जवळपास बंद झाले होते. त्यामुळे मला नवीनच काहीतरी मार्ग शोधून काढणं भाग होतं. माझ्याजवळ म्हणण्यासारखे आता पैसे उरलेच नव्हते. फक्त एकच गोष्ट शिल्लक होती; ती म्हणजे बाबाजीरावांनी मला दिलेले दागिने. ते विकून टाकायचं मनात नव्हतं; पण जर घर सोडून अन्यत्र राहायला जायचे असेल, तर थोडा काळ तरी उभे राहायला पैसे लागणारच होते.

नाटकाला येणाऱ्या चाहत्यांत अनेक लोक आता माझ्या ओळखीचे झाले. काहींनी आपली ओळख वाढवून घेण्याचा प्रत्यत्नही केला होता आणि एका मर्यादेपर्यंत त्यांना लगट करू देण्याचं कोडगेपण आता मला आलेलं होतं. सारं पूर्वायुष्य विसरून शांतूशी मी निष्ठेने संसार करीत होते आणि एक विवाहित स्त्री म्हणून लोकांनीही माझ्याशी तसं वागायला हवं, अशी मी अपेक्षा करीत होते. पण अनुभव काही तसा येत नव्हता. शांतूशी माझा झालेला विवाह हाच मुळी कुणाला खरा वाटत नव्हता आणि शांतूसारख्या फालतू माणसाबरोबर झालेल्या विवाहाला किंमत ती काय द्यायची, असेही लोक कदाचित मानत असावेत. शांतूचा खरा लौकिक जर मला कळला असता, तर मी त्याच्या वाटेला कधी गेले नसते. स्त्रियांवर जगणाऱ्या जातीतच तर त्याचा जन्म झाला होता आणि तसं जगण्यात काही कमीपणा आहे, असंही त्याला वाटत नव्हतं. तो वाटत होता तितका बावळट नव्हता, हे त्यानं कृतीनं दाखवून दिलं. पण तोपर्यंत तरी त्यानं मोहिनीमंत्रात मला अडकवून ठेवलं होतं, यात शंकाच नाही.

शांतूचं घर एरवी मी अशा अपमानास्पद परिस्थितीतही सोडलं नसतं. तो माझ्या जिवावर जगत होता, तरी मी त्याला तसंच पोसलंही असतं. नाहीतरी कोणीतरी कोणाला पोसायचं! भटमास्तर मला लग्नबंधनामुळे पोसत होते, एक गंमतदार वस्तू बाळगायची म्हणून मधू मला पोसत होता, तर बाबाजीराव मला रखेली म्हणून पोसत होते. या प्रत्येक नात्याला स्वत:ची बंधने होती, म्हणूनच त्या नात्याला काही अर्थ होता. तसा अर्थ नसता तर सरळसरळ कॉल गर्लचा

धंदा करणं काय वाईट होतं? माझ्यासारख्या स्त्रीला तशी मागणी पुष्कळ मिळाली असती आणि कुणावरही अवलंबून न राहता मी जगू शकले असते. परंतु शांतूनं माझ्यांत घराची ओढ निर्माण केली. नात्याची बांधीलकी निर्माण केली. पण तो स्वत: मात्र या कुठल्याच गोष्टीला लायक नव्हता. त्याच्या पूर्वीच्या भानगडी होत्याच. आता तो त्या भानगडी घरातही आणू लागला. मी जाणीवपूर्वक तिकडं दुर्लक्ष करीत राहिले. पण तेवढ्यानं त्याचं समाधान झालं नाही, एके दिवशी तर तो तेरा-चौदा वर्षाच्या एका कोवळ्या मुलीला घेऊन रात्री घरी आला. लग्नाच्या बायकोसमोर हे सारं करताना शरमण्याइतकी संस्कृती त्याच्याजवळ नव्हतीच, पण त्या मुलीचं कोवळेपण आणि निरागसपण पाहून मात्र मी खवळले. मी त्या गोष्टीला विरोध करायला लागले, तेव्हा तो तिरस्कारानं मला म्हणाला,

"आपण म्हातारी ती म्हातारी, माझा मत्सर कशाला करतेस?"

माझा राग अनावर झाला. मी म्हणाले, "तुझं तारुण्य असं काय उताला चाललंय? माझी खाज भागवायचीसुद्धा तुझी हिंमत नाही अणि कशाला गोष्टी करतोस तारुण्याच्या? हे असले थेर मी घरात चालू देणार नाही. दमडा मिळवण्याची अक्कल नाही आणि नुसते असले धंदे हवेत कशाला?"

समोरच्या मुलीसमोर झालेला हा अपमान त्याच्या वर्मी लागला असावा. तो एकदम तिरमिरीने माझ्या अंगावर चालून आला आणि त्यानं मी बेसावध असतानाच माझ्या मुस्काडीत भडकावली.

"तुझी ही हिंमत?" मी किंचाळले.

यावर तो छद्मीपणानं हसला आणि म्हणाला, "मार खायची तर तुला सवय आहे. बाबाजीराव तर तुला दोन्ही तऱ्हेनं ठोकून काढीत."

त्याची ती गलिच्छ भाषा, असभ्य हावभाव पाहून मला किळस आली. मी बेडरूममध्ये गेले आणि दार लावून ओक्साबोक्शी रडू लागले. एके काळी मला वाटत होते, की मी कुणालाही दास करू शकेन; पण आता मी दाससुद्धा राहिले नव्हते. रस्त्यावर पडलेल्या एखाद्या बेवारशी कुत्र्याप्रमाणं आज माझी स्थिती झाली होती. मला जाग आली तेव्हा जाईने माझ्या शेजारी बसून मला कुरवाळलं. माझ्या अंगाखाद्यांवरून हात फिरवला. हळूहळू मी शांत होत गेले. या जगात कोणीही नसलं तरी जाई मला सोडणार नाही, ही माझी खात्री पटली. कारण त्या स्पर्शात एक पुरुषी दर्प होता. तो स्त्रीचा स्पर्श आहे, हे मला जाणवलेच नाही. त्या राकट स्पर्शानं मी हळूहळू विरघळत होते. गालांवरून हात फिरत फिरता ते

उरोभागावर गेले, तेथे रेंगाळले आणि मग खाली सरकत सरकत उरापोटाशी... एका वेगवान खळाळणाऱ्या प्रवाहात मी बुडत चालले होते. दुःखाचा हळूहळू विसर पडत गेला आणि माझं अंग शहारून गेलं. ती स्त्री आहे, हेसुद्धा मी विसरले. एका समर्थ पुरुषाला मी मिठी मारत होते, असं मला वाटत होतं आणि तिच्या मिठीत मी पार बुडून गेले.

हे सारं नवीन होतं, अद्‌भुत होतं. केवळ पुरुषाच्याच स्पर्शाने मोहरू शकणारा स्त्रीचा देह स्त्रीच्या स्पर्शानंही विरघळू शकतो, हा अनुभवच मला नवीन होता. कुठल्याही पुरुषाच्या हावरट स्पर्शापेक्षा हा स्पर्श अगदीच वेगळा होता. या स्पर्शापेक्षा यानंतर काहीही मला नको होतं, असं मनात वाटूनही गेलं; पण हा स्पर्श जगात जगण्यासाठी लागणारा पैसा आणून ओतणार नव्हता. त्यासाठी अजून माझ्या देहाचे धिंडवडे व्हायलाच हवे होते.

जाई कितीतरी वर्षं आज माझ्याजवळ होती आणि पुढेही राहणार होती. यापूर्वी तिच्या स्पर्शाची अशी जाणीव तिने उत्पन्न करून दिली नव्हती. मग आजच तिला ही बुद्धी कुठून झाली? का मी अगतिक झालेली पाहून माझी तिला कीव आली? का तिला माझ्याबद्दल सुप्त आकर्षण पूर्वीच होतं आणि ती या क्षणाची वाट पाहत होती? हा सुखाचा रस्ता बिनघोर होता; पण याची जाणीव तिच्या मनात उत्पन्न झाली कशी? का तिला त्यात भीती वाटत होती?

कदाचित असेही असेल, या मोहामुळंच ती मला आजपर्यंत चिकटून राहिली होती. बाबासाहेबांकडे ती आली कशी? माझ्याशी तिनं आपलं नातं जोडलंच कसं? आणि शब्दांची गुंतागुंत न करता तिनं आपली पाठराखण केलीच कशी? हा विचार मी एकटी असताना कधीकधी मला सुचत असे. तिचा पूर्वायुष्य विचारावं, असा मला मोहही झाला. पण आता काहीतरी अप्रिय गोष्ट काढून तिची संगत मला टाळायची नव्हती. ती मला हवी होती. तिला मला सोडायचं नव्हतं. पूर्वी ती माझ्या लहानसहान गोष्टींत लक्ष घालून मला प्रसन्न ठेवायची. मला सुखी पाहिलं की, ती प्रसन्न व्हायची आणि आतातर चोवीस तास माझ्याच सुखदुःखाशी गुंतून गेली. नंतर तिची गोष्ट मला हळूहळू कळली. म्हणजे तिनेच एकदा सारी सांगितली. राधा नगरकर नावाच्या तमासगिरीच्या तमाशाफडात तिचा जन्म झाला. राधाबाई तिला मुलगी मानायची, पण ती तिची मुलगी नव्हती. त्या वेळेला राधा ही नामांकित तमासगीर म्हणून प्रसिद्ध होती. इतकी की, मोठमोठे धनिक लोक तिच्या प्राप्तीसाठी झटत असत. एका मंत्र्याची ती रखेली आहे, अशीही कुजबूज ऐकू येई.

त्या वेळी जाई असेल चौदा-पंधरा वर्षांची. तमाशात ती राधाबरोबर नाचायची आणि तमाशाच्या वेळेव्यतिरिक्त जरीकाठी परकर-पोलकं नेसून मालकिणीच्या लेकीच्या तोऱ्यात वावरायची. आज ना उद्या, केव्हातरी राधाबाईची जागा ती घेईल, अशी आसपासच्या तमासगीर मंडळींची खात्री होती. हा तमाशाफड सुस्थितीत होता. फडाची गाडी, कनाती दृष्ट लागण्यासारख्या होत्या. साथीदार नामांकित होते. तमासगीर असूनसुद्धा राधाबाई मोठ्या ऐपतदार खानदानी स्त्रीप्रमाणे वागायच्या. कुणी म्हणत, नेवग्याच्या कुलकर्ण्याशी तिनं गांधर्वविवाह केला होता. हा कुलकर्णी फडाला लागणारी कवनं करून द्यायचा, वग बसवून द्यायचा. पावसाळ्यात एक महिनाभर नेवग्याला मुक्काम असायचा. तो मुक्काम जाईला फार आठवायचा. राधाबाईचे बाकीचे सारे व्यवहार माहीत असूनसुद्धा कुलकर्णी तिकडं दुर्लक्ष करायचा. कदाचित आहे ही परिस्थिती त्यानं स्वीकारली असावी.

पण अकस्मात हे सारं गाडंच उलटलं. कुलकर्णीमास्तर यात्रेला म्हणून गेला आणि तिथंच काही आजार होऊन मरण पावला. कोणी म्हणतात, त्याला एका मंत्र्यानं मारलं. खरंखोटं काही कळलंच नाही. पण राधाचं मन फडावरून उडालं. गावोगावची घेतलेली निमंत्रणसुद्धा राधा नाकारायला लागली, फडाची आर्थिक घडी बिघडली, आणि त्यातच एक भयंकर प्रसंग घडला.

मराठवाड्यातलं खंडोबाचं स्थान म्हणून दरवर्षी फड बीड जिल्ह्यात जायचा. नाइलाजाने राधाबाईने तिकडे जायची तयारी केली अणि रात्री गाडी त्या दिशेनं निघाली. रात्री गाडीवर हल्ला झाला. राधाबाई व जाई आणि तिच्या बरोबरच्या आणखी दोन नाचणाऱ्या मुली त्या हल्लेखोरांनी पळवून नेल्या. पुढे महिना-पंधरा दिवस हल्लेखोरांनी कुठल्यातरी अज्ञात कडेकपारीत या बायांना कोंडून ठेवले आणि त्यांच्यावर अनन्वित अत्याचार केले. प्रथम जाईकडे कोणाचेच लक्ष गेले नाही, कारण कोणाला ती बाई वाटलीच नाही. पण जेव्हा जाई वयात आलेली आहे हे लक्षात आलं, तेव्हा मग हे एक न उमललेलं फूल आहे याचा विधिनिषेध न बाळगता ते फूल हवं तसं चुरगाळून टाकलं गेलं. राधाबाई तशी बलदंड बाई होती. त्या साऱ्या हल्लेखोरांच्या टोळीला ती पुरून उरली असती. पण शरीराचा व्यवहार शरीराच्या पातळीवर झालाच नाही. तो पाशवी पातळीवर झाला. किती दिवस या यमयातना चालल्या होत्या याचासुद्धा विसर पडावा, असं हे भीषण नाट्य घडलं. या पळवापळवीचा खूपच गलका झाला. वर्तमानपत्रांत पानेच्या पाने लिहिली गेली. सरकारी चक्रं फिरू लागली. त्यातही मंत्र्यांशी... दादा मुळिकाशी फडाचा संबंध होता. त्याच्या प्रयत्नांना यश येऊन हल्लेखोरांची

गुप्त जागा सापडली. हल्लेखोर पकडले गेले. बाईमाणसांची सुटका करण्यात आली. अर्धमेल्या झालेल्या सर्व बायका हॉस्पिटलमध्येच मरण पावल्या. खटला झाला, त्यात साऱ्या हल्लेखोरांना जन्मठेपेच्या शिक्षा झाल्या. राहता राहता राहिली जाई. नेवगेकर कुलकर्ण्यांचे मित्र म्हणून व राधाबाईचे चाहते म्हणून जाईचा सांभाळ करण्याचं काम बाबाजीरावांच्या हाती आलं. बाबाजीरावांनी तिचा प्रतिपाळ केला. पुरुषाविषयी तिला असणारी किळस जरी कालांतराने कमी कमी होत गेली, तरी तिचं लग्न करून देणं ही गोष्ट अशक्य आहे, हे त्यांच्या लक्षात आलं आणि प्रथम त्यांच्या कोल्हापूरच्या घरी आणि नंतर त्यांच्या मुंबईच्या फ्लॅटवर ती घरकाम करणारी कुळंबीण म्हणून राहू लागली.

तिच्याकडून मला तशा पुष्कळच गोष्टी कळल्या. त्या सांगण्यात काही अर्थ नाही. एवढं खरं की पुरुषासंबंधीचं माझं ज्ञान अत्यंत तोकडं आहे, एवढंच माझ्या ध्यानात आलं. स्त्री आणि पुरुष केवळ नैसर्गिक कामतृप्तीसाठी झगडतात अशी माझी भाबडी समजूत होती. पुरुष-पुरुषाचे आणि स्त्रिया- स्त्रियांचेही संबंध असू शकतात, हे मी कल्पनेतही आणले नव्हते. बाबाजींची बायको अतिशय देखणी पण एक कायमची रुग्णाईत स्त्री होती. तिची सेवा करता करता जाईला प्रथम मालकिणीला खूश करण्याचा रस्ता सापडला आणि मग पुढे बाबासाहेबांची जी जी प्रेमपात्रं या फ्लॅटवर येत, त्यांची तसलीच सेवा करण्याची सवय तिला लागली होती. माझ्याबाबत मात्र ती सावध होती, म्हणून तिने इतके दिवस तरी दम काढला. परंतु आताच्या माझ्या मन:स्थितीत पुरुषजातीबद्दल झालेल्या संतापामुळे तिचा हाही उपयोग माझ्या लक्षात आला आणि का कुणास ठाऊक, तो मला आवडूही लागला. आता मला शांतूच्या वागण्याची फिकीर करण्याचं कारणच नव्हतं. तो कसाही वागला तरी त्याची गरज नव्हती. त्याची अधीनता सोडल्यामुळे त्याच्या वागण्यातही थोडासा फरक जाणवू लागला.

अवचितपणे त्याच्यात झालेला हा सुखद बदल माझ्या दृष्टीने सोईचा होता. येऊन जाऊन त्याला पोसण्याचाच काय तो प्रश्न होता. पण ही गोष्ट मला काही जड नव्हती. शोभेदाखल का होईना, तसा एक नवरा असणं व एक सुरक्षित घर असणं आणि माझ्यावर सर्वार्थानं प्रेम करणारी मैत्रीण या घरात असणं हे पुष्कळ होतं. या नाट्यव्यवसायात मला पुरेशी कामं होती. तरी मिळणारे पैसे मला काळजीपूर्वक वापरायचे होते. कधीकधी दौऱ्यावर एखादा निर्माता फारच लघळपणा करी, तेव्हा त्याला आमिष दाखवायचं होतं. आपल्या पायांवर उभं राहायचं, तर या साऱ्या गोष्टी अपरिहार्य होत्या. माझी त्याला ना

नव्हती. मीही तशी आता बनेल बनत चालले होते. एक गोष्ट खरी, की चांगले असो अथवा वाईट असो, हे आयुष्य मी स्वीकारायचं ठरवलं होतं आणि माझ्या स्वभावातच कुरकुर नसल्यामुळे मी हे सारे सोसणार होते.

परंतु देवाला हे पाहवत नसावं. एक दिवस शांतू जरा लाडीगोडीत आला. आपण चुकलो, आपण वाटेल ती कामं करायला तयार आहोत असं त्यानं मला सांगितलं, तेव्हा अलिप्तपणानं मीही हर्ष झाल्यासारखं दाखवलं. त्याच्या नाटकाला फसायचं नाही असं मी ठरवलं, तरी त्याची फसवण्याची ताकद मोठी होती. त्यामुळे मी त्याला कसकशी वश होत गेले, हासुद्धा स्वतंत्र इतिहास लिहिण्याजोगा आहे. वेगळ्या कारणाने तो माझ्याकडून पैसे घेत असे. तेव्हा प्रेमामुळे मी आंधळी झाले होते. त्यालाही थोडेफार पैसे मिळत असत. तेही त्याने कधी घरसंसारासाठी वापरले नव्हते. माझ्या वयाचा उल्लेख करून त्याने माझा धिक्कार केला होता, पण तोच जेव्हा मला ती हिरवी साडी नेस, मला एकदा तुला पूर्वीसारखी पाहायची आहे, असे डोळ्यांत प्राण आणून आणून विनवू लागला तेव्हा मी भुलले. का कोणास ठाऊक, पण मला वाटत होतं, आमचा संसार टिकावा, अपमान झाला तरी टिकावा. आता नवे भोग पाहायची मला इच्छा नव्हती. स्त्रीचं दुबळंपण हे पुरुषाला बरोबर माहीत असतं. हव्या त्या वेळेला स्त्रीला उन्मत्त करावं आणि कामोन्मादाचा अनुभव घ्यावा आणि हव्या त्या वेळेला तिला दासी करावं आणि शरणागताकडून नजराणा घ्यावा या दुबळेपणातच स्त्री पार चिणून ठार झाली आहे. नाहीतर निसर्गानं दोघांनाही समान अस्त्रं दिली आहेत. ऐन वेळी ब्रह्मास्त्र विसरणाऱ्या कर्णाचा रथ जसा जमिनीत रुतला, तसा स्त्रीच्या जीवनाचा रथही नको त्या वेळी मातीत रुततो.

त्याच्या त्या लडिवाळपणामुळे, आर्जवीपणामुळे मला वाटलं, पुन्हा आता सारं काही ठीकठाक होणार, पुन्हा एकदा माझा कोवळा संसार फुलू लागणार, मध्यंतरी झालेला कल्लोळ संपून संसाराची ही सरिता आता संथपणे वाहू लागणार. अनेक नाटकांत मला कामे करून दोन वेगवेगळी व्यक्तिमत्त्वं निर्माण करायची सवय झाली आहे. नाटक मला समजतं. नाटक माझ्या अंगात मुरलंय. तरीपण मी नाटकी नाही. आमच्या नाटकाच्या धंद्यात पदोपदी खोटेपणा, लबाडी आणि छिद्रता असते, हेही मला माहीत आहे. पण माझ्या घरातच एक नाटक होत असेल आणि त्या नाटकाला मी बळी पडेन...

शांतू माझ्याशी पूर्वीसारखा वागत होता. माझ्या मागेमागे करत होता, अंगाला चोंबाळत होता, नाटकाहून आले की माझ्यासाठी जागा राहत होता,

जेवायचा थांबत होता, आणि उशिरा उठले की झोप संपायच्या क्षणाची वाट पाहत होता. अशा वेळेस मी पेटून उठायची तेव्हा तो भाबडा चेहरा करून माझ्या मिठीत यायचा. मला चेत येईपर्यंत वाट पाहायचा आणि मग पूर्वीच्याच हळुवारपणानं माझ्याशी संग करायचा. पूर्वीइतकी मी बेभान होत नसे, याचं कारण जाई चोरून आमच्या या शृंगाराकडे पाहते आहे, अशी मला खात्री असायची. जाई स्वत: पुरुषभोगाला अपात्र होती. परंतु दुसऱ्याचा भोग पाहण्यात मात्र तिला विलक्षण रस होता. मला भोगून शांतू कधीकधी बाहेर जायचा आणि त्याच उष्ट्या बिछान्यावर जाईपण माझ्या कुशीत यायची. त्या वेळेस तिचे डोळे झपाटलेले असायचे. तिला नाराज करणं मला शक्य नसायचे. मीही तिच्याशी एकरूप व्हायचे त्या क्षणी मला वाटायचे, की मी अधिक भाग्यवान आहे.

शांतू एका नवीन नाटकाच्या गडबडीत होता असं म्हणाला आणि त्या नाटकाचा तो स्वत:च निर्माता होणार होता. मी त्याला खूप सावधगिरीच्या सूचना दिल्या. पण तो म्हणाला, “आपली काहीच त्यात नुकसानी नाही.” पैसे घालणार होते कारळेशेठ, त्याची फक्त निम्मी भागीदारी होती. एक बंद पडलेलं पण चांगलं नाटक त्यानं मिळवलं होतं. नायिकेचं काम मीच करणार होते. निदान शांतू मार्गाला लागतोय यामुळे मी खूश होते. शेवटची बोलणी करण्यासाठी कारळेशेठकडे मी यावं, असं शांतू म्हणाला. मलाही त्यात अवघड वाटले नाही. त्या दिवशी नाटकही नव्हतं, म्हणून मी त्याच्याबरोबर जायला कबूल झाले. शांतूचा आनंद तर उतू चाललेलाच होता. त्यानं मला कपडे घालायला मदत केली. आरंभी आरंभी जसा तो मला ब्रा चढवायला मदत करायचा तसा आजसुद्धा तो मदतीला धावला.

नेहमीप्रमाणे तो चावटपणा करू लागला. तेव्हा मी त्याला प्रतिकार करू लागले. उशीर झालाय म्हणून बजावू लागले. तेव्हा “होऊ दे गं उशीर. आपण काही कारळशेठचे नोकर नाही.” असे तो म्हणाला, तेव्हा मला बरं वाटलं. मनासारखे कपडे घालून झाले, रूप सजवून झालं, केसांत फुले माळून झाली. शांतू तर माझ्याकडे पाहतच राहिला. जाईनं जेव्हा मला पाहिले तेव्हा ती म्हणाली, “दृष्टच काढायला पाहिजे बाईची.’ दृष्ट काढायच्या निमित्तानं तिनं माझा गालगुच्चा घेतला. तिच्या डोळ्यांतल्या आमंत्रणामुळं माझ्या अंगावर शहारा आला. तो शहारा घेऊनच आम्ही बाहेर पडलो. त्या शहाऱ्यामुळे असेल, शांतूनं केलेल्या लगटीमुळे असेल किंवा कदाचित मलाही माझ्या सौंदर्याचा माज आला असेल, माझ्या वागण्या-चालण्यात वेगळा डौल आला होता हे निश्चित.

शांतूसारखा देखणा नवरा बरोबर होता म्हणूनही माझा अभिमान दुणावला असेल.

संध्याकाळची वेळ होती. मुंबईतील माणसांचा बाजार शिगोशीग फुलला होता. माणसं माना वळवून आम्हा दोघांकडे पाहत होती. हेवा वाटावा असाच आमचा जोडा होता. आम्ही दोघेजण कारळेशेठच्या वरळी सी फेसवरच्या बंगल्यात पोचलो. बंगल्यात आमचं खूप आदरानं स्वागत झालं. जाताना कारळेशेठबद्दल खूप काही शांतू बोललाच होता आणि त्याचं बोलणं खरं असावं असं वाटण्याइतकी त्याची श्रीमंती होती. नोकरचाकर होते, बाहेर परदेशी बनावटीची गाडी उभी होती; घरादारात वैभव नुसतं ओसंडत होतं. असल्या श्रीमंत माणसाला नाटकाच्या धंद्यात पैसे घालण्याची दुर्बुद्धी का व्हावी, असंही मला वाटून गेलं, पण आपल्याला काय करायचं, असतात असले मूर्ख लोक, अशी मी समजूत घालून घेतली. शांतूचं आणि पर्यायानं माझं बरं होणार आहे या कल्पनेत मी गुरफटून गेले होते. मद्याचे पेले केव्हा आले, कळलेच नाही.

वास्तविक पुरुषासमोर मद्य घ्यायला मला फारसं आवडत नसे. माझा नकार, कारळेशेठची विनवणी आणि त्याहीपेक्षा शांतूची नाराजी यांमुळे मला अखेर मद्य स्वीकारावं लागलं. हळूहळू मद्याला रंग भरू लागला. कारळेशेठ आपल्या औदार्याची, श्रीमंतीची जाहिरात करतच होते. का कुणास ठाऊक हा कारळेशेठ मला अगदी घाणेरडा वाटला. दिसायला तर तो घाणेरडा होताच, पण तो अधूनमधून अतिशय घाणेरडे जोक्स करत होता, आणि दाद मागण्यासाठी माझ्यापुढे हात करत होता. मी टाळायचा प्रयत्न केला तरी अधूनमधून हाताशी भेट घ्यायचा त्याचा चाळा चालूच होता. इतके असणारे नोकर हळूहळू अदृश्य कसे झाले, हे मला कळलंसुद्धा नाही. मध्येच मी घड्याळाकडे पाहिले, तेव्हा कारळेशेठ म्हणाले, ''जाल हो, घाई कसली आहे? आधी काम तर करून टाकू.''

''हो, ते एकदा बोलायलाच पाहिजे.''

''तर हो. आपला व्यवहार अगदी सरळ चालतो. आपल्या सगळ्या अटी आपण शांतूशेठजवळ सांगितल्या आहेत. सांगितल्या आहेत की नाही शांतूशेठ?''

''सांगितल्या आहेत तर. कबूल आहेत आपल्याला.'' असं म्हणतानाच, आलोच म्हणून शांतू उठला आणि मोरीकडे जाण्यासाठी म्हणून निघून गेला.

का कोणास ठाऊक, मी येथे एकटी आहे याची मला एकदम जाण झाली. दरवाजे बंद होते, खिडक्यांवरचे पडदे ओढलेले होते, प्रकाश थोडा मंद झाला होता. घेतलेलं मद्य जरा कडक होतं, त्याचा परिणाम जाणवायला लागला होता. तरीपण मला सावधगिरीची सूचना मिळाली होती. समोर बसलेल्या शेठजीच्या

चेहऱ्यावरचे बदल माझ्या लक्षात आले. डोळ्यांतली तृष्णा मी ओळखली. मी चटकन उठले आणि, ''निघतो आम्ही आता.''

कारळेशेठ नुसते हसले, छद्मीपणाने.

आणि म्हणाले, ''असं कसं जाता येईल तुम्हाला? आमच्या अटी तरी पुऱ्या करायला पाहिजेत की नाही?''

''म्हणजे?''

''सीधी बात है! समझनेवालोंको इशारा काफी है. अहो, तुमच्यासाठी फायनान्स करायला मी तयार झालो, नाहीतर मला काय नाटकाच्या धंद्याची हौस आहे?''

''माझ्यासाठी?''

''तर हो! तुमच्याबद्दल बरेच दिवस आशा बाळगली. शांतूला आपण सरळ सांगितलं.''

''आणि शांतूनं कबूल केलं.''

''त्यात काय विशेष आहे? तुमच्या लेखी हे काही नवीन नाही.''

''काय? पुन्हा बोल.''

''मला काही शरमायचं कारण नाही. बाई, आपला सगळा खुला कारभार आहे. जितके काम तितके दाम.''

''मी काय वस्तू आहे?''

''नाहीतर काय आहात?''

''अहो, मी एका माणसाची बायको आहे.''

''त्याच्याशी मला काय करायचं? ज्याची बायको आहे, त्यानं काळजी घ्यावी याची.''

''आणि शांतूने हे सारं कबूल केलं?''

''मग तुम्हाला काय वाटलं, मी इथं पैसे वाटायला बसलोय? लक्ष्मी येथे माझ्या पायाशी लोळण घेते आहे. आमच्यासारख्यांना काही विरंगुळा हवा की नको?''

''शांतूला इथं ताबडतोब बोलवा. मला जायचंय.''

''शांतू तर मघाशीच गेला, आता कोणी नाही इथं.''

खरं म्हणजे रागानं मी पेटून उठले. शांतूनं माझा लिलाव मांडला होता, यात शंका नाही. तो भेटला असता तर त्याचा मी गळा घोटाला असता. प्रत्यक्ष नवराच दलाली करायला निघाला होता. काय ही माझी अवस्था करून घेतली

होती मी? स्वत:च्या पायांनी येथे चालत आले होते. तेथून मी बाहेर पडणार कशी? नवऱ्याचं संरक्षक कवच होतं म्हणून मी दारूचे पेले झोकीत गेले, झिंग माझ्या डोक्यात चढत होती.

पुढं काय घडलं हे सांगण्यात अर्थ नाही, कारण घडायचं तेच घडलं होतं. कावळ्याची आणखी एक टोच माझ्या देहावर पडली होती, पण या वेळची जखम माझ्या जिव्हारी लागली होती. या जगात कोणीही करत नाही तसली फसवूणक माझ्या वाट्याला आली होती. मी प्रतिकार केला; पण प्रतिकारालाही हद्द असते. आपल्या तावडीत सापडलेल्या शिकारीचा तो लांडगा मजेमजेनं लचका तोडत होता. त्याचा उन्माद मला समजत होता, पण मी विरोध करू शकत नव्हते. एखादी राक्षसी ज्वाला चहू बाजूंनी अंगावर यावी, तशी वासना मला गिळून टाकत होती. आज प्रथमच माझ्या मर्जीविरुद्ध माझ्या देहाचा चुरगळा होत होता. बलात्कार म्हणजे काय, हे मी प्रथमच अनुभवलं.

या घटनेपासून माझ्यातील साऱ्या प्रवृत्तीच बदलल्या. संसार, पातिव्रत्य किंवा निष्ठा या गोष्टी आपल्या आयुष्यात निरर्थक आहोत, याचा अनुभव आल्यानंतर मग आयुष्याची आणखी ससेहोलपट व्हायला काय उशीर? कारळेशेठकडून मी घरी आले, तेव्हा शांतू घरात नव्हता. नव्हता तेच बरं, कारण तो असता, तर माझा तोल गेला असता. जे जे माझं होतं... खरं म्हणजे या घरातलं बहुतेक सारं माझंच होतं ते मी येथून हलवणार होते. कसं का असेना, एखादं सुरक्षित घर निर्माण करणार होते. शांतूबरोबर राहायचे नाही, हा माझा निर्णय अगदी पक्का झाला. बहिणीला, आईला गिऱ्हाईक आणून देणाऱ्या नालायक माणसाची पत्नी म्हणून राहण्यात काय अर्थ? मी मनाचे काही हिशेब केले. माझ्याजवळ एकंदर किती पुंजी आहे ते पाहिले आणि मग लक्षात आलं की, डोक्यात राख घालून काही उपयोग नाही. मनात असलं तरी आपण घर सोडू शकत नाही. आपला धंदा हा असा विचित्र. रात्री-अपरात्री आपल्याला घरी यावं लागतं. आपल्याकडे लोक नेहमीच सहज मिळणारी वस्तू म्हणून पाहणार. नावापुरता का होईना, आपल्याबरोबर मंगळसूत्राचा धनी आहे. जाईला बरोबर घेतल्यशिवाय आपल्याला राहणे शक्य नाही. काही झालं तरी आपल्याला एक स्वस्त, स्वतंत्र जागा मिळवली पाहिजे आणि मग मला दादा मुळीक यांची आठवण झाली. ते माझे चाहते होते. एका शतकमहोत्सवी समारंभाचे अध्यक्षही होते. त्याच्या मार्फत हौसिंग बोर्डातली एखादी जागा मिळवणं शक्य होईल, म्हणून मी त्यांना फोन केला.

एरवी फोनवर मंत्री भेटणं, ही काही सोपी गोष्ट नसते. पण त्यांच्या चिटणिसांनी माझं नाव ऐकताच क्षणार्धात फोन जुळवून दिला. दादा मुळीक हे त्या वेळेस मंत्रिमंडलतील एक कर्तृमकर्तृम शक्ती म्हणून ओळखले जात. त्यांचा लौकिक काही तसा फारसा चांगला नव्हता आणि ते साऱ्या गोष्टी इतक्या उघड आणि खल्लमखुल्ला करीत की, लोकांना त्यांच्या धीटपणाचं आश्चर्य वाटे. तमासगीर बायांशी त्यांचे संबंध होतेच, पण पैसे खाण्याबद्दलही त्यांचा दुर्लौकिक होता. त्यांनी एकदा शब्द दिला की, ते काम झालंच, असाही त्यांचा लौकिक होता. सचिवालयावर त्यांची हुकमत होती आणि काँग्रेस पक्षातही त्यांचा दबदबा होता. कधी गुर्मीनं, तर कधी मार्दवानं, असं बोलण्यात त्यांचा हातखंडा. असं असूनसुद्धा त्यांच्यावर लोकांचं प्रेम होतं. लोक त्यांना लोकनेते म्हणत आणि जुन्या काळच्या एखाद्या लहरी संस्थानिकाप्रमाणे त्यांचं वागणं, चालणं असायचं. ते जसे कुचेष्टेचा, टिंगलीचा किंवा टीकेचा विषय होत, तसेच त्यांच्या खास जातीय राजकारणामुळे आणि खानदानी ऐटीमुळे ते चर्चेचाही विषय होत. फोनवर त्यांचा मुलायम आवाज ऐकू आला, तेव्हा धीर येऊन मी म्हणाले,

"दादासाहेब, तुमच्याकडे एक काम होतं."

"बोला ना! अहो, तुमच्यासारख्यांची कामं करण्यासाठी, आम्ही येथे बसलो आहोत, तुमची कामं नाही करायची, तर कोणाची करायची?"

"दादासाहेब, तुम्ही असं काही बोलायला लागतात, तर मी गांगरून जाईन."

"तुम्ही काम तर सांगून पाहा आणि तुम्हाला गांगरायचं काहीच कारण नाही. तुमच्यासारख्या श्रेष्ठ कलावंतांचं काम करणं शासनाचं कर्तव्यच आहे."

"मला हौसिंग बोर्डात एक बऱ्यापैकी जागा हवी आहे... तातडीनं."

"बस्स... एवढंच? झालं समजा काम. असं करा, तुम्ही मला एकदा समक्ष भेटा, म्हणजे मी तुमच्याशी चर्चा करून कुठली जागा तुम्हाला देता येईल, ते बघतो. तोपर्यंत हौसिंग बोर्डात कुठे जागा आहे, ती चौकशीही करून ठेवतो."

"मला खरंच जागा हवी आहे, नाहीतर विसरून जाल."

"अहो, आम्ही विसरू नये म्हणूनच तर तुम्हाला सांगतोय, एकदा समक्ष भेटून जा. केव्हा यायला जमेल?"

"मी काय केव्हाही येईन हो, माझं काम आहे. पण आज दुपारी मला दौऱ्यावर जायचंय. आठ दिवस मी इथं नाही. पुढच्या बुधवारी भेटू? पण

तोपर्यंत होईल माझं कामं?''

''कामाचं सोडून द्या हो. काम झालं असं समजा. एकदा दादानं शब्द दिला म्हणजे तो कधीही बदलायचा नाही. पण पुढच्या बुधवारी... म्हणजे फार उशीर झाला. आधी भेटला असतात तर... पण तुमचा दौराच आहे नाही का? दौरा कोणीकडे आहे?''

''नाशिक... धुळं... नंदुरबार... जळगाव.''

''नाशिकला प्रयोग केव्हा आहे?''

''शुक्रवारी आहे.''

''तर मग नाशिकलाच भेटू आपण.''

''पण तिथं भेटणार कसं? आम्ही तर संध्याकाळी सहा-सातला पोचणार आणि नाटक संपल्यावर लगेच पुढं जाणार.''

''ती काळजी तुम्ही करू नका. ते आमचं आम्ही पाहून घेऊ. नाशिकला तुम्हाला निरोप मिळेल. हवं तर, धुळ्याला आमच्या गाडीतून आम्ही पोचवू.''

''ठीक आहे.''

''ठरलं ना मग नक्की?''

मी इतक्या सहजगत्या या भेटीला होकार का दिला, हेसुद्धा मला कळलं नाही. इतक्या उघडउघडपणे दादासाहेब अशा तऱ्हेची भेट ठरवतील, असं मी गृहीतच धरलं नव्हतं. या भेटीचं पर्यवसान काय होणार, हे न कळण्याइतकी काही मी आता भाबडी राहिले नव्हते. मुंबईसारख्या शहरात जागा मिळवणं ही काही सोपी गोष्ट नव्हती. मोबदल्याशिवाय काही मिळत नाही, हेही मला आता कळायला लागलं होतं.

परंतु मला दौऱ्याला जायचं होतं, त्या तयारीला मी आज लागले. एरवी मी जाईला बरोबर घेऊन जात नव्हते, पण या वेळेस मी तिला बरोबर न्यायचं ठरवलं. मला कोणाचा तरी आधार हवा होता. फोनवरचं बोलणं तिने ऐकलं होतं, तिच्यासमोर चोरून ठेवण्यासारसं काहीच नव्हतं. स्वत:च्या पायांवर आता उभं राहायचं, ह्यामुळे कदाचित माझा स्वर बदलला असेल, आविर्भाव बदलले असतील आणि तिला ते जाणवले असतील. माझ्या प्रत्येक बऱ्यावाईट गोष्टीला जाई साक्षी होणार होती; कारण ती माझ्या देहाचा आता एक अविभाज्य भाग होऊन राहिली आहे. यापूर्वी दिवसाढवळ्या तिनं माझ्याशी शारीरिक लगट फारशी केली नव्हती; पण फोन खाली ठेवताच ती चटकन माझ्याजवळ आली आणि तिनं मला मिठीत घेतलं आणि पुरुषी पद्धतीनं तिनं माझा मुका घेतला.

माझ्या एक गोष्ट लक्षात आली की, एरवीचा माझा सावधपणा, अल्लडपणा सारं काही रक्ताची सळसळ निर्माण झाली की, बदलून जात असे. अशा वेळेला समोर जो आधार दिसेल–आजवर तो पुरुष असे–त्या आधारवृक्षाला मी सारं काही वाहून टाकीत असे.

दुपारी दोन-तीन वाजता दौऱ्यासाठी निघणं भाग होतं. आमच्या दोघींच्या बॅग्ज तयार झाल्या. मॅनेजरचा फोन आला आणि आम्ही निघणार तेवढ्यात दाराची घंटा वाजली. शांतू आला असेल, या कल्पनेनं आत्तापर्यंत आवरून धरलेला त्याच्याबद्दलचा संताप एकदम उसळला. त्याची माझी गाठ इतक्या लवकर पडायला नको होती. म्हणजे मला माझं जे नवं आयुष्य सुरू करायचं होतं, त्यात व्यत्यय आला नसता. मी शब्द शोधत होते, एवढ्यात जाई सांगत आली की, शिंदे म्हणून कोणी आले आहेत. मी लगेच बाहेरच्या खोलीत आले. एक शिस्तीत वावरणाऱ्या, झकपकीत पोशाख घालणाऱ्या गृहस्थानं मला अभिवादन केलं आणि म्हणाला, ‘‘मी दादासाहेब मुळिकांचा पी.ए. त्यांनी आपल्यासाठी पत्र दिलंय्.’’ मी उत्कंठेनं पत्र फोडलं, तर बांद्र्यातच नवीन झालेल्या वसाहतीत मोठ्यातला मोठा ब्लॉक माझ्या नावाने दिल्याचं ते अलॉटमेंट लेटर होतं. आवश्यक लागणाऱ्या माझ्या नावाच्या पैशांच्या पावत्याही होत्या. आजपासूनच जागेचा ताबा दिला होता. त्या तत्परतेने मी चकित झाले. हे एवढे पैसे माझ्यासाठी भरले गेले असतील, तर ते एकरकमी परत देण्याची माझी क्षमता नव्हती. मी किंचित चिंतेने शिंद्यांच्याकडे पाहत विचारलं, ‘‘पैसे वगैरे काही द्यायला सांगितले आहेत काय साहेबांनी?’’

‘‘नाही बुवा! साहेब मला तसं काहीच बोलले नाहीत. उलट, साहेबांनी मला सांगितलं की, काही अडचण उत्पन्न झाली तरीही बाईंना, तकलीफ न होता जागा ताब्यात मिळायला पाहिजे.’’

‘‘अजून पाच सहा ताससुद्धा झाले नाहीत, तोवर मला जागा मिळतेसुद्धा आणि तीसुद्धा सगळे पैसे वगैरे भरून?’’

शिंदे कमरेत वाकून थोडा हसला. त्याला या प्रश्नाची, त्याचबरोबर कामाच्या स्वरूपाची चांगली सवय असावी. आणि म्हणाला, ‘‘साहेबांचं कामच मुळी असं असतं. एकदा काम करायचं ठरलं, म्हणजे मग कायदे, अटी, सारं काही गुंडाळून ठेवायचं असतं. सकाळी तुमचा फोन आला, तेव्हापासून मी याच कामगिरीवर आहे. बोर्डाच्या अध्यक्षांच्या घरी गेलो होतो. कुठले कुठले ब्लॉक्स खाली आहेत, ते विचारून आलो. स्वत: जाऊन ब्लॉक्स पाहून आलो. त्यांतला

चांगला, हवेशीर, पश्चिमेकडेचा ब्लॉक पसंत केला. तो साफसूफ करून ठेवायला सांगितला. मग बोर्डाच्या ऑफिसमध्ये गेलो. सगळे फॉर्म्स वगैरे भरून दिले. सह्यासुद्धा करून दिल्या. सगळे पैसे भरले आणि ऑर्डर घेऊन तडक येथे आलो. तुमच्या ताब्यात ब्लॉक दिला म्हणजे माझी सुटका झाली.''

मी क्षणभर अवाक झाले. मी आयुष्यात इतकी तातडी पाहिलेली नव्हती. मी म्हणाले, ''पण पैसे कुठून भरलेत तुम्ही?''

साहेबांनी सांगितले तेथून घेतले. पण त्याच्याशी तुमचा काही संबंध नाही. पण फक्त आता माझ्याबरोबर तुम्ही यायचं आणि तुमच्या गाळ्याचा ताबा घ्यायचा. खाली गाडी आणलेली आहे.''

''पण मी आता दौऱ्यावर निघाले.''

''साहेबांना तेही माहीत होतं. जर दौऱ्याची गाडी चुकली, तर तुम्हाला मुक्कामाला पोचवायलाही त्यांनी मला सांगितलंय. पण तसं होणार नाही. आपल्याला फार वेळ लागणारच नाही.''

मी मग शिंद्यांबरोबर जागा बघायला गेले. खरंच फ्लॅट सुंदर होता. सर्वांत मोठा, म्हणजे पाच खोल्यांचा होता. अजून तो उजाड होता, पण हवा तसा सजवल्यावर तो खरोखरीच सुंदर दिसला असता. मी तृप्त आणि मोकळ्या मनानं फ्लॅटमध्ये सगळ्या खोल्यांत हिंडून पाहिलं आणि स्वतंत्रतेच्या जाणिवेनं जाईकडे पाहिलं. तीसुद्धा खूश होती.

''पसंत आहे ना?'' शिंदे वाकून म्हणाले, ''तुम्ही दौऱ्यावरून परत येईपर्यंत फ्लॅट अगदी राहण्यासारखा तयार झालेला असेल.''

''म्हणजे फर्निचर वगैरेसुद्धा?''

''फर्निचर, पडदे... सगळे काही.''

''अहो पण, एवढे पैसे माझ्याजवळ नाहीत.''

शिंदे हसले. त्या हसण्यात या वेड्या प्रश्नाला काय उत्तर द्यायचं, हा भाव होता. ते म्हणाला, ''पैसे खर्च करायचेच नाहीत.''

''तरी पण...''

''अहो, तुम्हाला काही ओशाळल्यागत वाटण्याचं कारण नाही. साहेब थोडाच खर्च करताहेत? खर्च करणारे दुसरेच असतात. ते आणि साहेब पाहून घेतील. फक्त तुम्हाला काय काय हवं, काय काय नको, याची यादी मला द्या.''

मी त्याला काय काय सांगितलं, हे माझं मलासुद्धा तासाभरानं सांगता आलं नसतं, इतकी मी हवेत तरंगत होते. मग शिंद्यांनी मला शिवाजी मंदिरापाशी

सोडलं. मी आणि जाई नव्या जागेबद्दल कुजबुजत होतो. इतर कोणी नट, मॅनेजर वगैरे लोक चेष्टामस्करी करत होते, त्यात सहभागी होत होते; पण माझ्या डोळ्यांसमोर येत होती ती बुधवारी होणारी दादासाहेबांची भेट. बुधवारचं नाटक ठरल्याप्रमाणे सुरू झालं. नाटक संपल्यावर मला एके ठिकाणी जेवायला जायचं आहे, असं मी आधीच सर्वांना सांगून टाकलं आणि जर मी वेळेवर परतले नाही, तर मी परस्पर धुळ्याच्या प्रयोगाला येईन, असं जेव्हा मॅनेजर सप्रे यांना सांगितले, तेव्हा ते घाबरल्यासारखे म्हणाले, ''तसं नको बुवा! आम्ही हवंतर रात्री इथं मुक्काम करतो आणि दुपारी जेवण करून आपण निघू.'' मग तर काय, सारेच प्रश्न मिटले होते. त्या दिवशी नाटकातील भूमिका मी सरावाने करीत होते. पण माझं मन कामात नव्हतं. एका पतिव्रता स्त्रीची, सोज्ज्वळ वहिनीची, मायाळू ताईची भूमिका मी करीत होते; पण मनात मात्र मी अभिसारिका झाले होते. पुरुष काय मला नवीन थोडेच होते? पण असला विक्षिप्त उदार पुरुष मी पाहिलाच नव्हता. राजकारणात गुंतलेल्या रंगेल पुरुषांची मला माहितीही नव्हती. नाटक संपलं. मी ग्रीनरूममध्ये येण्याच्या आधीच एक युनिफॉर्ममधील ड्रायव्हर अदबीनं माझ्यासमोर उभा राहिला. मी बोललेसुद्धा नाही. मी नुसती मान हलवली. तो दूर कोपऱ्यात जाऊन उभा राहिला. मी मेकअप पुसायच्या ऐवजी उलट ठाकठीक केला. फक्त नाटकातले कपडे बदलून टाकले आणि जाईला घेऊन ड्रायव्हरच्या मागोमाग येऊन त्यानं दार उघडलेल्या गाडीत येऊन बसले.

पावसाळी हवेचे ढगाळ वातावरण, अंधारलेली रात्र, गूढ रस्ते आणि नि:शब्द आसमंत, यामुळे एखाद्या अज्ञात आणि गूढ प्रदेशात मी चालले आहे, असं मला वाटत होतं. जाई तशी बिलगून बसली होती आणि माझ्या पदराआडून तिने माझा हात घट्ट पकडला होता आणि तो हात म्हणजे 'मी आहे' असं विश्वासदर्शक सांगणारा स्पर्श होता. एका भव्य बंगल्यात गाडी थांबली. प्रथम वाटलं होतं, बहुधा डाकबंगला असावा. बंगल्यात कोणाचीही चाहूल नव्हती. आम्ही दादरा चढून वर गेलो आणि ड्रायव्हरनं एका बंद दरवाजावर हलक्या आवाजात टिचक्या मारल्या. आतून गंभीर आणि दरारायुक्त आवाज ऐकू आला. आवाज थोडा पसरट होता. मद्याच्या झिंगीतून येणारा हा आवाज माझ्या ओळखीचा होता.

''दरवाजा उघडा आहे.'' आम्ही दोघी आत गेलो, तेव्हा दादासाहेब मुळीक आरामशीर कोचावर विसावले होते. पुढ्यात दारूची बाटली, ग्लास दिसत होता. आम्हा दोघींना पाहताच दादासाहेब उठले नाहीत. खुणेने 'बसा'

म्हणाले. जाईकडे पाहताच त्यांच्या डोळ्यांत नाराजी दिसली. मी हसले. हे वर्षानुवर्षं चातुर्यानं जपलेलं हसणं त्यांना हवंस वाटत असेल, मला माहीत नाही पण त्या हसण्यात एक निमंत्रण असावं. त्याबरोबर दादासाहेबांनी आपला देहाचा पसारा आवरला आणि सोफ्याच्या शेजारी मला जागा करून दिली. मी बसताच म्हणाले, "शेजारी एखादी खोली रिकामी असेल तर आमच्या जाईसाठी खाली करून द्या." दादासाहेबांना काही बोलावंच लागलं नाही. तो ड्रायव्हर शेजारच्या खोलीकडे गेला. त्याने दरवाजा उघडला. त्याबरोबर जाईही उठून त्याच्या मागोमाग गेली. फक्त जाण्यापूर्वी तिनं माझी छोटी बॅग उघडून कोपऱ्यातल्या टेबलावर ठेवली. मग दरवाजे बंद झाले आणि तो बंगलाही नि:शब्द झाला.

पुढचं सारं संभाषण शब्दश: मला आठवत नाही; कारण मीही मग त्यांच्याबरोबर मद्य घेऊ लागले. दादासाहेब अगदीच अबोल होते. ते फक्त माझ्याकडे न्याहाळून पाहत होते. कधी क्वचित त्यांचा हात पाठीवरून फिरे, पण त्यांच्या पाहण्यात नि स्पर्शात काही विशेष घडतंय, असा हावरटपणा मुळीच नव्हता. हे असे नजराणे स्वीकारण्याचा आपल्याला हक्कच आहे, अशा तऱ्हेची एक ऐट मात्र जाणवत होती. मी त्यांनी माझ्यासाठी तत्परतेने केलेल्या उपकाराबद्दल बोलायला लागले, तेव्हा त्यांनी माझ्या तोंडावर हात ठेवला आणि म्हणाले, "त्याची काही गरज नाही. माझ्या माणसासाठी वाटेल ते मी करीन."

आणि खरोखरच मला तो अनुभव आला. जागेचा प्रश्न तर मिटला होता. शांतू कदाचित त्रास देण्याची शक्यता आहे, हे लक्षात घेऊन आपोआपच त्याचा बंदोबस्त दादा मुळिकांनी केला. माझा नाटकाचा धंदा बरा चालला होता. म्हणण्यासारखे काही घडलेले नव्हते. दादासाहेब कधीतरी कदाचित पंधरा दिवसांनी आधी कळवून येत असत. खरं म्हणजे स्त्री हा आपल्या इभ्रतीचा, खानदानीपणाचा आणि सत्तेचा गौरव आहे, एवढ्यासाठीच त्यांना स्त्रियांची संगत प्रिय होती. कुठल्याच स्त्रीला आवडावं, असं त्यांचं रूप नव्हतं; परंतु त्यांच्याजवळ असणारी अप्रतिहत सत्ता, वागण्यातली अदब आणि दिलदारपणा यांमुळे त्यांना सहन करणं शक्य होतं. मग्रूर आणि अर्वाच्य भाषा मला एकदा-दोनदा ऐकायला मिळाली होती; पण काही म्हटलं तरी ते एक संरक्षणाचं कवच होतं आणि मला ते या घटकेला तरी सोईस्कर होतं. बोलूनचालून मी एक नटी होते. माझं चरित्र आणि चारित्र्य त्यांना माहीत होतं. त्यामुळे माझ्याकडून कसल्याही इमानाची त्यांना अपेक्षा नव्हती. माझ्या आयुष्यात घडलेल्या घटना मी कधीही विसरू शकले नव्हते. पुरुषस्पर्शाविषयी माझी ओढ आता आतूनच कमी व्हायला

लागली असावी. त्याला कारण अर्थात जाईसुद्धा असू शकते. जाईनं माझा आता सर्वार्थानं कब्जा घेतलेला होता. मला तो पसंत होता. माझ्या या नव्या घरात जाईसारखी सुरक्षित आणि निरुपद्रवी संगत मला हवीहवीशी वाटत होती. यात काही चुकतंय, असं वाटण्याइतकी अक्कलही मला नव्हती. पुढे काही कारणानं एका डॉक्टर नटमित्राशी बोलताना विषय निघाला. भीडभाड न ठेवता, वाटेल ते बोलण्याची त्याची सवय होती. त्याने एके दिवशी विचारले,

"आशाबाई, तुमचं वागणं नॉर्मल नाही."

मला तो काय म्हणतोय समजलं नाही आणि समजलं तेव्हा माझा चेहरा गोरामोरा झाला. त्याबाबत तो म्हणाला, "तुमचं रूप तुम्हाला सांभाळायचं असेल, तर समलिंगी आकर्षणातून मुक्त व्हायला पाहिजे. स्त्रीच्या प्रकृतीला ते अतिशय घातक असतं. रोज पाहिल्यामुळे तुमच्यातले बदल तुम्हाला जाणवत नसतील; पण मी तुम्हाला सावधगिरीची सूचना देतो."

वास्तविक त्याच्या हे लक्षात यावं, असं माझ्याकडून काहीही चुकीचं वागणं घडलं नव्हतं. तशी कुणालाच शंका यायचं काही कारण नव्हतं. जाई माझ्या बरोबर दौऱ्यात येई, तेव्हासुद्धा आम्ही कधी थिल्लरपणा केलेला नव्हता. मी त्याला विचारलं, "माझ्याबद्दल ही भलतीसलती अनुमानं तुम्ही कशाच्या आधारावर काढता?"

तो म्हणाला, "तुम्ही हा प्रश्न मला विचारू नका. एकतर मी काय सांगेन ते तुम्हाला समजणार नाही. कदाचित आवडणारही नाही. मी जरी एक नट असलो, तरी डॉक्टर आहे हे विसरू नका." ह्या त्याच्या वागण्याचा माझ्यावर परिणाम झाला. घरात आल्यावर मी चोरट्यासारखी वागू लागले. जाईचा संपर्क टाळायला लागेल. पण ते कसं शक्य होतं? तिने आणि मी एकत्र येण्याच्या वेळा जसजशी मी वेगवेगळ्या उपायांनी टाळू लागले, तसतसा तिचा चिडखोरपणा वाढू लागला आणि माझा आत्मविश्वास मावळू लागला. मी तिच्या योजनेला बळी पडत असे. पण पूर्वी जशी तिच्या संगतीत धुंदी येत असे, तशी धुंदी येईनाशी झाली. उलट, पश्चात्तापानं मी पोळू लागले. काय करावं हेच मला कळेना.

पण एक अशी घटना घडली, की माझं सारं आयुष्यच तिरपांगड झालं. एक नाट्यप्रयोग चालू असताना एका माणसाने येऊन बातमी सांगितली, की भटमास्तर वारले आहेत. वास्तविक भटमास्तरांचा आणि माझा कसलाही संबंध उरला नव्हता. म्हणून ते वारले काय किंवा जगले काय, याच्यामुळे मला काहीच

सुखदु:ख वाटायचं कारण नव्हतं. परंतु माझं सारं गतायुष्य या निमित्ताने माझ्यासमोर पुन्हा एकदा जागं झालं. मला एक आई आहे–मग ती कशीही असो–ती आता एकटी कशी राहील. मला एक मुलगी आहे. तिला तर मी विसरून गेले आहे. ती आता काय करील? मास्तरांजवळ होते नव्हते ते पैसे तर मी घेऊन आले होते. आता त्या दोघींचा भार तर माझ्यावर पडणार नाही? आणि तो मी पेलू शकेन काय, या भयानं माझा थरकाप झाला. माझ्या वयाची मला प्रथमच जाणीव निर्माण झाली. शांतूबरोबरच्या संबंधाच्या अखेरी माझ्या लक्षात आलं होतं, की त्याचं आणि माझं लग्न हे मुळातच नाटक होतं. कायदेशीर लग्न झालंच नव्हतं. मिळालेला डायव्होर्स खरा नव्हताच. म्हणजे या घटकेला मी खऱ्या अर्थाने भटमास्तरांची बायकोच होते. मी प्रत्यक्षात कशीही वागत असले, तरी माझ्या प्रेक्षकांच्या दृष्टीनं एक सोज्ज्वळ गृहिणी होते. मी काय करायला हवं?

खरं म्हणजे आपण किती एकट्या आहोत, असमर्थ आहोत आणि मूर्ख आहोत, याची जाणीव मला प्रथमच झाली. माझ्या जीवनयात्रेत मी एका शरीराचीच सोय पाहिली; पण या शरीराला अनेक अवयव असतात हे विसरून गेले. पण एक गोष्ट त्यातल्या त्यात बरी होती की, कोणत्याही परिस्थितीत निर्णय घेण्याची शक्ती असणारे दादासाहेब आज माझे यजमान होते आणि माझा योग चांगला होता म्हणून मला ते लगेच फोनवर भेटले.

मग पुढचं तसं सगळंच सुरळीत घडलं. सुरळीत असलं तरी सोईचं नव्हतं. पण प्राप्त परिस्थितीत मी त्याचा स्वीकार करायचं ठरवलं. आई आणि उल्का यांची जबाबदारी तर मलाच घेणं भाग होतं. त्या लगोलग माझ्या घरी आणल्या गेल्या. खाली मान घालून वावणाऱ्या आईची मला कीव आली. खऱ्या अर्थाने तिचाच नवरा वारला होता. पण तिला शोक मात्र करता येत नव्हता. स्वत:च्या मुलीच्या डोळ्याला डोळा लावण्याची हिंमतही तिला होत नव्हती. ती अगतिक झालेली होती. निराधार झाली होती. मधल्या कालखंडात ती एकदम पंधरा-वीस वर्षांनी म्हातारी झाल्यासारखी वाटली. का कोणास ठाऊक, पानावर बसल्यानंतर एक घाससुद्धा तिला गिळवेना, तेव्हा केव्हातरी माझी असणारी ही आई मला एका दुबळ्या स्त्रीच्या रूपात परत भेटली असं वाटलं आणि माझ्या तोंडून कितीतरी वर्षांनी 'आई'! अशी हाक उमटली.

नाटकात आईची भूमिका वठवणं किती सोपं होतं. प्रत्यक्षात मात्र आई होणं किंवा कोणाला आई मानणं हे महाकर्मकठीण आहे. खरोखरीच आतून उमाळा आला म्हणजे नात्याला नवा अर्थ येतो. मी तिला मिठी मारली आणि

प्रथमच ती ओक्साबोक्शी रडली. आपल्या अक्षम्य चुकांचं परिमार्जन ती अश्रूंच्या साहाय्यानं करीत होती. पण खरं सांगायचं तर माझ्यासमोर तिनं क्षमा मागावी आणि शरणागत व्हावं, याला मी तरी कुठे पात्र होते? कोपऱ्यात मुसमुसणारी एक लहान मुलगीही उभी होती. तिनं तर आई नावाची वस्तू कधी पाहिलीच नव्हती. आईपणावर जिथे मीच हक्क सांगू शकत नव्हते, तिथे दुसऱ्याच्या मातृत्वावर आग पाखडण्याचा मला तरी काय अधिकार? त्या एकाकी रडल्या डोळ्यांतील करुणात्मक याचना कुठेतरी माझ्याही अंत:करणाला टोचून गेली. आणि मग आपोआप माझे हात पसरले गेले. त्या पसरलेल्या हातांत एक चिमणा जीव येऊन विसावला. माझ्या अनोळखी हातांची मिठी त्या चिमण्या जिवाला क्षणभर सहन करता आली नाही. पण मग निवारा शोधणाऱ्या पाखराला निवारा लाभताच त्यानं सोडलेला सुस्कारा मला जाणवला.

हे सारंच नवीन होतं. आईच्या मिठीत हरवलेलं काही शोधण्याचा मी प्रयत्न करत होते आणि मुलीच्या मिठीत सापडलेलं हरवू नये म्हणून मी मिठी घट्ट करीत होते. घडलेल्याचा अन्वयार्थ लावण्यासाठी कुणाजवळही शब्द नव्हते. समजून घ्यायचंच ठरवलं तर अदृष्टालाही समजून घेता येतं. या वस्तुस्थितीला समजून घेणं फारसं कठीण नव्हतं.

का कोणास ठाऊक, प्रथमच माझ्या या फ्लॅटचं आज घर झालं. भिंतींचा निवारा झाला. विलासमंदिराचे घरात रुपांतर झाले. भडक आणि उत्तान अशा माझ्या घरातल्या सुशोभित गोष्टी एकदम नकोशा वाटायला लागल्या. साधे किंबहुना गबाळे कपडे घालणारी माझी आई, मुलगी कुत्सितपणे मला हसताहेत, असं उगाचच वाटून गेलं. त्या रात्री प्रथमच माझ्या कुशीमध्ये असं एक चैतन्य होतं की, जे कधी मी अनुभवलंच नव्हतं. झोपाळलेल्या डोळ्यांनी माझी मुलगी मुक्तपणानं माझ्या वक्षांवरून मस्तक घुसळत होती. कधीच न अनुभवलेला शहारा माझ्या अंगाअंगावर उमटत होता. सुखाचे हे रस्ते मला अज्ञात होते आणि त्यामुळे माझी इच्छा नसतानासुद्धा माझे डोळे पाझरत होते. मी अशीच केव्हातरी माझ्या आईच्या मिठीत सुरक्षितपणाने झोपले असेन, तेव्हा आईनं माझ्या गालांवरून हात फिरवले असतील. या चिमण्या जिवाला सर्वार्थानं मिठीत सामावून टाकण्यासाठी माझ्या दुबळ्या हातांनी खूप धडपड केली. परंतु त्याचा उपयोग नव्हता; कारण त्यांना ती सवयच नव्हती. मी जन्माला आले आणि कुणाची तरी लेक झाले; परंतु खऱ्या अर्थाने मी आईलाही कधी मिठी मारली नाही आणि नंतर केव्हातरी अवचितपणे सुरतक्रीडेतून मी आई झाले. पण तेव्हाही माझे बाहू वात्सल्याने

थरथरले नाहीत. आई व्हायचं म्हणजे काय, हे मला कधी कळलंच नाही. माझ्यासमोर जे आईचं चित्र होतं, त्या चित्रानं मातृत्वाची कल्पना खोडून टाकली.

खरं म्हणजे मला आता खुलासे नको होते. स्पष्टीकरणे नको होती. खरं म्हणजे पूर्वायुष्यातील कोणताच धागा नको होता. माणसाच्या लांबलचक प्रवासात मी काही अनाहूत पाहुणी नव्हते. मला मागे पाळेमुळे होती आणि माझीही पाळेमुळे वाढत राहणार होती. रक्ताच्या थेंबाचा प्रवास अखंड चालणार होता. पाप-पुण्याचा वारसा असाच अखंड चालू राहणार होता.

मला नीटशी झोप आली नाही. येणं शक्यही नव्हतं. गेल्या पंधरा-सोळा वर्षांच्या वाटचालीत मी इतक्या पहाटे कधी जागी झालेच नव्हते. कामविलासानं थकलेला देह जागा होऊन तो हुळहुळत्या गात्रांच्या आठवणी सांगत असे. डोळ्यांवर झोप असतानाच नाटकाच्या जागरणानंतर मला जाग येई. मी नेहमीच भकभकती सकाळ पाहत असे. मी कधीच अबोल पहाट पाहिली नव्हती. आज प्रथमच मी पहाटे जागी झाले. गात्रे टवटवीत होती. बाहेर व्हरांड्यात आले तेव्हा इतकी चैतन्यदायी हवा अंगाला स्पर्शून गेली की, एक नवा अननुभूत आनंद मला लाभला. रात्रीपेक्षाही सकाळ सुंदर वाटू लागली.

खरंच माझ्या आयुष्यात एक निराळंच पर्व सुरू झालं. पूर्वी जेवण्यासाठी जाईसुद्धा वाट पाहायची; नाही असं नाही. पण आता आईचं वाट पाहणं जाईपेक्षा वेगळंच होतं. आपली कर्तबगार, पैसे मिळवणारी मुलगी दमूनभागून येते, म्हणून आई आपल्या पापण्यांच्या कमानी उभ्या करी; तर हजारो लोकांना हसवून रडवून आपली आई कशी टवटवीत दिसते, म्हणून उल्का माझी वाट पाहत राही. मग रमतगमत मी चार गरम घास पोटात घाली, पेंगुळलेल्या उल्काला कुशीत घेऊन हलकेच झोपेच्या अधीन होई. त्या काळात मला कधीच मद्याची, पुरुषाची अथवा जाईचीसुद्धा आठवण झाली नाही. घडलं ते एवढंच की, आई आणि उल्का माझ्या घरी राहायला आल्यानंतर थोड्याच दिवसांनी जाई आपलं सामान घेऊन मला सोडून गेली.

जाई जाताना मला फार दु:ख झालं, कारण जाईने मला खूप दिलासा दिला होता. तिच्यामुळे माझं एकाकी आयुष्य पुष्कळ सुखी झालं होतं. एवढंच नव्हे, तर तिनं मला सुखाचा एक अज्ञात रस्ताही दाखवला होता. निर्मळ, निष्कपट, समजदार, अबोल अशी ती मैत्रीण मला सोडून का चालली होती, हे मला कळत नव्हतं. तिचं आणि माझं नातं आता संपुष्टात आल्याचं तिनं ओळखलं. एके काळी आपली असणारी सत्ता आणि अभिमान गेला, याची

तिला खंत नव्हती; परंतु मी तिला दुरावले, हा अपमान तिला सहन करता येत नव्हता. आणि मीही काही करू शकत नव्हते. मलाही तो खेळ थांबवणं भाग होतं; कारण अखेरी माझं रूप आणि तारुण्य यांच्याइतकं मला जगात काहीच प्रिय नव्हतं.

जाताना तीही रडली नाही, मीही रडले नाही. तिला मी जवळ घेतलं. तिच्या डोळ्यांत डोकावून पाहिलं. तिथं एक भग्न देऊळ होतं. शब्दांची देवघेव फारशी आम्ही केलीच नाही, कारण आम्हा दोघींतही ती हिंमत नव्हती. ती 'नको, नको' म्हणत असतानाच माझ्या गळ्यातली सोन्याची चेन मी तिच्या गळ्यात घातली आणि म्हटलं, ''सांभाळून राहा. काही लागलं-सवरलं तर कळवायला कमीपणा मानू नकोस आणि तशीच पाळी आली, तर परत यायला मागेपुढं पाहू नकोस.''

जाई गेली आणि मला खूप उदास वाटलं. कामतृप्तीच्या खेळात ज्यांनी साथ दिली, त्या पुरुषांच्या आठवणी एक वेळ विसरता येतात; कारण ते समर्पण हिशेबी असतं; पण जाईसारख्या स्त्रीचा खेळ हा एकेरी होता. तिला मी काहीच देत नव्हते. तरीही ती उन्मादानं वेडीपिशी होऊ शकत असे, धुंद होत असे. दुसऱ्याच्या उन्मादात आणि धुंदीत तृप्त होणारी ती वेडीपिशी मुलगी मला सोडून जात होती. माझा एक अवयवच गळून गेला. ती होती तोपर्यंत तिचं अस्तित्व मला जाणवलंच नव्हतं; पण ती गेली आणि खरोखरीच माझं आयुष्य वैराण झालं.

पण हळूहळू मी या नवीन बदलाला जमवून घेतलं. फक्त मला मद्याची सोबत मात्र आता नेहमीच लागू लागली. मला आवरण्याची आईची हिंमत नव्हती, पण विरोधाचा एकही शब्द न उच्चारणाऱ्या उल्काचा मात्र मला धाक वाटत असे. हा धाक कुठून जन्म पावला? जिची माझी ओळख होऊन खऱ्या अर्थाने महिनाभरही झाला नाही, त्या या चिमुरड्या फुलाचा मला धाक का वाटावा? ज्योतीची भीती वाटावी हे ठीक आहे, पण फुलाचीसुद्धा भीती वाटावी? मी मद्य पिते, ही गोष्ट मी उल्कापासून शक्य तितकी चोरून ठेवत असे. रात्रीचं नाटक संपवून यायच्या वेळेस ती जागी राहू नये, म्हणून मी सहज खटपट करू शकत असे; पण दुपारचं नाटक असलं म्हणजे मी उगीचच उशिरा येऊ लागले.

एक दिवस दादासाहेबांकडून फोन आला की, ते आज रात्री येणार आहेत. त्याबरोबर मी बावरून गेले. त्यांचे माझे संबंध आईला कळले तरी चालतील—नाही तरी ते कळणारच होते—पण उल्काला...? पण दादासाहेब मला

माझ्यापेक्षा अधिक शहाणे वाटले. ते म्हणाले, "तू आई आणि मुलीबरोबर राहतेस, हे मला माहीत आहे. त्यामुळे आजच्या माझ्या येण्यात माझी काही अपेक्षाही नाही. आज मी दारूसुद्धा घेणार नाही आणि तुमचं भटी जेवण जेवणार आहे."

दादासाहेब रात्री जेवायला आले. नेहमीसारखेच ते बाह्यात्कारी प्रसन्न दिसत होते. पण अंतर्यामी ते कोठेतरी खचल्यासारखे वाटले. जेवताना त्यांनी उल्काशी गप्पा केल्या. आईचीही चौकशी केली आणि जेवण संपल्यानंतर आम्ही दोघेच जेव्हा व्हारांड्यात गप्पा मारत बसलो तेव्हा ते म्हणाले, "मी काही काळ मुंबई सोडणार आहे. मंत्रिपदाचा मी राजीनामा देतो आहे; कारण माझा आणि मुख्यमंत्र्यांचा बेबनाव झाला आहे. आता माझ्याकडून तुला मिळण्यासारखं काही नाही. यदाकदाचित परत मी मंत्रिपदावर आलो, तर मग काय करायचे ते करीन. तोपर्यंत कदाचित मी तुझ्याकडे येऊही शकणार नाही. तू सांभाळून राहा, म्हणजे झाले."

"सांभाळून राहा म्हणजे?"

"असं पाहा, तुझेमाझे संबंध जगजाहीर आहेत. सत्ता गेल्यामुळे माझ्याविरुद्ध कावकाव सुरू होईल. त्यात तुझेही नाव गोवले जाण्याची शक्यता आहे. एखाद्या वेळेस तुझ्या घरावरसुद्धा पोलिसांची धाड पडेल. त्या वेळेस तू चक्क माझा आणि तुझा फारसा संबंध नाही, असे सांग. कदाचित असले काही होणारही नाही. पण सावध राहा म्हणजे झाले. कालपरवापर्यंत तू मला सुरक्षित वाटत होतीस. मी म्हणूनच तुझ्याकडे काही कागदपत्रे ठेवणार होतो. पण आता ते करणे सुरक्षित नाही. तुझ्यासाठी जाता जाता काही गोष्टी केल्यात. तुला ऑनररी मॅजिस्ट्रेट करून टाकलंय. सेन्सॉर बोर्डावरही तुझी नेमणूक केलीय. मी आता जातो."

दादासाहेब उभे राहिले. दादासाहेब तसे मला यापूर्वी कधी आवडले नव्हते. पण आता एकदम खचलेले दादासाहेब माझ्या करुणेचा विषय बनले. नेहमी डोळ्यांत मग्रुरी बाळगणारा माणूस आता थोडा विनम्र होता. हा विनम्रपणा नाटकी नव्हता. अजूनही त्यांची शरीरयष्टी ताठ होती. त्यांचा निमगोरा वर्ण आता किंचित कोमेजल्यासारखा वाटत होता. मी त्यांची उपकृत होते. त्यांनी मला हे सुरक्षित घर दिले. शांतूच्या त्रासापासून वाचवले. आई आणि उल्का यांच्याबरोबर आज मी सुखासमाधानाने जगू शकते, या सर्वांत दादासाहेबांचे संरक्षण होते. मला वाटते, इतर लोक या माणसाबद्दल काहीही बोलत असले, तरी मला काय

करायचंय त्यांच्याशी? थकलाभागलेला आणि रापलेला त्यांचा देह, सहानुभूतीची अपेक्षा करीत होता. मला राहवत नव्हते. आई आणि उल्का खरे म्हणजे या खोलीत येणारही नव्हत्या. तरी पण मी ह्या खोलीचं दार बंद करून घेतलं आणि खोलीतला दिवा मालवून टाकला. दादासाहेब तसेच पुतळ्यासारखे उभे होते आणि मी आपखुशीनं त्यांना मिठीत ओढून घेण्याचा प्रयत्न केला. क्षणमात्र त्यांच्याकडून काही जबाब मिळाला नाही, पण माझ्याभोवतीची मिठी हलकेच घट्ट होत गेली. मला ही मिठी अपरिचित नव्हती; पण ह्या मिठीचा आजचा आवेग थोडा निराळा होता. कोणत्याही उपायाने ह्या पुरुषाच्या व्यथा आपण गिळून टाकाव्यात, अशी इच्छा माझ्या मनात निर्माण झाली. आपल्याजवळ जे जे असेल ते ते देऊन टाकण्याची ओढ जेव्हा मनात निर्माण झाली, तेव्हा वासनेला निराळाच अर्थ आला. आताची ही ओढ केवळ शारीरिक नव्हती. त्यात कुठेतरी कृतज्ञता, हळवेपणा होता आणि कदाचित त्याला वात्सल्याचीसुद्धा ओढ असेल. समोरच्या व्यक्तीचे वय, त्याचे रूप ह्या गोष्टींना अशा वेळी खरोखरच काही महत्त्व नसते. एखाद्या खोडकर मुलाला शांत करावं याच भावनेचा आविष्कार जागा झाला. माझ्या शरीराचं चलनवलन त्यांना जाणवत होतं. ह्यापूर्वी आम्ही एकत्र आलो होतो तेव्हा त्यांची मी एक भोगदासी, पण आज कोठेतरी एका जिव्हाळ्यानं जन्म घेतला. एरवी शरीरतृप्ती झाल्यानंतर ते फळाची सालं टाकून दिल्याप्रमाणे माझ्यापासून ताबडतोब दूर होत; पण आज त्यानंतरही ते तसेच बिलगून माझ्या कुशीत झोपून राहिले. दोन माणसे तसे पाहिले तर शरीरानेच एकत्र येतात, पण किती वेगळ्या अवस्थेत आणि वेगळ्या मन:स्थितीत! दादासाहेबांना विसरणं यानंतर फार कठीण गेलं.

माझ्या शरीरातला भोग अजून पुरता शमलेला नव्हता. सारी इंद्रिये अजून तप्त होती, हे मला आतासुद्धा जाणवले; पण आता मी अनावर होत नव्हते. आपोआपच माझ्या मनावर नियंत्रण राहू शकत होतं. दादासाहेब एखाद्या लहान मुलाप्रमाणे अगदी सुरक्षितपणे माझ्या कुशीत होते. काही काळानंतर ते निघून जाणार होते. कदाचित ते परत येणार नव्हते. वाहत्या प्रवाहात दोन ढलप्यांची गाठ पडते आणि अकारण ते बरोबर वाहू लागतात. मग एक भोवरा मध्येच वाटेत येतो आणि ढलप्यांची जोडी फुटते. मग कोणीही कोणाचे राहत नाही आणि वेगवेगळ्या धारांनी दोन्ही ढलपे निघून जातात.

पण असं व्हायचं नव्हतं. इतक्या सहजासहजी दादासाहेब माझ्या आयुष्यातून निघून जायचे नव्हते. दुसऱ्या दिवशी सकाळीच माझ्या घरावर छापा पडला.

पोलिसांना नेमकं काय हवं होतं, हे मला कळू शकलं नाही. त्यांनी घराची कसून तपासणी केली. मलाही नाना तऱ्हेचे प्रश्न विचारले. मग वृत्तपत्रांचे प्रतिनिधी आले. तेही निरनिराळ्या गोष्टी खोदून मला विचारू लागले. मी काय सांगत होते, हेही मला कळत नव्हते. पण माझ्या तोंडून नको त्या बऱ्याच गोष्टी त्यांनी मिळवल्या असाव्यात. कारण दुसऱ्या दिवसापासून वृत्तपत्रांतून माझेही नाव चर्चिले जाऊ लागले. एका वृत्तपत्राने तर माझा, उल्काचा, शांतूचा, भटमास्तरांचा, एवढेच नव्हे तर बाबाजीरावांचाही फोटो छापला. अनेक खऱ्याखोट्या हकीकती त्यात घालण्यात आल्या. मी म्हणजे कोणीतरी सभ्य वेश्या आहे, असे माझे चित्र त्यात रेखाटले होते. मला बाहेर तोंड दाखवायचीसुद्धा लाज वाटावी, असा मजकूर होता. माझ्या परिचितांपैकी काहीजण मला भेटून गेले. खटला भरण्याचा त्यांनी सल्लाही दिला. माझ्यापेक्षा उल्काच्या भवितव्याची मला चिंता वाटत होती. तिला शाळेत जाणं मुश्किल होणार होतं. आईच्या मनात माझ्याबद्दल काय काय विचार येत असतील, ह्या कल्पनेनंसुद्धा माझा थरकाप होत होता. ज्या नाटकांत मी प्रामुख्याने काम करत होते त्याचे प्रोड्युसर शिंदे दुसऱ्या दिवशी मला भेटायला आले. औपचारिक चर्चेत वेळ न घालवता त्यांनी यापुढे त्यांच्या नाटकात मला काम देणं जमणार नाही, असं सांगितलं. आदर्श पतिव्रतेच्या भूमिका करणाऱ्या नटीचा असा बोलबाला आपल्याला परवडणार नाही, असं त्यांनी म्हणताच मला मनापासून राग आला; पण मी काहीच बोलले नाही.

एक-दोन दिवस मी असेच बसून काढले. घरातले वातावरण तंग होते. उल्काला मी शाळेतसुद्धा जाऊ दिले नाही. आईशी माझे संभाषणसुद्धा होत नव्हते. मी नुसती बिछान्यावर पडून झाल्या घटनेचा अन्वयार्थ लावत होते. त्या वेळेस मला अचानक आचार्यांचा फोन आला.

आचार्यांचं नाव मी अनेकदा ऐकलेले होते. त्यांची भाषणेही ऐकली होती. पण त्यांच्या नाटकात काम करण्याचा प्रसंग आला नव्हता. आचार्यांची आणि दादासाहेबांची मैत्री मशहूर होती. कदाचित दादासाहेबांच्या सांगण्यावरूनसुद्धा त्यांचा फोन आला असेल. फोनवरसुद्धा ते ज्या पद्धतीने बोलले, त्या पद्धतीनं मला दिलासा आला. मी त्यांना भेटायला त्यांच्या कार्यालयात तेव्हा पोचले. कार्यालयातील सगळे कर्मचारी माझ्याकडे पाहातच राहिले. मी त्यांच्या कार्यालयात गेले तेव्हा आचार्यांच्या शेजारी दुसरे एक गृहस्थ बसलेले होते. मी येताच आचार्य उठले आणि त्यांनी हातात हात घेऊन माझे स्वागत केलं आणि शेजारच्या खुर्चीवर बसवलं. ते नेहमीच गडगडाटी आवाजात बोलत असावेत.

दुसऱ्याला उद्ध्वस्त करून टाकण्याची जबर इच्छा त्यांच्या बोलण्यातून व्यक्त होत होती. समोर बसलेले गृहस्थ कोणी नामांकित वकील होते. गंगजे त्यांचे नाव. माझ्याबद्दल लिहिल्या गेलेल्या लेखांबाबत आणि बदनामीच्या मजकुराबाबत मी येण्यापूर्वीच त्यांचे काही बोलणे चालले होते. आचार्यांचा तो आडवातिडवा देह, जाड भिंगांचा चष्मा, आक्रमक भाषा ह्या साऱ्यांमुळे काय भूमिका घ्यायची, हेही मला ठरवता आले नाही. दादासाहेबांचा व आपला स्नेह किती आहे, हे आचार्यांनी थोडं आत्मीयतेने सांगितले. त्यांना अडचणीत आणणाऱ्यांचे आपण कंबरडं मोडून टाकू आणि मुजोर मुख्यमंत्र्यांना आपण वठणीवर आणू, असेही त्यांनी गर्जून सांगितले. हा सारा बनाव मुख्यमंत्र्यांचाच आणि तुमचा उपयोग दादासाहेबांची बदनामी करण्यासाठी केला आहे, असा त्यांच्या म्हणण्याचा अर्थ होता.

समोर बसलेले टक्कलवाले गंगजे वकील माझ्याकडे अधाशासारखे बघत होते. वास्तविक झालेल्या गोष्टीचा मला इतका मनस्ताप झाला होता, की खटल्याच्या नादी लागून तो मनस्ताप आणखी वाढवून घ्यायची मला इच्छाच नव्हती. पण समोर बसलेला झंझावात... मला नकारही देता येईना. मी मुकाट्याने वकीलपत्रावर सही करून उठता उठता सांगितलं. "वकीलफीसाठी किंवा अन्य खर्चांसाठी माझ्याकडून एक पैसाही मिळणार नाही." त्यावर आचार्य गडगडाटी हास्य करून म्हणाले, "तुम्हाला पैसे खर्च करण्याची काय गरज आहे? मग आम्ही कशाला आहेत? हे गंगजेवकील असली सामाजिक कामे विनामूल्य करतात. तुम्ही अगदी फिकीर करू नका."

परंतु ही विनामूल्य कामे अखेरी मला फारच महाग पडली. वर्तमानपत्रे नाना तऱ्हेची वृत्ते प्रसिद्ध करू लागली. वृत्तपत्रांना कोणत्याही उपायाने सनसनाटी बातमी हवी असते-पतिव्रतेची असो, नाहीतर वेश्येची असो. बऱ्यापैकी नटी असूनही आजवर मला जी प्रसिद्धी मिळाली नव्हती, ती सारी प्रसिद्धी आता माझ्यासमोर हात जोडून उभी होती नि ह्या घटकेला प्रसिद्धी तर मला नको होती. वेळीअवेळी मला गंगजेवकिलांकडे जावे लागे. आचार्यांच्या मोटारीतून कोर्टात जावे लागे. एकदोनदा तर चर्चेच्या निमित्ताने मी गेले असता त्यांच्या मद्यपानाच्या मैफलीतही मला सामील व्हावे लागले. आचार्यांबद्दल नाना प्रवाद मी ऐकले; पण माझ्याशी मात्र ते कधी वाईट वागले नाहीत. नाही म्हणायला मी असताना वकिलांशी ते जे बोलत, ते अतिशय घाणेरडे असे. असले काही बोलण्यात त्यांना विकृत आनंद वाटायचा. माझी नापसंती माझ्या डोळ्यांत आपोआपच

उतरायची. तेव्हा ते म्हणायचे "आमची सारी शक्ती आता फक्त जिभेत उरली आहे." पण ॲडव्होकेट गंगजे यांचं तसं नसावं. त्यांची हावरट वखवखलेली नजर सारखी माझ्यावरून फिरायची. हा तसा गबाळा, काळाकभिन्न, ठेंगणा माणूस नामांकित वकील असेल, हे मला खरंसुद्धा वाटत नव्हतं. पण कोर्टात उभं राहिल्यानतंतर त्याला एक वेगळंच अवसान यायचं. त्यांनी एकदा प्रश्नोत्तराची सरबत्ती सुरू केली की त्यांच्यापुढे मी मी म्हणणारे लोक चळाचळा कापत, अशी वदंता खरीच असली पाहिजे. 'प्रभा'चे संपादक पुरुषोत्तम महाले आणि मालक-प्रकाश हसमुख पटेल यांच्या अब्रूचे त्यांनी कोर्टात धिंडवडे काढले. कोर्टात द्यायच्या जबानीतील अक्षर अन् अक्षर त्यांनी माझ्याकडून पढवून घेतले. वागायचे-बोलायचे-उभे राहायचे त्यांनी मला शिकविले. त्यामुळे माझ्या उलटतपासणीत मी कुठेही कमी पडले नाही. शिवाय माझा सात्त्विक चेहरा आणि शालीन स्त्रीचं नाटक हेही माझ्या मदतीला होतं.

अभिनय कसा करावा, हे कोणी मला सांगायला नको होतं. कित्येक गोष्टी मी धडधडीत नाकारल्या. मधूचा उल्लेख आलाच नाही. बाबाजीरावांचे माझे संबंध बाप-लेकीसारखे होते, हे सांगायलासुद्धा मला लाज वाटली नाही आणि दादासाहेब मला आपल्या मुलीसारखे मानत, हे मी अनेकदा गहिवरून तुडुंब भरलेल्या कोर्टात सांगितलं. माझ्या चारित्र्याचा पंचनामा समोर चालू होता. उलट तपासणी घेणारे वकील मला सतत कोठे ना कोठे अडकवण्याचा प्रयत्न करीत होते; पण कधी भाबडेपणाचे नाटक करून, तर कधी डोळ्यांत पाणी आणून एका निरपराध पतिव्रता स्त्रीचं सोंग मी चांगलं वठवीत होते. खटल्यात शांतूची साक्ष झाली. पण शांतूही माझ्याइतकाच बनेल आहे, हे माझ्या ध्यानात आलं.

खटल्यात एवढंच उघडकीला आलं, की भटमास्तरांचं घर मी सोडून गेले आणि शांतूबरोबर लग्नाच्या बायकोसारखी राहिले. डायव्होर्स मिळला नाही, ही गोष्ट मला प्रथम तेव्हाच कळली. शांतूनं मला तसं फसवलेलं होतं, पण ती फसवणूक त्यानं उघडउघड आपल्यावर ओढवून घेतली. आचार्यांनी शांतूला त्याबद्दल काही प्रेमळ उपहार दिला होता, हेही मला नंतर समजलं. सारी केस संपली तेव्हा गंगजे वकिलांनी जे भाषण केले, त्यावरून मी एक निष्पाप स्त्री होते, माझी फसवणूक झाली होती, माझ्या प्राप्तीची धडपड करणाऱ्यांनी केवळ मत्सरापोटी असं लिखाण करून मला आयुष्यातून उठवण्याचा घाट घातला, हे अगदी तळमळीने सांगितले गेले होते. तेव्हा नाटकांच्या धंद्यातही मला खूप

स्पर्धक होते, त्यांचाही सहभाग ह्या पत्रकारांनी घेतला असला पाहिजे, असाही संशय व्यक्त करण्यात आला. खटल्याचा निकाल बहुतांशी अनुकूल असेल असे गंगजे वकिलांनी सांगितले होते.

खरे म्हणजे, आता मी ह्यात खूप अडकले होते. मला यातही काहीच प्रसिद्धी नको होती. खटला जिंकूनही माझा काही फायदा नव्हता. कदाचित मला नुकसानभरपाई म्हणून पुन्हा दिवाणी दावा लावून पैसे मिळवता आले असते. नाही असे नाही नाही. परंतु माझी जी अकारण प्रसिद्धी झाली होती, तिच्यामुळे माझ्या आयुष्याची ससेहोलपट होत होती. फायदा झालाच असला तर तो आचार्यांचा; कारण त्यांच्या वृत्तपत्रांना मी एक नवीन खाद्य झाले होते. गंगजे वकिलांनी खटला जिंकला असता, तर त्यांना वारेमाप प्रसिद्धी मिळणार होती. खरा फायदा झाला असता तर तो दादासाहेबांचा. कारण वाच्यता झालेल्या एका प्रकरणातून ते बाहेर पडले असते. दादासाहेबांची साक्ष कोर्टात काढावी यासाठी खूप प्रयत्न झाले; पण कोर्टाने ती विनंती नाकारली आणि आमच्या वकिलांनी त्यांच्या साक्षीचा या बदनामीच्या खटल्यात कसा काय उपयोग होतो, या बाबतीत अनेक कायदेशीर मुद्द्यांचा ऊहापोह केला. या सगळ्या लांबलचक खटल्याच्या प्रकरणात माझ्यावर आर्थिक ताण खूप पडला. कितीही काटकसर केली, तरी घरखर्चाला लागणारे पैसे उभे करावे लागत होते. शिवाय उल्काला मी लोणावळ्याच्या मिशन स्कूलमध्ये ठेवले होते. तोही खर्च मला चालवावा लागत होता. एकदा असाच चर्चेत काही विषय निघाला, तेव्हा गंगजे यांनी आपल्या खिशातून मला दोन हजार रुपये काढून दिले. मी ते घ्यायला कांकू करू लागले, तेव्हा खटल्याचा निकाल लागल्यावर सवडीने ते मला परत करा असे ते म्हणाले. एखाद्या अशिलाचे काम फुकट करावे इतपत समजण्यासारखे होते; पण त्यांनी उचलून पैसे द्यावेत, ही गोष्ट प्रथमच घडली असावी. हळूहळू आपण वकिलांच्या कच्छपी जातो आहोत, हे मला कळत होते; पण मी अगदी अगतिक होत चालले होते. खटल्याचा निकाल चार दिवसांत लागणार हे नक्की झालं, तेव्हा गंगजांचा मला फोन आला. मला नाही म्हणता येईना. मी गंगज्यांच्या घरी गेले, तेव्हा गंगजे कपडे घालून तयारच होते. मला काही समजेचना. तेव्हा ते म्हणाले, ''आपल्याला एका महत्त्वाच्या ठिकाणी जायचंय. एका गृहस्थांना भेटायचंय. तेव्हा शहाण्यासारखं वागा.''

''मी नाही समजले.''

''समजेल, तिथे गेल्यावर समजेल.'

मग आम्ही गंगज्यांच्या गाडीत बसून मरीन-ड्राईव्हजवळच्या एका इमारतीत गेलो. आपण कुठे जात आहोत, हे मला समजत नव्हतं. पण एका आलिशान फ्लॅटमध्ये गेल्यावर कळलं, की आपली केस ज्या न्यायाधीशांसमोर चालली आहे, त्यांनाच आपण भेटायला आलो आहोत. पण घरतर एखाद्या कोट्याधीशाच्या घरासारखं होतं. म्हणजे ते त्यांचे खचित नव्हतं. खरंतर, यापुढे काय घडलं, हे नमूद करण्यातसुद्धा अर्थ नव्हता. न्याय इतक्या सोप्या पद्धतीने विकत मिळतो, हे मला माहीत नव्हतं. न्यायाधीशांना शरीर विकून मी आज न्याय विकत घेणार होते. न्यायासनावर बसलेला कठोर मुद्रेचा हाच का तो माणूस? आता लंपट, हावरा आणि चळलेला हा म्हातारा. गंगजे दुसऱ्या खोलीत जाण्याची वाटसुद्धा पाहत नव्हता. न्यायासन, पत्रकारिता, वकिली पेशा, शरीर-विक्रय करणारी क्षुद्र स्त्री. कसले न्यायाचे नाटक चालले होते, प्रतिकाराची सारी शक्ती संपलेली होती. एका मृत व्यक्तीप्रमाणे मी अचेतन पडलेली होते आणि समोरचा तो लंपट माणूस माझ्या शरीराशी खेळत होता. हा सत्य आणि न्याय यांचा कैवारी होता. जे शरीर एके काळी मला अभिमानाचे वाटत होते, ते या घटकेला मला किळसवाणे वाटले. यातच भर म्हणून की काय माझ्या देहाचा चोळामोळा करून न्यायमूर्ती निघून गेल्यानंतर गंगजे खोलीत आले. त्यांना पाहताच माझा सारा संताप मला आवरेनासा झाला. माझ्या अंगाशी ते लगट करू लागताच, मी त्यांना थाडथाड थोबाडीत मारल्या. वस्त्रे सावरली आणि लिफ्टचीसुद्धा वाट न पाहता धाडधाड पायऱ्या उतरून टॅक्सीला खुणवून घरी आले. दोन-तीन दिवसांनंतर निकाल लागला. संपादकांना आणि प्रकाशकांना एक एक महिना साधी कैद आणि पंचवीस हजार रुपये दंड करण्यात आला. पंधरा हजार रुपये मला देण्यात आले. निकालावर अपील दाखल होणार असल्यामुळे मला पैसे मिळण्याचा प्रश्नच नव्हता. त्यामुळे माझ्या आर्थिक विवंचना काहीच सुटण्यासारख्या नव्हत्या.

एकंदर नाटकातील माझी कामे कमी झाली होती. परंतु खटल्याचा निकाल लागला आणि त्या परिस्थितीचा फायदा घेऊन व्हॅम्पची भूमिका असलेले एक नाटक माझ्याकडे आले. या नाटकात काम करून नाटकातील माझी प्रतिमा मलीन होणार होती. पण माझ्यापुढे काही इलाज नव्हता. नाहीतरी माझा बदलौकिक जगजाहीर झालाच होता. नाटक तसे सामान्य होते; परंतु नाटकातल्या घटनाच अशा होत्या, की नाटक नक्की चालण्यासारखे होते. नाटकाची जी एक नवी लाट येऊ पाहत होती त्यातलेच हे नाटक, प्रत्यक्ष प्रकाशात येण्यापूर्वीच वेगवेगळ्या कारणांनी गाजले होते.

पंधरावीस दिवसांच्या घाईगर्दीच्या तालमीनंतर नाटकाचा शुभारंभाचा प्रयोग झाला. हे नाटक पहिल्याच प्रयोगात उचललं गेलं आणि त्याच्यावर वादंग उठला. बोलनचालून शरीराचे उन्मत्त प्रदर्शन होते, अश्लील आणि द्वयर्थी कोट्या आणि एका विकृत स्त्रीचे त्यात प्रदर्शन होते. या नाटकामध्ये खरोखरच मला उघडंनागडं करून ठेवलं होतं. नाटक बंद करावं यासाठी कोणीतरी कोर्टात गेलं, पण कोर्टातून तात्पुरती बंदीही मिळविण्यात आली. आणि तोपर्यंत नाटकाचे तीस -चाळीस प्रयोग महिन्याभरात होऊनही गेले होते. या नाटकानंच पहिल्यांदा मला खऱ्या अर्थानं पैसे मिळवून दिले. मला वाटलं होतं माझं तारुण्य ओसरतंय आणि ते फारसं खोटंही नव्हतं, परंतु रंगभूमी हा बोलूनचालून फसवण्याचा धंदा आहे, रंगमभूमीच्या कपटी प्रकाशयोजनेत आणि रंगरोगणात अजूनही मी पुरेशी उन्मादक दिसत होते. निदान लोकांना तसे फसवू शकत होते. कालपरवापर्यंत मी सीतासावित्रीसारख्या पतिव्रतांच्या भूमिका घेत होते आणि आता एका चवचाल देह-विक्रय करणाऱ्या स्त्रीची भूमिका घेतली होती. पूर्वी रस्त्यावरून जाताना लोक माझ्याकडे कौतुकाने पहात आणि आता तेच लोक मला दिवसाढवळ्या डोळा मारून खुणवीत होते. पूर्वी मी प्रेक्षकांच्या अंत:करणातील देवाला हाक मारीत असे आणि आता मी त्यांच्यातला पशू जागा करू लागले.

पूर्वी नाटकातल्या विषयाशी माझा काही संबंध नसायचा. नाटककारांनी दिलेले शब्द मी नुसते पोपटासारखे म्हणत असे. पण आता मात्र ते शब्द मलाही स्वत:ला जखमी करीत होते. कोर्टामध्ये या नाटकावर बंदी आणण्यासंबंधी खटला चालू झाला आणि लेखनस्वातंत्र्य व आविष्कारस्वातंत्र्य या शब्दांचे वादंग सुरू झाले. मला साहित्यातलं तेव्हाही कळत नव्हतं. परंतु वाटेल ते लिहिण्या-बोलण्याचं स्वातंत्र्य मागू पाहणाऱ्या तथाकथित पुरोगाम्यांच्या सापळ्यात मी अकारण येऊन पडले होते. या वादात गुंतलेले नट, नाटककार, निर्माते, वकील या साऱ्यांना मला जवळून पाहता आलं आणि माझ्या लक्षात आलं, की स्वातंत्र्य वगैरे सगळं खोटं आहे. हा सगळ्यांचा पोट भरण्याचा धंदा आहे. आणि या सापळ्यात मी येऊन अकारण अडकले आहे.

आचार्यांनी तर या नाटकावर झोड उठवली. नाटकाचे प्रयोग बंद करण्यात आले. ते तर माझ्या चरितार्थाचे हुकमी साधन. काय करावं हा माझ्यापुढे प्रश्न उत्पन्न झाला. आणि त्यासंबंधी मी आचार्यांना भेटायला गेले, तेव्हा त्यांनी मला शिव्यांची लाखोली वाहिली. माझ्या लक्षात आलं, की अशा नाटकांचा विरोध हाही त्यांच्या धंद्याचाच भाग. त्यांनी काय करायचं बाकी ठेवलं होतं? आणि केलं

होतं तेही उघडपणेच केलं होतं. परंतु त्यांचं म्हणणं असं होतं की माणसाने कसंही वागावं, पण त्या वागण्याचे तत्त्वज्ञान करू नये. साहित्य, संगीत, नाटक यांसारख्या सामूहिक आनंदाच्या बाबतीत उद्दीपित करणारे काहीही येता कामा नये. मला या रूक्ष साहित्यचर्चेचा काहीही उपयोग नव्हता. मला हवा होता जगण्याचा सोपा मार्ग. माझ्या हातांनीच माझी प्रतिमा मी खराब करून घेतली होती.

आचार्यांच्या एकदोन भेटीनंतर माझ्या लक्षात आलं की त्याचं वरपांगी पराक्रमाचे दर्शन हेच मुळी एक नाटक आहे. त्यांच्या पापपुण्याच्या कल्पना याही अगदी निसरड्या आणि बदलत्या. कशातूनही वृत्तपत्राला सनसनाटी मजकूर मिळण्यासाठी ते धडपडत असत. माझ्या बदनामीच्या खटल्याबाबत त्यांनी जे प्रयत्न केले तेव्हा फारसे शुद्ध नव्हतेच. नाटकं काय रंगभूमीवरच घडतात? ती सगळीकडेच चालू आहेत.

याच सुमारास माझी पुरुषोत्तमशेठशी ओळख झाली. खरे म्हणायचे तर त्यांनी ती ओळख करून घेतली. चारदोनदा वेगवेगळ्या पार्ट्यांच्या निमित्ताने त्यांची माझी ओळख झाली होती. परंतु खास ओळख करून घ्यावी किंवा झाली तर ती वाढवावी, असे त्यांच्यात काहीच नव्हते. मुंबईतील एक फार श्रीमंत असामी एवढेच त्यांच्याबद्दल म्हणता आले असते. त्यांची साठी केव्हाच उलटली होती. त्यांनाही स्त्रीबद्दल लोभ वाटावा अशी त्यांच्या शरीराची क्षमताही नव्हती. एक दिवस घरी येऊन त्यांनी उघड उघड प्रस्ताव मांडला व मला ठेवण्याची इच्छा व्यक्त केली. त्यांच्या बोलण्यात एक व्यापारी स्पष्टपणा होता. आपण किती पैसे देऊ व माझा कितीसा उपयोग करू, याचीही त्यांनी नेटकी कल्पना दिली. खरे म्हणजे आत्तापर्यंत माझ्या कोणत्याही अवस्थेत अशा तऱ्हेची कोणी नागडी भाषा केली असती, तर मी त्याला घरातून बाहेरच हाकलून दिले असते. पण माझी अगतिकता जशी त्यांना माहीत होती, तशीच ती मलाही माहीत होती. शिवाय या व्यवहारात माझ्यावर कोणतेच बंधन नव्हते. अखेरीस एका कुरूप जीवनाला मी नाइलाजाने सामोरी गेले. आता या श्रीमंत धनिक पुरुषाकडून जास्तीत जास्त पैसे उकळणं आणि उरलेल्या आयुष्यात सुरक्षितपणे आणि कोडगेपणाने जगत राहणं, एवढंच माझ्या नशिबात राहिलेलं होतं. आता माझ्या आयुष्यात काही नवीन घडण्यासारखं नाही, असे मी धरून चालले होते; पण तसं होणार नव्हतं. आपण पराभूत झालो म्हणून खालच्या मानेनं जगायचं योजलं असलं तरी कोणीतरी आपल्याला राजरस्त्यावर खेचून आणते, आणि मग

गर्दीपासून, वेगापासून, आणि प्रकाशापासून दूर राहता येत नाही.

कधी नव्हे ते आयुष्यात स्मशानशांततेचे दिवस आले. घरातली पुरुषांची वर्दळ कमी झाली. उदास संध्याकाळी बाल्कनीत बसून पूर्वायुष्याचा जमाखर्च मी मांडत बसे. आता रात्रीची जागरणं फारशी होत नव्हती. मद्यसुद्धा प्यावंसं वाटत नव्हतं. वेळच्या वेळी काहीतरी दोन घास खाऊन पिंजऱ्यातल्या मैनेप्रमाणे माझे आयुष्य चालले होते. नाही म्हणायला उल्का सुट्टीला घरी परत येई किंवा मी कधी तिला भेटायला लोणावळ्याला जाई, तेव्हाच थोडीफार खळबळ झाल्यासारखी वाटे. उल्काला दूर ठेवल्यामुळं आणि तेही मिशन स्कूलमध्ये ठेवल्यामुळे मधल्या घटनांचा तिच्यावर फार परिणाम झाला नव्हता. आता तिची शाळा संपली होती. कॉलेजमध्ये तिला कोठे ठेवायचे, हाही प्रश्न होता. तीही आता वयात आलेली होती. तिची जबाबदारी मी पार पाडू शकेन, असा विश्वास मला वाटत नव्हता. तिचे शिक्षण पार कसे पडेल, तिचे लग्नकार्य कसे होईल, हे सारेच प्रश्न अनिर्णित होते.

परंतु ते प्रश्नही अकस्मात संपले. आपली एका तरुण मुलाशी ओळख झाली आहे व त्याची आपल्याशी लग्न करण्याची इच्छा आहे, असे सांगून तिने मला चकित केले. तिच्याकडे पाहून मला बरे वाटले. ही एवढीशी मुलगी! तिला अजून पुरुषांची ओळखसुद्धा नाही. तिने शोधलेल्या या पुरुषाने तिच्यात काय पाहिले असेल? केवळ तिचे रूप, का बुद्धी, का तिच्या आईजवळ असू शकणारी संपत्ती? हा मुलगा चांगल्या कुलशीलाचा असेल तर इतक्या बदनाम झालेल्या स्त्रीच्या मुलीशी तो लग्न करायला कसा तयार होईल? त्याच्या आईवडिलांची संमती या लग्नाला मिळेल काय?

पण त्याला पाहिल्याबरोबर माझ्या या साऱ्या शंका निरर्थक आहेत, असे मला वाटले. हा मुलगा अगदीच सामान्य होता. त्याचे आईबाप कुलवंत होते. घराणेही चांगले होते. परंतु मास्तरकी करणाऱ्या या कुटुंबाला उल्काला सुखात ठेवण्याची क्षमता कोठून असणार?

आजपर्यंत उल्का सुखात वाढली होती. हा मुलगा तर एखाद्या सामान्य औषध कंपनीत विक्रेता होता. या मुखदुर्बळ मुलात महत्त्वाकांक्षा दिसतच नव्हती.

उल्का अखेरीस माझीच मुलगी होती. माझंच रक्त तिच्या अंगात वाहत होते. त्या बावळट मुलाच्या संसारात ती सुखी होऊ शकेल काय? कोमट आणि थंड असा हा तिचा संसार तिला गुंतवून ठेवू शकेल काय? आईच्या बदलौकिकामुळे आपले लग्न होणे शक्य नाही, म्हणून तिने ही शहाणी तडजोड केली असेल.

उल्का सुट्टीसाठी घरी आली तेव्हाच हे सारे मला कळले होते. तिच्याकडे पाहिलं की वाटायचं, की ती अजून परकरी मुलगीच आहे. ती इतकी भाबडी होती की स्त्री-पुरुष संबंधाचेसुद्धा फारसे ज्ञान नव्हते. मिशन स्कूलमध्ये वावरल्यामुळे तिच्यात एक चुणचुणीतपणा आला होता. तिला भेटलेला हा पहिलाच मुलगा, तिच्या रूपाचंही कौतुक करणारा हा पहिलाच पुरुष. बस्स! एवढ्याच गोष्टीवर ती या मुलात गुंतून पडली होती. मी तिला कलाकलाने सगळे समजावून सांगितले. ती लावण्यवती नव्हती पण आकर्षक होती. फार तीक्ष्ण बुद्धीचीही नव्हती पण हुशार होती. तिला शिकता आलं असतं. चांगला पगारदार जोडीदार मिळवता आला असता; पण त्यासाठी तिनं थोडं थांबायला हवं होतं आणि गमतीची गोष्ट अशी, की मी सारे सांगितल्यावर ती थांबायला तयारही झाली.

सुट्टीचे दिवस होते. पण माझं मात्र घरात राहणं फार थोडं होतं. एका नवीन नाटकाच्या तालमीसाठी व जुन्या नाटकांच्या वऱ्हाडाच्या दौऱ्यासाठी मला बाहेर रहावे लागे. घरात आई होती ही गोष्ट खरी; पण वयात आलेली तरणीताठी मुलगी तशी एकटीच असे. तिच्या वयाची असताना मी कोणत्या दिव्यातून गेले ते आठवले. हे असलं आयुष्य तिच्या नशिबात येऊ नये, अशी माझी इच्छा होती.

पण मी दौऱ्यावर असताना भलतंच काहीतरी घडलं. मी मुंबईत असते तर हे सारं थांबवू शकले असते, असे मला वाटते. पण तेही फारसं खरं नाही. कारण माझा कुठल्याही परिस्थितीवर ताबा असावा, असं मुळी माझ्या दैवातच नाही. त्यापेक्षा कदाचित उल्का म्हणत होती त्या माणसाबरोबर मी तिचे लग्न लावून दिले असते, तर बरं झालं असतं.

मी दौऱ्यावर असताना अधूनमधून घरी फोन करायची, तेव्हा उल्कानं एका दिवशी तिला सिनेमासाठी स्क्रीनटेस्टला बोलावले आहे, असं सांगितलं. ज्यांनी तिला स्क्रीनटेस्टला बोलावलं होतं, ते वर्मा माझ्या परिचयाचे होते आणि त्यांच्याबद्दलचं माझं मतही चांगलं होतं. पण मी येईपर्यंत थांबावे-किंबहुना सिनेमात कामच करू नये असे मी तिला सांगितले. सिनेमानाटकांत जगणाऱ्या स्त्रियांच्या नशिबात काय काय येते, ते मी अनुभवलं होतं. उच्चस्थानी पोचणाऱ्या स्त्रियांनासुद्धा जर प्रतिष्ठित वेश्येचं आयुष्य भोगावं लागतं, तर मग अधल्यामधल्या योग्यतेच्या स्त्रियांचं आयुष्य सांगायलाच नको! किंबहुना हजारांपैकी एकीला निदान कीर्ती आणि संपत्ती तरी लाभते; बाकीच्या स्त्रियांचे हाल कुत्राही खात नाही, आणि उल्का मुळातच असामान्य स्त्री नव्हती. तिच्या नशिबी यश मिळणे

हे तर आणखीन कठीण. केवळ सिनेमाला हुरळून अने स्त्रियांच्या नशीबी जे येतं तेच उल्काच्याही नशीबी आलं असतं. पण सिनेमात जाण्याच्या कल्पनेनं हुरळत नाही कोण? उल्काला बजावून सांगूनसुद्धा एकदा सिनेमाचा रस्ता दिसू लागला, तर ती ऐकेलच कशी ही भीती मनात होतीच.

मी दौऱ्यावरून परत आले ते मोठ्या सचिंत मुद्रेने. उल्का मात्र मजेत होती. तिची स्क्रीनटेस्ट झाली होती आणि ती मी येण्याचीच वाट पाहत होती. पण तिला सिनेमापर्यंत पोचवलं कोणी हे जेव्हा मला कळलं, तेव्हा मात्र मला धक्का बसला.

माझ्या गैरहजेरीत शांतू घरी आला. कितीतरी वर्षानंतर त्याने हे धाडस केलं. मध्यंतरी तो काय करत होता, हेही मला नीटसे माहीत नव्हतं. तो आला तेव्हा जर मी घरात असते, तर मी त्याला आल्याआल्या दरवाजातून हाकलून दिलं असतं. त्याचं अस्तित्वसुद्धा मला किळसवाणं वाटत होतं. परंतु माझ्या गैरहजेरीत त्याला बाहेरच्या बाहेर हाकलून द्यायची हिंमत माझ्या आईत नव्हती. शांतूचं आणि माझं नातं उल्कापासून लपूनही राहिलं नव्हतं. माझ्या फोटोच्या अल्बममध्ये त्याने आणि मी एकत्र काम केलेले फोटो होते. एवढंच नव्हे, तर तो आणि मी नवरा-बायकोसारखा संसार करत असताना काढलेले कितीतरी घरेलू आणि जिव्हाळ्याचे फोटो होते. शांतू आपल्या आयुष्यातून कायमचा गेला, असे मी समजून चालले होते. म्हणून ते फोटो मला तसे धोक्याचेही वाटले नव्हते. शांतू जेव्हा प्रथम आमच्या घरी आला, तेव्हा जर हे फोटो उल्कानं पाहिले नसते, तर निदान नवख्या माणसावर तिने इतका विश्वास टाकला नसता. त्याच्यात आणि माझ्यात जे काही घडले त्यातून फक्त चांगुलपणाचा पुरावा मागे राहिला आणि दुष्टपणाचा पुरावा मात्र त्याच्या मायावी चेहऱ्याच्या आड दडून गेला होता. उल्कासारख्या कोवळ्या मुलीला भुलवणं हा शांतूसारख्या माणसाच्या हातचा मळ.

शांतू देखणा होताच आणि कालौघात त्याच्या चेहऱ्यावरचा बावळट भावही लोपून गेला होता. जे नाटक तो प्रत्यक्षात करीत असे, तेच जर त्याला रंगभूमीवर करता आलं असतं, तर अनेक नामवंत नटांना त्याने केव्हाच मागे टाकलं असतं. त्याच्या चेहऱ्यावर हवा तेव्हा भाबडेपणा येई. करुणा, कृतघ्नता किंवा कौतुक चेहऱ्यावर बघता बघता दिसू लागे. स्त्रियांना मोहविण्याच्या कामात तर तो विलक्षण वाकबगार होता. मला त्यानं हातोहात बनवलंच होतं आणि आता उल्का त्याच्या तावडीत सापडली होती.

उल्काला मी कसं सांगू, की या देखण्या सर्पापासून तू सावध राहा? त्यानं मला पैशानं लुबाडलं होतं. पैशाचे लुबाडणे काहीच नव्हे, पण मला त्यानं सरळ सरळ दलाली करून विकलं होतं. दुसऱ्याच्या जिवावर जगणारं ते एक बांडगूळ होतं. नीती, चारित्र्य, सभ्यता, नाती-गोती काहीच न मानण्याइतका दुष्टावा त्याच्या ठायी भरलेला होता. पण हे सारं आपल्या वयात आलेल्या मुलीला समजावून सांगणं मात्र फार दु:खदायक होतं. जर मी घडलेलं सगळं सांगितलं असतं, तर तिचा विश्वासच बसला नसता. वरून निरागस दिसणाऱ्या या माणसाच्या तुलनेनं मीच कदाचित दुष्ट, फसवी आणि लबाड ठरले असते. फसल्या गेलेल्या माणसावर कोणी विश्वास ठेवत नाही, शिवाय आपण इतरांपेक्षा शहाणे आहोत, आपण कोणाकडून फसवले जाणार नाही, अशीही एक अहंता यौवनकाळात वावरत असते.

हा सारा मामला चातुर्यानंच हाताळायला हवा, हे मला कळत होते पण वळत नव्हते. मी तिला एवढंच म्हणाले, "मात्र मी तुझ्याबरोबर वर्माकडे येईन आणि मला जर वाटलं की त्यांची ऑफर खरी आहे आणि तुला सिनेमात काही भवितव्य आहे, तर मी मुळीच हरकत घेणार नाही."

पण दुसऱ्या-तिसऱ्या दिवशी तिला स्टुडिओत नेण्यासाठी शांतू आला तेव्हा मात्र माझा राग आवरेनासा झाला. मी ठरवलं होतं त्याप्रमाणे मला संयम पाळता आला नाही. साऱ्या पूर्वकृत्याची मी त्याला आठवण करून दिली. पण शब्दाला एका शब्दानंही प्रत्युत्तर न करता तो नुसता बसून राहिला. उल्काच्या समोर हे सारं चाललं होतं, पण उल्काला मी काय बोलत आहे, यातलं काहीही पटत नसावं असे मला वाटलं. उलट, माझ्या डोळ्यांतले अश्रू आणि आलेला संताप याबद्दल चेष्टा करायची हुक्की तिला आली असावी. ती काही बोलणार एवढ्यात शांतू म्हणाला, "तुझ्यासारख्या बाईच्या नादी लागलो ही चूक झाली हे मी कबूल करतो. माझ्यासारख्या कोवळ्या मुलाला फसवून तू नादी लावलेस आणि एक दिवस मला वाऱ्यावर सोडून निघून गेलीस, याबद्दल खरंतर तुला शरम वाटायला पाहिजे. तुला हवं ते सुख कोणी देऊ शकत नव्हता म्हणून चार दिवस तुझ्या म्हातारड्या देहाच्या खाजेसाठी तू मला केवळ अन्नावारी ठेवलेस. तुझा इतिहास सगळ्या जगाला माहीत आहे केवळ निकाल आपल्या बाजूने लागावा म्हणून न्यायाधीशाजवळसुद्धा झोपायला तू कमी केलं नाहीस. खरंतर रस्त्यावरच्या कुत्रीत आणि तुझ्यात काही फरक नाही."

माझ्या मुलीसमोर माझा एके काळचा यार हे सारं बोलत होता. मी रागाने

लालीलाल झाले. मला काय बोलावे हेच लक्षात येईना. हा निर्लज्ज माणूस एकदा माझ्या आयुष्याशी खेळला होता आणि आता माझ्या अनाघ्रात अशा कोवळ्या अंकुराशी खेळणार होता. दु:खाची गोष्ट तर वेगळीच होती. उल्काच्या डोळ्यांत माझ्याबद्दल सहानुभूती तर काडीची दिसत नव्हती. वाटलं, या क्षणी टेबलावर फळे कापण्याची सुरी होती ती उचलावी आणि या दुष्टाचा कायमचा शेवट करावा.

माझ्या डोळ्यांसमोरून उल्का त्याचा हात धरून बाहेर पडली आणि दरवाजाचा आवाज तेवढा कानी आला. उल्काला मी कशी रोखणार होते? तिला रोखण्याची शक्ती माझ्या गलितगात्र शरीरात उरलीच नव्हती. वासनेचे दुष्ट रक्तबीज मी वाहून आणले आणि तेच उल्काच्या देहात वाहत होते. सर्पदंशापासून बचावण्यासाठी जनमेजयाने सर्पयज्ञ केला व स्वत:ला बंदिस्त घरात कोंडून घेतलं, परंतु त्याचा काहीही उपयोग झाला नाही. कुठेतरी वासनेचा सर्प दंश करण्याची वाट पाहतच असतो आणि शांतूच्या रूपाने माझ्या घरातच विषारी सर्प शिरला होता. या सापाला मी दूध पाजून कुरवाळलं आणि हाच सर्प मला असा दंश करणार होता, की त्या विषावरचा उतारा मला कधीच सापडणार नव्हता.

माझ्या दुर्दैवाची कहाणी आता अखेरीला आली आहे. मी भोगलेल्या प्रत्येक सुखाची किंमत मला द्यायची आहे. माझी मुलगी आता ज्या बिछान्यावर शांतूने माझ्याशी शृंगार केला, त्याच बिछान्यावर उघडीनागडी होऊन पडली असेल आणि माझीच कोवळी पालवी तो आता खुडत असेल.

मी काहीच करू शकत नव्हते. जिवाभावाचा कोणी मित्रही नव्हता. नाट्यव्यवसायातल्या माझ्या परिचितांना हे माझे दुःख सांगूनही समजणार नव्हतं. आचार्यांसारख्या एकांतिक माणसाचा झाला असता तर उपद्रवच झाला असता. शिवाय गंगजे वकिलांनी माझ्या बाबतीत केलेले वर्तन आणि मी त्या गोष्टीला केलेला प्रतिकार यांमुळे आचार्य नाराज झाले असतील. अगोदरच आचार्यांच्या नादाला लागून मी माझे खेळणे करून घेतले होते. बाबाजीराव वर्षापूर्वीच दिवंगत झाले होते. नाहीतर त्यांचा एक आधार असा होता, की जिथं माझ्यासारख्या स्त्रीनं खुशाल विश्वास ठेवावा. दादासाहेब राजकारणातून उठले असले, तरी त्यांची ताकद काही कमी नव्हती. ते नक्कीच मदतीला धावून आले असते. पण ते मुंबईचा संन्यास घेऊन आपल्या गावी शेती करून राहिले होते. एके काळी मला वाटत होते, सारे जग मला अंकित आहे आणि या भासावर मी वाटेल तसं माझं आयुष्य झोकून दिलं. पण या घटकेला तरी निदान एक रंगीबेरंगी खेळणे

यापेक्षा माझ्या अस्तित्वाला काही अर्थच नव्हता. अंगात जेव्हा रग असते, तारुण्य मुसमुसत असते व वासनेचा देहावर कब्जा असतो, तेव्हा सारे जगच आपल्याला वेगळं वाटत असतं. कारण जगातल्या चैतन्याशी आपलं नातं असतं. पण जेव्हा ही उभारी संपते, तेव्हा त्या चैतन्याचंच भय वाटायला लागतं. सारे आडोसे धडाधड कोसळलेले असतात.

माझ्या साऱ्या गतजीवनाचा आलेख क्षणार्धात एखाद्या चित्रपटासारखा उजळत गेला. पण या चित्रपटाला आरंभ असला, तरी अखेर नव्हती. या चित्रपटाची अखेर म्हणजे एक उपेक्षित मृत्यू. ज्या माझ्या डोळ्यांची, सरळ आणि उभट नाकाची, मुक्त आणि लांबसडक केसांची, पुष्ट आणि उभार वक्षांची मी अस्त्रं केली, ती सारी अस्त्रे मला ओझे व्हायला लागतील; पण ही अस्त्रं फेकून द्यायची तर मृत्यूच स्वीकारायला हवा. मर्लीन मन्रोनं आत्महत्या का केली असावी? गुरुदत्तने मृत्यूला का कवटाळले? हळूहळू माझ्या लक्षात यायला लागले. पण ते मोठे कलावंत तरी होते. त्यांच्यासाठी कित्येकांच्या मनात हुरहुर वाटणार होती. डोळे भिजणार होते. त्यांच्या मागे लोकप्रियतेचं वलय तरी होतं. पण माझ्याजवळ काय आहे? एक बऱ्यापैकी गोड चेहऱ्याची नटी- जिच्या जागी कोणालाही उभं करता येईल. मुलायम मांसल देह- जो क्षणिक ऊर्मीसाठी जवळ करायचा आणि मग ऊर्मी ओसरली की फेकून द्यायचा. मी खरोखरीच कोणाला हवी होते का? आणि मला तरी कोणी हवं होतं का? मी कधी मन भरून कोणावर प्रेम केलंच नाही. नाही म्हणायला शांतूवर मात्र कोठेतरी खोलवर प्रेम केलं होतं. पण तो तर नादान-लबाड निघाला. त्याने केलेल्या प्रतारणेला तोडच नाही. आईलाही मी नको होते आणि हवी असलेच तरी आता केवळ जगण्याचे साधन म्हणून हवी होते. उल्का घरात आलीच नसती, तर वात्सल्य म्हणजे काय, हे मला कळलेच नसते. पण तिला आईचा अभिमान वाटावा असं माझ्याजवळ काय होतं? मी बेलगाम होऊन वाटेल त्या रस्त्यावरून चौखूर धावत गेले. तिला मी अडवणार कशी? आणि एकदम एखादा रस्ता दिसावा असा रस्ता मला सापडला.

अखेरीस उल्का ही मधूची मुलगी आहे आणि तोच तिला कदाचित वाचवू शकेल. तो आपली मुलगी म्हणून तिला स्वीकारील का? ही जबाबदारी त्यानं पत्करावी असा त्याचा माझा संपर्कही राहिलेला नव्हता. एक-दोनदा तो माझ्या नाटकाला आलेला मी पाहिला, पण त्यानं रंगपटात येऊन माझी भेटसुद्धा घेतली नाही. तोही आता पूर्वीसारखा एक श्रीमंत कारखानदाराचा उनाड मुलगा

राहिलेला नव्हता. तो मुंबईतील नामांकित उद्योगपतींपैकी एक गणला जाऊ लागला होता. सहजगत्या बदनामीला कारण होईल, अशी पूर्वायुष्यातील एखादी घटना तो काय म्हणून लक्षात ठेवेल?

पण माझे सारेच अंदाज चुकले. ख्यालीखुशालीत वावरणारा तो एक आता खुशालचेंडू राहिला नव्हता. मी जेव्हा त्याला फोन केला, तेव्हा तो आश्चर्यचकित झाला; पण त्याच्या बोलण्यात तुटकपणा जाणवला नाही.

''किती दिवसांनी आठवण झाली?''

''होय. वाटायचे की तुला फोन करावा; पण मग मनात शंका यायची, तू ओळख दिली नाहीस किंवा तुसडेपणानं वागलास तर?''

''छे छे? असा कसा मी वागेन? उलट, मला नेहमी वाटायचं, की तुला मी निराधार अवस्थेत सोडून दिली आणि तुला भलत्या दिशेनं वाहवत जावं लागलं. वाटायचं, मी तर तुझ्या अध:पाताला जबाबदार नाही? आणि मन खायचं. नटी म्हणून तू मोठी झालीस. मोठमोठ्या लोकांशी तुझ्या ओळखी झाल्या. मला वाटलं, तू मला विसरली असशील-''

''छे रे! तुला कशी विसरेन? त्या कालतल्या गोष्टी कोणी विसरू शकतं काय? त्या अल्लड काळातला तू माझा पहिला प्रियकर.''

''हो. ते दिवस मलासुद्धा आठवतात. त्या भलत्याच भानगडीत जर मी त्या वेळीच अडकलो नसतो, तर मग तुझे-माझे संबंध राहिले असते. काहीतरी मार्ग निघाला असता. सारंच तिरपांगडं झालं नाही का? बरं ते जाऊ दे. मला फोन कशासाठी केलास, ते तरी सांग. तसंच काहीतरी कारण असल्याशिवाय तू फोन करणारच नाहीस.''

''तसंच कारण आहे. अगदी नाजूक कारण आहे आणि तुझ्याशिवाय या कामी मला कोणाचीही मदत होणार नाही.''

''काही पैशांची अडचण आहे का?''

''छे रे! ज्या रस्त्यावरून मी चालले आहे त्या रस्त्यावर पैशांची अडचण नसतेच. परंतु तुझी-माझी गाठ पडल्याशिवाय सारं काही सांगता येण्यासारखं नाही.''

''ठीक आहे. केव्हा भेटू या?''

''केव्हा नव्हे, अगदी आत्ताच भेटलं पाहिजे. ताबडतोब!''

''इतकी तातडी?''

''होय रे! मधू, तुझी मुलगीच अडचणीत आहे.''

''माझी मुलगी?''

“सारं विसरलास एवढ्यात मधू?”

“नाही नाही. विसरलो काही नाही. पण माझी मुलगी म्हणतेस म्हणून-”

“वाटलं तर तुझी मुलगी म्हणू नकोस तिला. माझ्या एकटीची म्हण. मधू, एकदा तू तिला पाहिलंस ना, की ती मुलगी तुझी आहे हे सांगावंच लागणार नाही. पण तेही जाऊ दे. तू तिला आपली मुलगी मानू नकोस. पण तू तिला वाचव.”

आणि खरोखरीच मधू ताबडतोब माझ्या घरी आला. हाच का तो मधू, की ज्याने माझ्या आयुष्यात पहिल्यांदा वासनेचे अंगार फुलवले? त्या वेळेचा त्याचा लाघवी बडबड्या स्वभाव आता पार बदलला आहे. त्याच्या अंगोपांगांवर सुखासीनतेचं तेज होतं. बोलण्यात गांभीर्य. पांढरेशुभ्र खादीचे कपडे त्याने पेहेनले होते. डोळ्यांवर आता चष्मा आला होता. त्याचे केस किंचित करडे व्हायला लागले होते. वागण्यात एक सावध ऐट होती. बोटातली अंगठी, घड्याळ, पेन, चष्म्याची फ्रेम, पायतले शूज या साऱ्यांतून त्याची सुखासीन श्रीमंती आणि वैभव ओसंडत होते. त्यानं माझं सारं बोलणं शांतपणानं ऐकून घेतलं. तो एवढंच म्हणाला, “यापुढे उल्काची चिंता तू करू नकोस. ती चिंता तू माझ्यावर सोपव. मी सगळं काही ठीकठाक करीन.”

“तुझ्या येण्यानं किती आधार वाटला मधू याची कल्पना आहे का? तशी मी अगदी एकटी आहे.”

“मला कल्पना आहे. पण तुला एक जुना मित्र म्हणून सल्ला दिला तर मानशील?”

“मानीन की! न मानायला काय झालं?”

“हे बघ. माझ्या आयुष्यात तुला आता काही स्थान नाही. तरी पण मित्र म्हणून मी तुला सगळं साहाय्य करू शकेन. तू काही दिवस या झगमगाटाच्या आयुष्यातून शांतपणे दूर हो. तुझी नाटकातील कामं, वर्तमानपत्रातील प्रसिद्धी, अनेक पुरुषांबरोबर जोडल जाणारं नाव, यांमुळे तुझा स्नेहसुद्धा माझ्यासारख्या माणसाला धोक्याचा आहे. माझ्या आयुष्यातसुद्धा पुष्कळ बेजबाबदार घटना घडून गेल्या. त्यांतून मी बाहेर पडलोय आणि इभ्रतीच्या रस्त्यानं वाटचाल करू लागलोय. उल्काची सगळी जबाबदारी मी घेईन. एवढे पैसेसुद्धा मी तुला पाठवीन.”

“कुठं जाणार मी?”

“तेसुद्धा तू माझ्यावर सोपव. मी सांगेन तुला. प्रथम उल्काचं प्रकरण संपवू या आणि मग बघू.”

त्याच्या शब्दांत विश्वास होता. माझ्या आयुष्यात प्रथमच अशी गोष्ट घडत होती, की मी निराधार नाही आहे, असे मला वाटत होते. उल्काचं प्रकरण त्यानं खरंच समाधानकारक हातावेगळं केलं. त्याने दिल्लीच्या एका मिशन कॉलेजमध्ये तिला प्रवेश देववला. कदाचित असंही असेल, की त्यानं तिला आपल्या नात्याची कल्पना दिली असेल. औपचारिकपणे दिल्लीला जाण्यापूर्वी उल्काला घेऊन तो मला भेटायला आला. मी तिला मिठीत घ्यायचा प्रयत्न केला, तेव्हा तिने अंग चोरलं हे माझ्या लक्षात आलं. तिच्यात काहीतरी आमूलाग्र बदल झालेलाही मला जाणवला. तिचा अल्लडपणा जाऊन ती प्रौढ आणि गंभीर वाटायला लागली. मधूच्यातलं आणि तिच्यातलं साम्य तर इतकं स्पष्ट होतं की बहुधा तिला केवळ पाहिल्याबरोबर तिच्याबरोबचं नातं दोघांनाही कळून चुकलं असावं. शांतूच्या संमोहनातून उल्का बाहेर पडली, त्याला कारण मधूचा युक्तिवाद किंवा प्रचंड वैभव हे असणंच शक्य नाही. केवळ रक्ताचं नातं हेच ते कारण असलं पाहिजे. पण माझं आणि तिचं काही नातं नव्हतं का? तिच्या देहात माझंही रक्त होतंच की नाही, परंतु कदाचित शैशवातली अनेक वर्षं ते नातं मी नाकारलं. यामुळेच माझं आवाहन तिला पोचलं नाही. शिवाय तिला सावरण्यासाठी माझ्या विस्कटलेल्या हातांचा काय उपयोग होता? माझी आई मला सावरू शकली नाही आणि मीही माझ्या मुलीला सावरू शकले नाही. एकावर एक भांडी रचून जेव्हा उतरंड होते, तेव्हा त्या भांड्यांचे एकमेकांशी काही नातं असावं लागतं. खालच्यानं वरच्याचा तोल सांभाळावा लागतो. पण खालचंच भांडं जेव्हा बिनबुडाचं असतं, तेव्हा ती उतरंड उभीच राहत नाही. रक्ताच्या एका अणूचे विघटन होऊन एकाचे दोन आणि दोनांचे चार होतात. अशा तऱ्हेने ही रक्ताची उतरंड वर्षानुवर्षे या सृष्टीवर उभी आहे. ज्या रक्तगोलकातून विघटित होत होत आमचे रक्तगोल निर्माण झाले, त्यांनी आपले सर्व गुणदोष वाहून आणले आहेत. प्रत्येक व्यक्ती ही खालच्या आणि वरच्या उतरंडीतील केवळ एक क्षुद्र दुवा आहे. आजपर्यंत कोठेतरी चुकत गेले असेल; पण आता हे मला थांबायला हवं आहे.

-०-०-०-

जळणं थोडं
बाकी आहे

रेडिओ क्लबच्या डायनिंग रूमच्या एका कोपऱ्यात दाराकडे पाठ करून उदय नेहमीप्रमाणं बसला होता. खिडकीतून समुद्राचं अथांग दर्शन होत होतं आणि थंड वाऱ्याच्या झुळका उदयच्या अंगावर कोसळत होत्या. डायनिंग रूममध्ये एक पारशी जोडपं कोपऱ्यात बसलं होतं. त्याव्यतिरिक्त कुणीच अजून आलेलं नव्हतं. अजून जेवायला येणाऱ्या लोकांची गर्दी सुरू झालेली नव्हती. डायनिंग हॉलमध्ये मंद स्वरात लताची एक रेकॉर्ड चालू होती; पण त्यातील कोवळ्या आणि शांत सुरांनी उदयची अस्वस्थता कमी होण्याऐवजी वाढतच होती. आज सचिवालयात जे घडलं, त्यामुळे तो वैतागला होता आणि म्हणूनच त्यानं रंजनाला तातडीनं बोलावलं होतं.

रंजना आल्याचं त्या परिचित सुगंधानं त्याला जाणवलं आणि त्यानं पटकन मान मागं वळवली. रंजनाला पाहिलं आणि त्याचं अस्वास्थ्य एकदम हरवून गेलं. आपोआपच तो हसला. तो किंचित उठून तिचं स्वागत करणार, एवढ्यात ती त्याच्या शेजारच्या खुर्चीत येऊन बसलीसुद्धा!

रंजना बसल्याबरोबर त्यानं अगदी सहजगत्या हातात हात घेतला; आणि तिनंही तो घेऊ दिला. क्षणभर दोघंही काही बोलली नाहीत. मग तिनं हात सोडवून घेतला. पर्समधून खादीचा रुमाल काढला आणि आपला घामेजलेला चेहरा खसाखसा पुसून काढला. तीही तिची नेहमीचीच लकब होती. पावडर, लिपस्टिक, काजळ यांचा ती वापर करीत नसे. त्यामुळे पुन्हा मेकअप, रीटच् करण्याचा प्रश्नच नव्हता. हा तिचा साधेपणा, तिच्या प्रसाधनाचाच भाग आहे, हे उदयनं हेरून ठेवलं होतं. काही लोक नशीबवान असतात. त्यांना परमेश्वरानं कृत्रिम प्रसाधनाची गरजच ठेवलेली नसते. रंजना अगदी गोरीपान नव्हती; पण तिचा वर्ण तेजस्वी, डोळे वेध घेणारे, बुद्धिपूर्ण होते. ओठांवरून जीभ फिरविण्याची तिची लकब होती. आव्हान देणारा लालसर ओशटपणा तेथे रेंगाळत असे. तिची कुणी सौंदर्यवतीत गणना केली नसती, तरी तिच्या प्रभावी व्यक्तिमत्त्वाला कुणीही वश होणं अरिहार्य होतं.

उदय आणि रंजना गेली पाच-सात वर्षं असे एकमेकांत गुंतून पडले होते. धड ते लग्नही करू शकत नव्हते, एकत्रही राहू शकत नव्हते किंवा एकमेकाला संपूर्ण विसरून एकमेकांचा त्यागही करू

शकत नव्हते.

रंजनानं टेबलावर दोन्ही कोपरं ठेवली. तळव्यामध्ये आपली हनुवटी घेतली आणि निष्णात वकिलाची आपली भूमिका विसरून खट्याळ प्रेयसीचं हास्य चेहऱ्यावर पांघरून ती म्हणाली, "बोल!"

"काय बोलणार?"

"काय रे बाबा, फोनवर तर इतक्या अधीरतेनं आजची भेट ठरवलीस आणि आता नुसता बघत बसला आहेस. काय, भानगड काय आहे?"

"फोनवर तू समोर नव्हतीस. आता समोर दिसलीस आणि सारं विसरून गेलो."

"तर तर. चावटपणा करू नकोस. आपल्याला लवकर आटपायला हवं. मला मिटिंग आहे."

"हे बघ. तुझी मिटिंगबिटिंग जाऊ देत खड्ड्यात. आज पंधरा दिवसांनी मी तुला फोन केला आणि आल्याआल्या तू मला वेळ नाही म्हणून सुनावते आहेस!"

"खरंच नाही रे वेळ. तुला माहीतच आहे की, सकाळे सहा वाजल्यापासून मी सारखी कामात असते. अकरा वाजेपर्यंत कशीतरी धडपडत कोर्टात जाते. कोर्टातच संध्याकाळी माणसं गाठतात, ती रात्री अकरा अकरा वाजेपर्यंत मला सोडत नाहीत. हा वकिलीचा व्यवसाय, त्यात युनियन वर्क, शिवाय कामगार किसान संघाच्या चळवळी; या साऱ्यांत दिवसाचे चोवीस तास खरंच पुरत नाहीत."

उदय गंभीर झाला.

"कारे, बोलत का नाहीस?"

"तुला न झेपणारी कामं का करतेस? तुला काय गरज आहे?"

"यावर आपण पुष्कळ वेळा बोललोय, नाही उदय? मी वकील झाले ती वकिली करून पैसे मिळवण्यासाठी नाही, हे तुला माहीत आहे. माझ्या काही प्रामाणिक निष्ठा आहेत आणि जे काम मला मनापासून आवडते ते करायला वकिलीच्या ज्ञानाचा उपयोग होतोय हे माझ्या ध्यानात आलेलं आहे. मग वकिली करता करता तीही चालायला लागली. चांगली चालायला लागली. मी विचार केला, पैसे मिळताहेत ते का सोडा? वेळप्रसंगी चळवळीला पैसे लागतात. तिथे ते उपयोगी पडतील. म्हणून मी वकिली चालू ठेवली आणि माझं कामही केलं. थोडा त्रास होतो. पण खरं सांगू उदय, मोठी मजा असते यात. तुला नाही

वाटत? तूही इंटकचं काम करतो आहेस. यूथ काँग्रेसचं काम करतो आहेस.''

''करतो ना! पण तुला माहीत आहे, मी ते का करतो आहे.''

''चांगलं माहीत आहे. मंत्रिपदाचा जवळचा रस्ता म्हणून तू कामगार चळवळीत शिरला आहेस.''

''नाही, नाही. असं मुळीच नाही. आपण दोघांनी एकाच वेळेला कामाला सुरुवात केली. तुझी मतं निराळी झाली आणि तू डावीकडे झुकलीस आणि 'कामगार-किसान-सभे'चं काम करू लागलीस. मला वाटतं, कामगारांचे प्रश्न सत्तेबाहेर राहून सुटणार नाहीत. आपलं सरकार आता आलेलं आहे आणि आपण वाटेल ते घडवू शकतो.''

''तुला खरंच असं वाटतं?''

''अर्थातच!''

''उदय, मला वाटतं, तू स्वत:ची दिशाभूल करून घेतो आहेस. कामगारांची चळवळ नेहमीच डावी असते. फक्त कामगारांचं सरकार झालं, तरच ते प्रश्न सुटणार आहेत. आताची सत्ता कामगारहिताचा देखावा करतेय. उदार कायदे करतेय. पण त्या कायद्यांची अंमलबजावणी कितीशी केली जाते? कामगारांचे खटले न्यायालयात किती वर्षं रेंगाळत असतात? आजच्या या सत्ताधीशांना वाटतं, की नव्यानं निर्माण झालेल्या संपत्तीतल्या चार-दोन चवल्या-पावल्या कामगारांच्या अंगावर फेकल्या, की सामाजिक समता आली. ही फार भाबडी सामाजिक समानता आहे. कामगार निदान थोडेफार संघटित तरी आहेत; पण भूमिहीन शेतमजुरांचं काय? आदिवासींचं काय? देशातली संपत्ती खऱ्या अर्थानं उद्योगपतींची राहिलेली नाही. ती स्मगलर्स, काळाबाजार करणारे, मटका चालवणारे अशा समाजद्रोह्यांच्या हातात गेली आहे. त्या पैशांवर सरकारचाही ताबा राहत नाही आणि लोकांचाही ताबा राहत नाही. पण ते जाऊ दे! डाव्या-उजव्या गटांच्या विचारसरणीची चर्चा करण्यासाठी काही तू मला इथं बोलावलं नाहीस.''

''हो. पण शेवटी त्या विचारांचा संबंध येतोच. हे आपलं असं किती दिवस चालणार?''

''ते तुझ्या हातात आहे. वत्सला वेडी आहे, ती हॉस्पिटलमध्ये आहे. आणि तुला तर डायव्होर्स घ्यायचा नाहीये. कारण त्यामुळे तुझी राजकीय प्रतिमा डागळेल, अशी तुला भीती वाटते आहे. मंत्री होण्याचा तुझा चान्स कमी होणार. शिवाय तुझे सासरे प्रांतिकचे अध्यक्ष आहेत. त्यांनाही हे आवडणार नाही. बरं, आपण तसंच लग्नाशिवाय एकत्र राहू म्हटलं, तर तेही तुला मुळिच परवडण्यासारखं

नाही!''

"लग्नाशिवाय एकत्र कसं राहणार?''

"का? लग्नानं असं काय साधतं? नाहीतरी लोक तुझं न् माझं नाव एकत्र घेतातच.''

"ते निराळं आणि एकत्र राहणं निराळं. आज तुला लोक माझी प्रेयसी समजतात; पण उद्या एकत्र राहिल्यावर काय समजतील माहीत आहे?''

"काय समजतील? मला काही तुझी रखेली समजणार नाहीत. मी खूप पैसे मिळविलेत. माझा स्वत:चा नावलौकिक आहे. स्वत:चं अस्तित्व आहे.''

"पण तुझं असं अनैतिक वागणं, लग्नाशिवाय एकत्र राहणं तुझ्या प्रतिष्ठेला धक्का देणार नाही?''

"मुळिच नाही. माझ्याकडे सल्ला मागायला येणारी माणसं मी कोणाबरोबर झोपते, हा विचार करीत नाहीत. ती माझ्या ज्ञानावर आणि प्रामाणिकपणावर विश्वास ठेवून माझ्याकडे येतात.''

"तुझा हा भ्रम आहे. आपल्या समाजात असं अनैतिक वागणं खपण्यासारखं नाही.''

"कुठे आहे आपली संस्कृती? पाश्चिमात्य संस्कृतीची आपण भ्रष्ट नक्कल करत सुटलो आहोत. ज्या जगात मी वावरते, त्या जगात तरी या असल्या नीतिअनीतीच्या गोष्टीला फारशी किंमत नाही. अर्थात तुझ्या जगात आहे; कारण तुझा डोळा मंत्रिपदावर आहे.''

"तू म्हणतेस ते थोडं खरं आहे. पण मंत्रिपद मिळविण्यासाठी या सगळ्या गोष्टींचा त्याग करण्याची माझी इच्छा नाही. माझा स्वत:चा व्यवसाय आहे. मला स्वतंत्रपणे जगता येईल. स्वत:चं सुखदु:ख ठरविता येईल. माझं व्यक्तिगत स्वातंत्र्य शिल्लक राहून मला मंत्रिपद मिळालं तर हवं आहे.''

"मग तुला ते कधीच मिळणार नाही.''

"कदाचित मिळणारही नाही. पण त्याबद्दल फार पश्चात्तापही वाटणार नाही.''

"पण मग हे सारं तू का करतोस? तू माझा नाद सोडून दे. तुझे मार्ग सोपे होतील.''

"तुला त्याबद्दल काहीच वाटणार नाही?''

"वाटेल की! खूप वाटेल. पण वाटण्याचा काय उपयोग? लग्न, संसार, मुलंबाळं या गोष्टी मला या कामाचा विचार केला तर परवडणाऱ्याच नाहीत.''

''मग तू माझ्या प्रेमात का पडलीस?''

''त्याला फार वर्षं झाली. कॉलेजमधली अल्लड मुलगी होते मी तेव्हा. माझ्या आयुष्याचं नेमकं उद्दिष्टही मला सापडलं नव्हतं. पण मला असं वाटतं की लग्न, संसार, मुलंबाळं या गोष्टी चांगल्या आहेत; पण काही लोकांनी त्यांचा नाद सोडला पाहिजे. तरच त्यांना प्रामाणिकपणे आपल्या कामात रस घेता येईल.''

''हे तुझं बोलणं थोडं एकांतिक वाटत नाही काय?''

''आहे ना! मला माहीत आहे, तू काय म्हणणार आहेस ते. पुष्कळ सामाजिक जाणीव असणारे नेते संसार करूनच समाजकार्य करतात; पण त्यांनीसुद्धा कुठल्यातरी एका गोष्टीवर अन्याय केलेला असतोच.''

''पण असं लग्न न करता, जबाबदारी न घेता सेक्स रिलेशन ठेवायला मात्र तुझी हरकत नाही?''

''मुळीच नाही. अन्न, झोप, यांसारखीच सेक्स हीसुद्धा एक अपरिहार्य गोष्ट आहे. मनुष्याला निरोगी आणि कार्यक्षम राहायला हवं असेल, तर योग्य प्रमाणात त्याचा वापर करायलाच हवा. त्याच्यापासून पळ काढला तर माणसं विकृत होतात.''

''म्हणजे तू लग्नाशिवाय अशाच तऱ्हेनं आपले संबंध ठेवू इच्छितेस?''

''असं मी म्हटलेलं नाही. तुला लग्न करणं अशक्य आहे म्हणून लग्नाशिवायही मी तुझ्याजवळ राहायला तयार आहे, असं मी तुला म्हटलं.''

''आणि मी लग्न करायला तयार झालो तर?''

''तर मग मी तुझ्याशीच लग्न करीन. केवळ तुझ्याशीच!''

''मघाशी तू जे म्हणालीस, जबाबदाऱ्या वगैरे त्याचं काय?''

''एकतर तू मला संपूर्ण स्वातंत्र्य देशील ही मला खात्री आहे. कारण माझं स्वातंत्र्य आणि माझी मतं मी कशापुढंही गौण मानणार नाही. अगदी तुझ्यासाठीसुद्धा मी त्यांचा त्याग करणार नाही! लग्न केलं तर ते तुझ्याशीच असं जे म्हणाले त्याचं मुख्य कारण, काही काळ का होईना, तुझ्यावर मी अतिशय भाबडं प्रेम केलं आहे. तर्काच्या पलीकडे कुठेतरी भावनेनं मी तुझ्याशी गुंतलेय. शिवाय तुला लग्नाची आशाही मी दाखवली आहे. या घटकेपर्यंत तरी माझ्या आयुष्यात खऱ्या अर्थानं तूच एकटा पुरुष आहेस, म्हणून तुझ्यापुरता मी थोडा अपवाद करून काही तडजोड करू शकेन, पण त्याला मर्यादा आहेत हे मात्र विसरू नकोस! पण मी अधिकाधिक राजकारणात गुंतत जाण्यापूर्वी तुला निर्णय घेतला पाहिजे. तू नाही म्हटलंस तरी मला राग येणार नाही. तुझी संगत मला

आवडते. तू मला खूप काही दिलं आहेस. मी तशीसुद्धा तुझी प्रेयसी म्हणून राहायला तयार आहे; पण तुला तेही गैरसोईचं असेल, तर मी तुझ्यापासून दूरही जायला तयार आहे. केव्हातरी तुला हा निर्णय घ्यावा लागणारच आहे. कारण यापुढं माझ्या प्रत्येक कृत्याचा जाब तुला विचारला जाईल.''

''त्यासाठीच तुला खरंतर मी आज बोलावलं आहे.''

''मला कल्पना आहे. आज मला वेळ नव्हता, नाही तर मीच तुला भेटणार होते.''

''आज तुम्ही सचिवालयात अकस्मात घेराव घालून पुरवठामंत्र्यांची फार फटफजिती केलीत. मुख्यमंत्र्यांनी मला ताबडतोब फोन करून बोलावून माझी कानउघाडणी केली. आजच्या घेरावाची मला कल्पना असली पाहिजे, असा त्यांचा आरोप होता. मी पदोपदी त्यांना समजावून सांगितलं. पण त्यांचं म्हणणं असं की, जिच्याशी तुमचे प्रेमसंबंध जगजाहीर आहेत, ती स्त्री असल्या महत्त्वाच्या गोष्टी बोलल्याशिवाय राहीलच कशी? मी त्यांना सांगितलं, की मी ॲडव्होकेट साळवींना पंधरा दिवसांत भेटलोही नाही, तर त्यांचा विश्वासच बसेना. त्यांनी मला जाताना काय सांगितलं माहीत आहे? ते म्हणाले, या उपद्रवी बाईबरोबरचा संबंध एक तर तुम्ही सोडा किंवा तिच्याशी लग्न करा; म्हणजे आपोआप तिचे चाळे कमी होतील.''

''मुख्यमंत्र्यांना खरंच असं वाटलं?''

''ते निदान असं म्हणाले तरी! एवढंच नव्हे तर ते असंही म्हणाले की, जर मी तुझे उपद्रवी चाळे थांबवू शकलो, तर ऑक्टोबरच्या रिशफलमध्ये मला उपमंत्रिपद दिलं जाईल.''

''तर मग सोपं आहे! आपले संबंध तोडून टाकायचे! आहे काय न् नाही काय?'' आणि ती खट्याळपणानं हसली. उदयनं आवेगानं तिचा हात हातात घेतला आणि तो म्हणाला, ''असं काही बोलू नकोस, प्लीज. तुला सोडणं इतकं सोपं नाही आणि मला सोडायचंही नाही. उलट, तुझ्याशी लग्न करायचा निश्चय मी पक्का केला आहे.''

''म्हणजे तरी माझा उपद्रव थांबेल.''

''छे छे! असलं काही आश्वासन मी मुख्यमंत्र्यांना देणार नाही. किंबहुना तसलं काही माझ्या मनात नाही. तुला हवं तशी वागायला तू स्वतंत्र आहेस.''

''तू म्हणतोयस, पण वागणं इतकं सोपं नाही. पदोपदी वादग्रस्त परिस्थिती उत्पन्न होत राहणार आणि आपण म्हणतो की लोक आपल्याला समजून घेतील.

हे तितकंसं खरं नसतं.''

''पण आपलं खासगी आयुष्य आणि सामाजिक आयुष्य वेगवेगळं नाही का ठेवता यायचं?''

''हा भाबडेपणा आता सोडून दे. काही श्रद्धा आपल्या जीवनाचाच आधार असतात. त्या आपल्याबरोबर सतत वावरत असतात. घरीदारी, सभेत, बाजारात आणि बेडरूममध्येसुद्धा! सर्वसामान्य माणसं हिपोक्रॅट्स असतात, ढोंगी असतात. ती असं आयुष्य वेगळं करू शकतील, असं गृहीत धरतात आणि आयुष्य जगू पाहतात. कारण अखेर त्यांची कोणतीच श्रद्धा उरलेली नसते. आपल्याला तसं जमणार नाही उदय. दोन्ही माणसं प्रामाणिक असू शकतात. स्वतंत्रपणे वागू शकतात. संघर्ष आलेच तर त्यातूनही मार्ग काढू शकतात. पण संघर्षच येणार नाही, असं म्हणणं मात्र बरोबर नाही. ते अपरिहार्य आहेत.''

''ते कधी येणार असतील तेव्हा येऊ देत. आज मी त्यांना सामोरा जाऊ इच्छीत नाही. निदान आज तरी! मी हॉस्पिटलमध्ये जाऊन आलो. दिवसेंदिवस वत्सलेची परिस्थिती अधिक बिघडतेय. बट् शी इज गोईंग टू टेक अ लाँग टाइम! मला अगदी हे सहन होत नाही. मला तू हवीस- ॲट एनी कॉस्ट! आज आपण आता तुझ्या घरी जाऊ...''

''कसं शक्य आहे ते? आता मिटिंग आहे.''

''प्लीज, पोस्टपोन इट. आज सकाळपासूनच मी अस्वस्थ आहे. दुपारी मुख्यमंत्र्यांनी खरड काढली. संध्याकाळी युनियनच्या कचेरीत मोठा वाद झाला. हॉस्पिटलमध्ये आणखीनच डोकं फिरलंय. मला तर असं वाटतंय, आय मे क्रॅक. आजचा दिवस तू माझ्यासाठी काढच.''

रंजनानं उदयकडे निरखून पाहिलं. मूळच्या प्रसन्न अशा या उमद्या माणसाच्या चेहऱ्यावर विषण्णता जमा झाली होती, विफलता जमा झाली होती, हे तिच्या लक्षात आलं अन् त्याला तिची खरंच गरज आहे हे ही तिला जाणवलं.

त्याच्या खांद्यावर हात ठेवत ती म्हणाली, ''आय विल ट्राय. आता जर मृदुला फोनवर भेटली, तर आजची मिटिंग तिला कंडक्ट करायला सांगेन. ती आता कामात तयार झाली आहे. मी आता फोन करून येते.''

फोन करण्यासाठी ती निघून गेली आणि एकदम खूप काहीतरी चैतन्य हरवल्यासारखं उदयला वाटलं. तिचं आपल्या आयुष्यात काय स्थान आहे, हे त्याला कळून चुकलं. एका बाजूला सार्वजनिक जीवनातले सर्व मानसन्मान उभे

होते; तर दुसऱ्या बाजूला सहचारित्वाचं परिपूर्ण रूप त्याला निमंत्रण देत होतं. रंजना तर किती वेगळ्या प्रकारची मुलगी! किती स्वतंत्र! किती ताठर, किती निश्चयी! एकदम निराळी. सच्चेपणाचा एक निराळाच आविष्कार तिच्या ठायी असल्यामुळं तिचं अस्तित्वसुद्धा केवढं चैतन्यदायक! केवढं पवित्र! केवढं समाधान देणारं! पूर्वीसारखे ते दोघं अलीकडं मुक्तपणानं भेटू शकत नसत. लोकांचे डोळे त्यांच्यावर खिळलेले होते. लोकांची कामं त्यांच्यापुढं वाढून ठेवलेली होती. इच्छा नसतानाही दोघांचे रस्ते एकमेकांना दूर खेचून नेत होते. पण त्यामुळेच दोघांना जवळही आणत होते. हे एकत्र येणं किती वेगळं! सर्वसामान्य प्रेमिकांपेक्षा भिन्न. स्त्रीपुरुषसंबंधाचं एक अद्भुत रूप. अशी स्त्री दुसरी नाही याची उदयला कल्पना आली. सर्वस्व देऊन टाकणारी, परंतु तरीही स्वतंत्र अस्तित्व ठेवणारी!

तिच्या अनेक कडूगोड आठवणी मनात जमा होत असतानाच एका करड्या आवाजानं तो जागृत झाला आणि एकदम त्यानं वळून पाहिलं आणि तो चकित झाला. कारण त्याचे सासरे बुवासाहेब जगदाळे त्याच्याच दिशेनं येत होते. त्याला पाहताच त्यांनी आपलं एक ठेवणीतलं सराईत हास्य केलं.

"तुम्हालाच शोधत होतो उदयराव."

"मला? मी तर दुपारीच घरी येऊन गेलो होतो."

"आणि तुम्ही हॉस्पिटलमध्ये जाऊन आलात तेही कळलं. त्यासाठी नव्हतो आलो मी. दुपारी मुख्यमंत्र्यांची गाठ पडली. त्यांनी चार शब्द तुम्हांला सांगायला सांगितले म्हणून आलो."

"त्याबद्दल म्हणता होय?"

"काय करणार? तुमच्यासाठी आम्ही बनाव जमवून आणला. तुम्हाला मंत्री म्हणून घ्यायचं म्हणून दिल्लीवरून मंजूरही होऊन आलं. साहेबांनी खास शिफारसही केली. पण आजच्या प्रकारामुळं मुख्यमंत्री नाराज झालेले आहेत."

"मला तसं म्हणाले ते."

"नशीब समजा, अजून त्यांनी निर्णय फिरविला नाही. तुमच्या मैत्रिणीबद्दल तुम्हाला काहीतरी करायला पाहिजे."

"तुम्हाला माहीत आहे रंजनाबद्दल?"

"व्वा जावईबापू! राजकारणात काळ्याचे पांढरे झाले माझे. तुमच्यावर बारीक लक्ष असतं आमचं."

"झालंच तर मग. सांगण्यासारखं आता काही नाही."

"सांगण्यासारखं नाहीच. करण्यासारखं आता आहे."

"मी काही करू शकत नाही."

"असं म्हणून कसं चालेल? इतक्या तरुण वयामध्ये तुम्हाला संधी मिळतेय. एवढ्याशा क्षुल्लक मोहानं ही संधी नाकारणं बरोबर नाही. तुम्हाला वकिलीणबाईंचा नाद सोडला पाहिजे."

"ते शक्य नाही."

"का?"

"ते तुम्ही मला विचारू नये. ते मला तुम्हाला सांगताही येणार नाही."

"तुमचा विचार पक्का आहे?"

"हो. जवळपास."

"तुम्हाला तिच्याशी लग्न करायचं आहे?"

"ते कसं शक्य आहे? वत्सला आहे तोपर्यंत..."

"ती काळजी तुम्ही करू नका. वत्सलेचं मी पाहून घेईन."

"पण तुमचाच घटस्फोटाला विरोध होता ना? खानदानी कुटुंबात घटस्फोट घेत नाहीत, असं तुम्हीच म्हणालात ना? कुटुंबाची इज्जत जाऊ नये म्हणून तुम्ही तिला वेड्याच्या इस्पितळातही ठेवली नाही. साध्या नर्सिंग होममध्ये ठेवलीत आणि तुम्हीच आता सुचवताय..."

"मी सुचवत काहीच नाही."

"मग लग्न करणं कसं शक्य आहे?"

"ती चिंता तुम्ही करू नका. तुमचा विचार पक्का आहे ना? रंजनाबाईंची संमती आहे ना?"

"हो."

"ठीक आहे मग. तुम्हाला लग्न करायला माझी परवानगी आहे."

"पण परवानगी असून काय उपयोग? डायव्होर्स घेण्यासाठी वर्ष-दोन वर्षं लागतील ना?"

"त्याची चिंता तुम्ही करू नका. बाकी हे लग्न झालं तरीही पुष्कळ प्रश्न मिटतील."

"ते कसं?"

"जावईबापू ते तुम्हाला कळणार नाही. अजून तुम्ही लहान आहात."

"तुमचा असा गैरसमज असेल, की आमचं लग्न झाल्यावर तिची मतं बदलतील तर तो मात्र चुकीचा आहे."

कधी नव्हे ते बुवासाहेब हसले. इतका वेळ गंभीरपणं संभाषण करणाऱ्या

बुवासाहेबांच्या चेहऱ्यावर राजकारणी हास्य तरळलं.

"जावईबापू, मानसन्मान, गाड्या, हारतुरे, संपत्ती यांची एकदा सवय झाली, की बघता बघता माणसं बदलतात. त्यांची मतंसुद्धा बदलतात."

"तिच्याबद्दलचे तुमचे अंदाज चुकतील बरं का!"

"बघू या. घोडामैदान जवळच आहे. रंजना बोलूनचालून एक स्त्री. मी मी म्हणणारी माणसं आमच्या पक्षात मी ओढून आणली आणि त्यांच्या बघता बघता गरीब गाई झाल्या. ती चिंता तुम्ही करू नका. जावईबापू, या बाबतीत आमचे अंदाज चुकायचे नाहीत. मंत्र्यांच्या बायका कुठे मोर्चात जातात काय? आणि गेल्या तर जे लोक त्यांना नेते म्हणून गौरवतात, तेच लोक नाटकी म्हणून त्यांची टवाळकीही करतात. आमचं काम आम्हाला करू द्या. तुमचं काम तुम्ही करा."

एवढ्यात रंजना परत येताना दिसली. परक्या माणसाला पाहून ती थोडीशी बावचळली. एवढ्यात बुवासाहेबांनी उठून तिला हात जोडून नमस्कार केला आणि ते म्हणाले, "मी जगदाळे, प्रांतिकचा अध्यक्ष आहे."

"माहीत आहे मला. पुष्कळदा पाहिलंय मी आपल्याला आणि पुष्कळ ऐकलंही आहे मी आपल्याबद्दल."

"आणि मीसुद्धा आपल्याबद्दल पुष्कळ ऐकलंय."

"ऐकण्या-ऐकण्यात फरक असतो, नाही बुवासाहेब?"

"पण ऐकलेलं सगळंच खरं असतं असं नाही."

"तेही खरं आहे म्हणा. पण तुमच्या संघटनकौशल्याबद्दल मी खूप ऐकलंय. तुमच्या जिल्ह्यात तर तुम्हाला प्रतिस्पर्धीच नाही म्हणतात."

"अहो, आमचं काय? आम्ही शेतकरी माणसं. आमची बुद्धी बेताची. शेतकऱ्यांचे प्रश्न ते काय असणार? ते सोडविले की मंडळी प्रेम करतात, देवासारखं मानतात."

"पण देवावर लोक श्रद्धा ठेवतात, त्याला भीत नाहीत."

"आम्हाला तरी कोण भितोय?"

"असं म्हणू नका. जिल्ह्यातले आठही साखर कारखाने तुमच्या ताब्यात आहेत. जिल्हा बँक तुम्हीच चालविता. तुमच्या जिल्ह्यात तुमच्याशिवाय पानही हलत नाही म्हणतात."

"लोकांची कृपा आहे."

"आणि साहेबांचीही."

"म्हणून तर साहेब आहेत. अहो, जिल्ह्यातलं आमचं स्थान ढळलं, तर

मुंबईला आम्हाला कोणी कुत्रासुद्धा विचारणार नाही.''

"एक शंका विचारू का जगदाळेसाहेब? आज गेली बारा-तेरा वर्षं तुम्ही जिल्ह्यात सर्वेसर्वा आहात. दुसऱ्या कोणाला असं वाटलं नाही का, की आपणही नेता व्हावं? कुणी तुम्हाला आतापर्यंत विरोध केला नाही?''

"का नाही? विरोध होणारच; पण आम्ही त्यातून तावून-सुलाखून घट्ट उभे राहिलोय.''

"पण बजाबा चव्हाण आणि अण्णा शेषाद्री या दोन काँग्रेस कार्यकर्त्यांचा गेल्या वर्षी मोटार अपघातामध्ये मृत्यू झाला. त्याबद्दल पुढे काय झालं?''

बुवासाहेब जगदाळ्यांनी आपल्या रुंद खांद्यांवरून समोर बसलेल्या त्या चिमुरड्या मुलीच्या भेदक डोळ्यांकडे हिंस्र नजरेनं पाहिलं. त्यांचा राग उफाळून आला. तिथं बसणं त्यांना अशक्य झालं. त्या दोन अपघाती मृत्यूंबद्दल महाराष्ट्रात खूप चर्चा झाली होती; पण ते प्रकरण दडपलं गेलं होतं. त्या दोघांचा उल्लेख करून रंजनाला काय म्हणायचं आहे, हे बुवासाहेबांना समजलं नाही असं नाही; पण तेवढ्यात त्यांनी उसळी मारून आलेला राग आवरला. पुन्हा एक स्मितहास्य केलं. रंजनाच्या डोळ्यांवरचे डोळे काढून ते म्हणाले, "मुंबई राज्यात अपघातात रोज हजारावर लोक मरत आहेत. कुणाकुणाची चौकशी करणार? शिवाय दारू पिऊन वाहनं चालवली म्हणजे अपघात व्हायचाच. पण तुम्हांला त्याची सगळी माहिती हवी असेल, तर मी पोलीस पंचनामे आणि 'समाचार'चे सगळे अंक पाठवून देईन. सगळी रीतसर चौकशी झाली आहे. पण मोठे चांगले कार्यकर्ते होते. त्यांच्या मृत्यूमुळे आमचं फार नुकसान झालं. त्यांची आम्ही मोठी स्मारकं उभारली आहेत.''

रंजनासुद्धा थोडी गोंधळली. बुवासाहेब जगदाळ्यांचा लौकिक ती ऐकून होती. आपल्या बुद्धीनं आणि बेरकीपणानं त्यांनी केवळ जिल्ह्यातच नव्हे तर सर्व महाराष्ट्रात विलक्षण अशी छाप टाकलेली होती. कोणत्याही काँग्रेस चळवळीला हवा तेवढा पैसा उपलब्ध करून देण्याचं कर्तृत्व त्यांच्याजवळ होतं. खरंतर ते केव्हाच मंत्री झाले असते. कदाचित मुख्यमंत्रीसुद्धा. पण शासकीय सत्तेचा त्यांना लोभच नव्हता. स्वत: राजा बनण्यापेक्षा राजा निवडण्याचा अधिकार हाती ठेवणं अधिक फायद्याचं असतं, हे त्यांच्या लक्षात आलेलं होतं. त्यांच्याबद्दल अनेक बऱ्यावाईट दंतकथा महाराष्ट्रात प्रसिद्ध होत्या. पण महाराष्ट्रातील सारे बरेवाईट, लहानमोठे नेते त्यांची मर्जी सांभाळून असत. त्यांच्या लग्नाबद्दलही एक हकीकत त्यांच्यामागे चघळली जात असे. एका देखण्या सुशिक्षित विवाहित स्त्रीवर त्यांचा

डोळा होता. खरं म्हणजे त्या स्त्रीवर दोन-तीन पुढाऱ्यांचा डोल होता. परंतु बुवासाहेबांनी बाजी मारली. त्यांचं कसं जमलं आणि त्या बाईचा नवरा कसा गूढपणे मेला, हे कोणाला कळलंसुद्धा नाही. पण या लग्नामुळे बुवासाहेबांचा भाग्योदय मात्र झाला. नवऱ्याच्या महत्त्वाकांक्षेत तिनं समरसून भाग घेतला आणि तिच्या शिक्षणाचा, शहाणपणाचा या अडाणी शेतकऱ्याला फायदा मिळून बघता बघता हा साखरमहर्षी झाला आणि महाराष्ट्र काँग्रेसमध्ये एक मुखंड होऊन बसला. उदयची जावई म्हणून निवड करतानासुद्धा त्या दोघांनी फार चतुराई दाखविली. आपण नाही झालो तरी आपला जावई मंत्री झालाच पाहिजे, अशा जिद्दीनं त्यांनी त्याला घडवला होता. वत्सला ही खरंतर बुवासाहेबांची मुलगी नव्हतीच. बुवासाहेबांनी लग्न केलं तेव्हा त्यांना सवत्स धेनू गळ्यात घ्यावी लागली होती.

रंजनाला यातलं काही वाचून, काही ऐकून माहीत होतं. का कुणास ठाऊक, तिच्या मनात बुवासाहेबांबद्दल विलक्षण रागही होता. सहकारी चळवळीत जे काही राजकारण शिरलं, जी काही औद्योगिक साम्राज्ये निर्माण झाली, जे काही नवे जुलमी संस्थानिक निर्माण झाले, त्या सर्वांचा हा म्होरक्या आहे हे तिला ठाऊक होतं. साखरकारखान्यांतील कामगारांच्या आणि शेतमजुरांच्या काही प्रश्नांशी तिचा संबंध आलेला होता, म्हणून तिला बुवासाहेबांची अधिक माहिती झाली होती. आपल्या चळवळीच्या हिताच्या दृष्टीनं बुवासाहेबांची ही सहकारी साम्राज्ये तिला एकदा नीट अवलोकन करावयाची होती. परंतु मुंबईतच तिच्याभोवती इतके प्रश्न गुंतले होते, की आजवर ते जमलं नव्हतं. झुंज देऊन पराभूत करण्याच्या योग्यतेचा हा माणूस आहे, असंही तिला वाटलं. बुवासाहेबांच्या एका हसऱ्या प्रश्नानं ती एकदम सावध झाली.

"आज म्हणे सचिवालयात तुम्ही धमाल केली?"

"कसली धमाल? आमच्याजवळ काय साधनसामग्री आहे? आमच्याजवळ का लाठ्या आहेत? का बंदुका आहेत? आम्ही नि:शस्त्र महिला. अकस्मात घेराव घातला म्हणून पुरवठामंत्री बावचळले. पुन्हा पुन्हा काही असे घेराव घालता येत नाहीत, पण लोकांची भावना व्यक्त करायचे दुसरे मार्ग तरी काय आहेत? तुम्ही काही जागाच ठेवली नाहीत. निवडणुकांत तुमचा पराभव करणं शक्य आहे काय?"

उदय या चर्चेमुळे अस्वस्थ झाला होता. मनातून तो बुवासाहेबांच्या शांतपणामुळे थोडा घाबरला होता. ते काही शिळोप्याच्या गप्पा मारायला इथं

आले नव्हते खास. आपण आणि रंजना दोघं इथं असणार, हे त्यांना माहीत असावं. खरं म्हणजे ते आपल्याला भेटण्याऐवजी रंजनाला भेटायला आले आहेत, हे त्यानं मनोमन ओळखलं होतं. पण ते मूळ विषय सोडून या भलभलत्या गप्पा का मारीत होते, हे त्याला कळत नव्हतं. कारण रंजनाचाही काही लौकिक त्यांच्या कानावर गेलेला असणार. खरंतर त्याला ही निरर्थक चर्चा थांबवायची होती. एवढ्यात डायनिंग हॉलमध्ये पाच-सात माणसं जेवण्यासाठी आली. त्यांपैकी एकाला पाहताच बुवासाहेब एकदम उठले आणि म्हणाले, ''आपण भेटू सवडीनं. नव्हे, आता भेट होईलच.''

''म्हणजे, मी नाही समजले.''

''सांगेल, उदय समजावून सांगेल. आपल्या आता पुष्कळ गाठीभेटी होतील.'' आणि ते नमस्कार करून आलेल्या पाहुण्यांकडे निघून गेले.

बावचळलेल्या चेहऱ्यानं रंजना म्हणाली, ''काय म्हणत होते रे बुवासाहेब?''

''सांगतो सवडीनं. काय झालं? मृदुला तुला भेटली ना फोनवर?''

''हो, मोठ्या मिनतवारीनं तिनं सभा घ्यायचं कबूल केलं आहे. आता मी मोकळी आहे तुझ्यासाठी.''

''मग कुठं जायचं? घरीच जायचं ना?''

''अर्थात. पण जेवण मात्र फारसं चांगल मिळणार नाही. असेल ते जेवावं लागेल. कारण आज बाई कामावर नाही.''

''बरंच झालं बाई नाही ते. थोडा मोकळेपणा मिळेल.''

''जणू काही तुला बाईची अडचणच होत असते!''

''तसं नव्हे गं; पण आज मला कसल्याच फॉर्मॅलिटीज नकोत.''

मग दोघं काहीच बोलली नाहीत. दोघं उठली. आपण चहासुद्धा घेतला नाही, हे त्यांच्या लक्षात येताच दोघंही हसली. आज्ञाधारकपणे वाट पाहणाऱ्या वेटरला त्यानं नुसतीच टीप दिली. वाटेत भेटणाऱ्या एक-दोन माणसांना सलामी दिली आणि ती दोघंही उदयच्या गाडीत येऊन बसली. एक शब्दही न बोलता उदयनं गाडी कुलाब्याच्या तिच्या फ्लॅटपाशी आणली.

★

तिथं त्यांना ओळखणारं फारसं कुणीच नव्हतं. ते आपोआपच थोडे लगटून चालू लागले. लिफ्टमध्ये आले. लिफ्टमननं सलाम केला. लिफ्टमध्ये आणखी एकदोन परिचित शेजारी होते. त्यांच्याशी रंजना काहीतरी बोलली. उदयजवळही फ्लॅटची किल्ली होती. त्यामुळं तोच पुढं झाला आणि त्यानं फ्लॅट

उघडला. दोघंही आत जाताच त्यानं फ्लॅट बंद करून घेतला आणि दिवे लावण्यापूर्वीच त्यानं तिला घट्ट मिठीत घेतली. तो असं काहीतरी करणार, याची तिला कल्पना होती. कारण तिनंही पर्स नि बॅग खाली टाकून दिली आणि त्याच्या मिठीला प्रतिसाद दिला. दोघंही एकमेकांच्या मिठीत गुदमरून गेली. पहिला आवेग संपताच तिनं मिठी सैल केली आणि डाव्या हातानं धडाधड सगळी बटणं दाबली आणि सारा फ्लॅट प्रकाशानं उजळून गेला.

फ्लॅट छोटासाच होता, पण सजीव होता. चैतन्यदायी होता. तिथल्या प्रत्येक वस्तूला काही अर्थ होता. कुठल्याही दिवाणखान्यात गेल्यावर असणारं परिचित दृश्य तिथं नव्हतं. डायनिंग टेबल, सोफा, खुर्च्या, कार्पेट अशा नित्यपरिचित वस्तूंऐवजी तिथं अगदी निराळी मांडणी होती. सगळीकडे फूटभर उंचीची बैठक होती आणि त्यावर पोपटी रंगाचा गालिचा होता. जेवणासाठीसुद्धा बैठकीवर बसून जेवता येतील अशी टेबलं होती. पूर्वपश्चिम खिडक्या असल्यामुळे सुसाट वारं होतं. त्यामुळे वाऱ्याला उडवता येईल असं लोंबतं किंवा टांगतं ड्रॉइंगरूममध्ये काहीच नव्हतं. खोलीत सर्वत्र कोठूनतरी बाहेरून आलेले मनीप्लँटचे वेल पसरले होते. एखाद्या उपवनासारखं त्या ड्रॉइंगरूमचं रूप होतं. दिवे लागताच समोरच्या चिरपरिचित दृश्यानं उदय संतुष्ट झाला. त्यानं पटकन आपले कपडे फेकून दिले आणि तो म्हणाला, "मी शॉवर घेऊन येतो.'' तो बाथरूममध्ये जाणार एवढ्यात ती म्हणाली, "तू अप्पलपोटाच आहेस. मलाही आंघोळ करायचीय. मीही आलेच. थांब.''

मग दोघांनीही स्नानगृहात जाऊन एकमेकांच्या देहाचं कौतुक करून घेतलं. मनसोक्त स्नान केलं. एकांतातली अवखळ रंजना कुणी पाहिली असती तर त्याचा तिचा बाहेरच्या रूपावर विश्वासच बसला नसता. ती फार उंचनिच वा थोराड नव्हतीच आणि आता तर स्नानानं तिच्या कायेला एक वेगळीच झळाळी प्राप्त झाली. तिचे केस थोडेसे पाण्याने भिजले होते. दंगा करताना, अवखळपणा करताना तिच्या डोळ्यांत फेस गेल्यामुळे डोळे चोळून एखाद्या रागावलेल्या किंवा रुसलेल्या लहान मुलीचा भाबडेपणा तिच्याजवळ आलेला होता. आंघोळ संपताच तिनं टॉवेलनं उदयची पाठ खरखरून पुसली. उदय खरं तर तिच्या त्या अनावृत तारुण्याच्या मस्तीत इतका धुंद झाला होता, की बाकी गोष्टी त्याला निरर्थक वाटत होत्या. त्यानं तिला तशाच अर्ध-ओल्या अवस्थेत उचलून घेतलं. तिचा लटका विरोध मोडून काढला आणि त्या हिरव्या गालिच्यावर तिला नेऊन पसरलं आणि तिच्याशी तो खेळू लागला.

तो खेळ अद्भुत होता आणि दीर्घकाळ चालणारा होता. किंबहुना दीर्घकाळ चालणार होता, म्हणूनच रंजनाला प्रिय होता. प्रेमाच्या पहिल्या आवेगानं तिचं सारं आक्रमक व्यक्तित्व लोपून जात असे. कामज्वराच्या पहिल्या भरतीला ती फारशी दाद देत नसे. ती नुसतं सुचवी. राणीनं स्वीकारावे तसे स्पर्शाचे नजराणे स्वीकारी. पण त्याला प्रतिसाद देऊ शकत नसे. अनेक दिवसांच्या अनुभवानंतर उदयच्या लक्षात आलं होतं, की तिला जागी करावी लागते, तशी ती थंड आहे, पण एखाद्या सुकुमार आणि निरोगी तारुण्याला जागं करणं हे किती सुखद असतं, हेही त्याला माहीत होतं. जेव्हा कधी रंजना त्याला हवी असते, तेव्हा ती घाईगर्दीत आणि सहजगत्या आपल्याला मिळणार नाही. तिला मिळवायचं असेल तर शांत जागा हवी. निवांतपणा हवा. आणि सारी रात्र शिल्लक हवी. पण एकदा का ती जागी झाली, की मग मात्र ते एका पुरुषार्थाला आव्हान असे. म्हणूनच उदयला तिला विसरणंही शक्य नव्हतं. तिच्या संगतीत घालवलेल्या क्षणाक्षणांची याद त्याच्या गात्रागात्रांवर दीर्घकाळ उमटत असे. एखादा पुरुष आणि एखादी स्त्री एकमेकांसाठीच जन्माला यावीत, अशी त्यांची पूरक व्यक्तिमत्त्वे होती. रंजना सुखावली होती. जागी होऊ लागली म्हणजे मग एका आक्रमक तारुण्याला त्याला सामना द्यावा लागणार होता आणि असा एकच सामना असतो, की त्यात हरण्यात दोघंही जिंकत असतात.

किती वेळ उलटून गेला हे खरंतर दोघांनाही कळलं नाही; पण एक विलक्षण समाधान आणि तृप्ती यांनी तो भारून गेला होता. मग रंजना उठली आणि बेडरूमकडे जाऊ लागली.

''जाऊ नकोस. इथंच बैस.''

''वारे वा! किती वाजले माहीत आहे?''

''काय करायचं आहे माहीत असून?''

''जेवण वगैरे तरी करणार की नाही?''

''काही नको जेवण. तुझ्या सहवासातला प्रत्येक क्षण तुझ्या निकट राहायची इच्छा आहे.''

''पण मी जाते आहे कुठे? मी नाइटी घालून चटकन असेल ते जेवण घेऊन येते.''

''नाइटी तर मुळीच घालू नकोस.''

''वारे वा! मग काय अशीच हिंडू की काय?''

''काय हरकत आहे?''

"तुझी नसेल, पण माझी आहे. तू काय, पुन्हा एकदा तुटून पडशील माझ्यावर. मला झेपायचं नाही."

"माहीत आहे किती नाजूक आहेस ती!"

"नाजूकपणाचा काय संबंध? खरं सांगू, या फुलफिलमेंटनंतर एक-दोन दिवस इतकं हलकंहलकं वाटतं म्हणून? वाटतं, लग्न वगैरे काही भानगड नको. कारण लग्न झालं की आपल्या संबंधाला तोचतोचपणाचा मळकटपणा येईल. आजची ओढ त्यात राहणार नाही. आजचं नावीन्य ओसरून जाईल. त्यापेक्षा आहे ते काय वाईट आहे?"

"आहे ते वाईट आहे म्हणून काही आपण लग्न करीत नाही. मला तू प्रतिगामी म्हणशील; पण खरं सांगू, तुझ्यावर मला स्वामित्व हवंय. खरंतर आजही ते आहे. पण ते तुझ्या-माझ्यापुरतं आहे, आणि असं चोरटेपणाचं सुख कदाचित मजेदार असेल; पण माझ्या मनाला ते आवडत नाही. लग्न झालं म्हणून या आपल्या नात्यात काडीइतकाही बदल होणार नाही. आय प्रॉमिस!"

"तुझ्यावर माझा विश्वास आहे. पण लग्न म्हणजे पुष्कळ गुंतागुंती असतात. पुष्कळ शिष्टाचारही असतात. लग्न म्हणजे केवळ नवराबायकोंचे संबंध राहत नाहीत. काही जबाबदाऱ्या येतातच. काही नातेवाईक येतात. पुढं मुलं होतात. काही रीतीभाती पाळाव्याच लागतात."

"तुला मुलं आवडतात, रंजना?"

"न आवडायला काय झालं? पण त्यांना नीट वाढवायला, सांभाळायला वेळ कुठून आणायचा? आपल्या कामासाठी मुलांवर अन्याय होणं बरोबर नाही."

"पण तुला मुलं आवडत असतील, तर आपण नोकर-चाकर ठेवू त्यांच्याकडे बघायला."

"छे! त्यांच्यावर माझा मुळीच विश्वास नाही. मुलं निर्माण करायची आणि नोकरांच्या हवाली करायची, याला काहीच अर्थ नाही. मला नको असली तरी तुला मुलं हवी असणार."

उदय गंभीर झाला. कारण लग्नाचा गंभीरपणानं असा आजच प्रश्न निघाला होता आणि त्याच क्षणी मुलांचाही प्रश्न निघावा, ही गोष्ट त्याला सुखदशी वाटली नाही. कितीही पुरोगामी आणि उदार व्हायचं ठरवलं तरी मुलं होणं, ती वाढवणं याची जबाबदारी रंजनालाच घेणं भाग होतं. रंजनाला मुलं आवडणार नाहीत. कारण ती होताच आपल्या स्वातंत्र्याचा संकोच होणार. म्हणून

ती त्याला विरोध करणार. बरं, खोटं बोलून वेळ भागवण्याची त्याची इच्छा नव्हती. माणूस सार्वजनिक कामात कितीही गुंतला, मोठा झाला, तरी त्याच्या अस्तित्वाला जसे काही सामाजिक अर्थ आहेत, तसे काही व्यक्तिगतही अर्थ आहेत. उदयच्या गंभीर चेहऱ्याकडे पाहून रंजना एकदम खट्याळपणे हसली.

"ठीक आहे. आपण तडजोड करू. लग्नानंतर पहिली तीन वर्षं आपण मुलांचा विचारच करायचा नाही. मग बघू जमलं तर." मग उदयही अकारण हसला. ही काही खऱ्या अर्थानं तडजोड नव्हे, हे त्याला कळत होतं. सत्यापासून पळ काढायची दोघांची इच्छा होती. हेही काही कमी नव्हतं. त्यानं एक हात टाकून तिला जवळ ओढून घेतली आणि तिला मिठीत घेऊन तो म्हणाला, "तशी तू समजूतदार आहेस म्हणा!"

मग त्यांनी पुढच्या आयुष्याची स्वप्नं रंगवली. त्यांना हे कळत होतं, की मुळात लग्न हीच अशक्य गोष्ट आहे. कारण वत्सला वेडी असली, तरीसुद्धा घटस्फोट मिळवणं हे कालावधीचंच काम आहे. पण म्हणून स्वप्नं रंगविण्यात काही अडथळा नव्हता. लगेच उद्या काहीच घडणारं नव्हतं.

आणि दोनच दिवसांनी हॉस्पिटलच्या तिसऱ्या मजल्यावरून वत्सलेनं उडी टाकून सगळेच प्रश्न तिरपागडे करून टाकले. किती झालं तरी वत्सला उदयची बायको होती. खोटा का होईना, पण त्याला शोक दाखवणं भाग होतं. अकस्मात तिचं वेड इतकं का वाढावं, तिनं आत्मघाताला का प्रवृत्त व्हावं, हे खरोखरच अनाकलनीय होतं. कारण तिच्या वेडाचं स्वरूप काही अनावर नव्हतं. उदयला सुटका झाल्यासारखं वाटलं. जे सारे मार्ग अडल्यासारखे झाले होते, ते एकदम सुटल्यासारखे झाले. मुख्यमंत्र्यांपासून सर्वजण समाचाराला येत होते. रंजनाने मात्र केवळ फोनवरून त्याची विचारपूस केली. आपण तिथं जाण्यानं काही विचित्र परिस्थिती निर्माण होईल, असं तिला वाटलं. पण खरंतर खऱ्या अर्थानं शोक कुणालाच झालेला नव्हता. वत्सलेचे दिवस व्हायच्या आतच बुवासाहेबांनी उदयची गाठ घेतली आणि स्वच्छ शब्दांत ताबडतोब रंजनाशी लग्न करण्याचा सल्ला दिला. पण उदयनं थोडं थांबायला हवं, असं सुचवलं. वास्तविक मुलीच्या मृत्यूनं जगदाळे खचायला हवेत. ते तर खचल्यासारखे दिसत नव्हते. उलट, त्यांनी ताबडतोब लग्न करण्याची पुन्हा पुन्हा विनंती केली.

★

मंत्रिमंडळाच्या वाढीसंबंधी वृत्तपत्रांत वेगवेगळ्या नावांच्या चर्चा सुरू होत्या आणि उदय मंत्रिमंडळात जाणार, याबद्दल कोणालाही शंका नव्हती.

मुख्यमंत्र्यांनी जेव्हा त्याला बोलावणं पाठवलं, तेव्हा तर त्याची खात्री होऊन चुकली.

मुख्यमंत्र्यांच्या भेटीला जाण्यापूर्वी रंजनाशी बोलणं आवश्यक आहे, असं वाटल्यानं उदयनं तिला भेटायचं ठरवलं. पण ती काही कामानिमित्त पुण्याला गेली होती आणि फोनवर ती उपलब्ध नव्हती. मुख्यमंत्र्यांनी खरोखरच मंत्रिपद देऊ केलं तर काय निर्णय घ्यावा, हे उदयला ठरवणं भागच होतं. मंत्रिमंडळात शिरणं किंवा न शिरणं या साऱ्या गोष्टींचा उदयच्या आणि रंजनाच्या पुढच्या आयुष्याशी संबंध असल्यामुळे उदय जरा बावरला. परंतु दोनतीनदा फोनवरून मुख्यमंत्र्यांचा तातडीचा निरोप आल्यामुळे त्याला भेटायला जावं लागलं.

मुख्यमंत्र्यांच्या मुख्य सचिवांनी जाताक्षणीच त्याचं अभिनंदन केलं, तेव्हा उदयला कोणत्या प्रश्नाला उत्तर द्यावं लागेल याविषयी संभ्रम राहिला नाही. मुख्यमंत्र्यांना नमस्कार करून तो खुर्चीवर बसणार तोच त्याच्या लक्षात आलं, की बुवासाहेब जगदाळे आणि गृहमंत्री मारुतराव देसाई हे दोघे मुख्यमंत्र्यांच्या खोलीत बसले आहेत. त्यांनाही त्यानं अभिवादन केलं.

"बसा उदयराव, तुम्हाला मंत्रिमंडळात घ्यायचं ठरतं आहे. बुवासाहेबांचाही आग्रह आहे आणि मलाही वाटतं, की तरुण रक्ताला वाव द्यायला पाहिजे."

"खरं तर उदयराव, तुमचं इंटकचं काम आमच्या लक्षात आहे. युवक काँग्रेसचं कामही तुम्ही फार चांगलं केलंय. तुमचा मंत्रिपदावर हक्क आहे. शिवाय, बुवासाहेबांचे तुम्ही जावई आहात. आम्ही म्हाताऱ्या माणसांनी हळूहळू निवृत्त होऊन तुम्हा तरुणांच्या हाती कारभार द्यायला हवा. होय की नाही बुवासाहेब?"

"खरंतर गेल्या वर्षीच मारुतराव आणि देवकीनंदन यांची तुम्हाला मंत्रिमंडळात घ्यायची इच्छा होती. साहेबांनी तुम्हाला तिकिट देतेवेळी हे सुचवलं होतं. पण या ना त्या कारणानं ते राहून गेलं. मंत्रिमंडलची पुनर्रचना आता होतेच आहे, तेव्हा तुम्हाला ही संधी द्यायचं ठरवलं आहे."

मुख्यमंत्री हसले, "मारुतरावांची इच्छा आहे, गृहखात्यातच तुम्ही काम करावं. तुम्ही व्यवसायानं वकील आहात. बारबरोबर चांगले संबंध आहेत. पत्रकार आणि विरोधी पक्ष यांनाही तुमच्यात आक्षेपार्ह काही वाटणार नाही. येऊन-जाऊन मिस साळवींशी तुमचे असलेले संबंध हाच चर्चेचा विषय होईल; पण बुवासाहेब म्हणाले, आता तुम्ही लग्न करणार आहात. आता तर तोही प्रश्न

मिटला. त्याबद्दल तुमचं अभिनंदन करायला हवं. एक धडाडीच्या कार्यकर्त्या तुमच्या आयुष्याच्या जोडीदार होत आहेत. अधिकस्य अधिकं फलम्!''

''पण मिस साळवींबद्दल तुमचं मत चांगलं नाही. त्या घेराव प्रकरणात तुम्ही फारच रागावला होतात.''

''तुम्ही लहान आहात, उदयराव. राजकारणात असं रागावून चालत नाही. शिवाय, आता त्या तुमच्या पत्नी झाल्या म्हणजे आपोआपच आपल्या पक्षात येतील.''

''असं मला वाटत नाही साहेब.''

''नका हो वाटू देऊ. आम्ही एक तुम्हाला अनुभव म्हणून सांगतो. तुम्ही गृहखात्याचे उपमंत्री, आणि तुमच्याविरुद्ध तुमची पत्नी निदर्शनं करील, हे फारसं शक्य नाही आणि समजा केलीच तर तुम्ही मतभेद अन्य प्रकाराने सोडवू शकाल. तुमची तर आम्हाला खूप मदत होईल.''

''आपला आशावाद ठीक आहे. पण आय डाउट!''

''डोन्ट डाउट! मुळीच शंका मनात आणू नका. राजकारणात काळ्याचे पांढरे झाले आहेत आमचे. शिवाय लोकांचे प्रश्न आम्हालाही सोडवायचे आहेत. खरंतर चांगली त्यागी माणसं आपल्याजवळ पुरेशी नाहीत. दूर राहणाऱ्यांना आपल्या पक्षातल्या फक्त उणिवा दिसतात, पण आपण काय केलंय हे त्यांच्या लक्षात येत नाही. तुमचे वडील स्वातंत्र्यसैनिक होते. त्या काळापासून तुमचं घराणं काँग्रेसच्या चळवळीवर पोसलेलं आहे. लोकांच्यात इतका खोलवर गेलेला दुसरा पक्ष आहे कुठे? तुमचा आपल्या पक्षकार्यक्रमावर घट्ट विश्वास असेल, तर तुम्ही कसल्याही शंका मनात आणू नका. माझी खात्री आहे, की थोड्याच काळात काँग्रेसच्या कामगार चळवळीत रंजनाबाईसुद्धा मोठा वाटा उचलू शकतील. आय अॅडमायर हर इंटेलिजन्स!

''मग परवाच्या दिवशी मंत्रिमंडळाची यादी जाहीर होईल. आज संध्याकाळी काही खास पाहुण्यांच्या समोर चर्चेचा कार्यक्रम होईल. तुम्हाला त्यात बोलायचं आहे. यापुढे लक्षात ठेवा की, आपल्या पक्षाच्या वतीनं डाव्या चळवळींना उत्तर द्यायचं काम तुमचं. मारुतरावांनी तुमच्यासाठी नोट्स तयार केलेल्या आहेत. यू. स्टडी. तुमच्यावर माझा विश्वास आहे. तुम्हाला शक्य तितकी संधी द्यायचं मी ठरवलं आहे. लक्षात ठेवा, आज ना उद्या तुम्हाला माझ्या जागेवर येऊन बसावं लागेल. यू हॅव टू बी ऑन गार्ड! तत्त्वनिष्ठा, ध्येयवाद, व्यक्तिस्वातंत्र्य या गोष्टी सभेत बोलायच्या असतात. शेवटी व्यवहार हाच खरा. तोच तुमची सोबत

करील. डोळे उघडे ठेवून वागा. शब्दभ्रमात अडकू नका. तुमच्या प्रत्येक लहानमोठ्या कृतीकडे आता यापुढे माझं लक्ष असेल.''

संभाषण संपलं, हे उदयच्या लक्षात आलं. त्याला वाटलं होतं, आपल्याबरोबर बुवासाहेब आणि मारुतरावही बाहेर पडतील. पण ते चिन्ह दिसेना. उदय उठला. त्यानं पुन्हा एकदा सगळ्यांना अभिवादन केलं आणि तो बाहेर पडला.

उदय मुख्यमंत्र्यांची आणि मारुतरावांची कारकिर्द न्याहाळून पाहत होता. इतक्या भाबडेपणानं तरुण माणसांना गौरवण्याची त्यांची रीत नव्हती. आज मुख्यमंत्र्यांच्या वाणीत निराळीच ऋजुता निर्माण झाली होती. रंजनाचा आणि आपल्या विवाहाचा काही राजकीय लाभ उठवण्याची त्यांची इच्छा आजच्या बैठकीत त्याच्या लक्षात आली. रंजनाबद्दल या शहाण्या माणसांचे अंदाज साफ चुकणार, हेही त्याला माहीत होतं. मंत्रिमंडळाचा शपथविधी होण्याआधी तरी रंजनाची गाठ पडायला हवी होती; पण ते काही जमू शकले नाही.

उदयच्या मंत्रिमंडळातील नियुक्तीचा वृत्तपत्रांनी ठसठशीतपणे उल्लेख केला. त्याच्या संघटनकौशल्यावर आणि वक्तृत्वावर सर्वसामान्य लोक खूश होते आणि पत्रकार तर विशेष खुश होते. पत्रकारभवनात तर तो नेहमीच जात असे. एवढेच नव्हे, तर पत्रकारांची लहानमोठी कामं तो आपखुशीनं करीत असे. पत्रकारांनी त्याचा एक सत्कार-समारंभ घडवला होता. सत्कार तसा अनौपचारिक होता. एका मिश्कील पत्रकारानं रंजनाचा आणि त्याचा विवाह होण्याची वदंता खरी आहे काय, असा प्रश्न केला.

त्यावर तो म्हणाला, ''लग्न हा दोन व्यक्तींचा मामला आहे. तो गृहखात्याच्या कक्षेतही येत नाही किंवा पत्रकारितेतही येत नाही. मी या प्रश्नाचे उत्तर या घटकेला देऊ शकत नाही.''

दुसरा पत्रकार म्हणला, ''पण जेव्हा एखाद्या गृहमंत्र्याचं एका कामगार स्त्रीपुढाऱ्याशी लग्न ठरतं, तेव्हा ती गोष्ट सर्वथा खासगी असू शकत नाही. गुप्त तर असूच शकत नाही.''

त्यावर उदय हसला आणि म्हणाला, ''लग्न झालंच तर गुप्तपणे होणार नाही. त्या वेळी आपणा सर्वांना सरकारी नियंत्रण पाळून जेवढं भोजन देता येईल, तेवढं अगत्यपूर्वक देईन. पण लग्न मात्र गृहखात्याचे उपमंत्री उदय पाटील आणि कामगारनेत्या रंजना साळवी यांचं नसेल; तर ते केवळ श्री. उदय पाटील आणि सौ. कां. रंजना साळवी यांचं असेल.''

रंजना मुंबईला परत येईपर्यंत तिच्या आणि उदयच्या लग्नाची वार्ता

वृत्तपत्रांनी गाजवून सोडली. त्यामुळे ती मुंबईत येताच गांगरली. लग्नासंबंधी विचार करणं निराळं आणि प्रत्यक्ष लग्नाला उभं राहणं निराळं, हे तिच्या लक्षात आलं. आपल्या लग्नासंबंधी आपले सहकारी, अनुयायी यांच्याशी ती काहीच बोललेली नव्हती. त्यामुळे ती जेव्हा प्रथम आपल्या कचेरीत गेली, तेव्हा तिच्यासाठी पाचपन्नास निरोप अन् चिठ्ठ्या येऊन पडलेल्या दिसल्या. दोन-तीन प्रसिद्ध कामगार नेते, समाजवादी महिला मंडलच्या कार्यकर्त्या तर ती ऑफिसमध्ये पोचता क्षणीच तिथे येऊन दाखल झाल्या. खरंतर काम इतकं तुंबलेलं होतं की, त्यांच्याशी बोलायला तिला अजिबात सवड नव्हती. पण बोलण्यावाचून भागणार नव्हतं. कारण सर्वजण चिंतातुर होते. त्यामुळे आल्याक्षणीच तिच्यावर प्रश्नांचा भडिमार झाला. कोणत्याही प्रश्नावर युक्तिवाद करण्यासाठी तिच्यात जो शहाणपणा होता तो आता अपुरा आहे, हे तिच्या लक्षात आलं. कारण ही चर्चा केवळ तात्त्विक विषयावर नव्हती, तर या चर्चेचा विषय तीच होती. तिच्या विश्वासाच्या मृदुलानं तिला आल्याआल्याच थोड्या तिरस्कारानं, संतापानं प्रश्न टाकला,

"तू आमचा विश्वासघात का केलास?"

"मी? विश्वासघात? तुम्ही काय बोलता आहात?"

"हे पाहा रंजनाताई, तुमचे आणि उदयरावांचे संबंध आहेत हे आम्हाला माहीत आहे. त्याबद्दल आमची काही तक्रार नाही. ते तुमचं खासगी आयुष्य आहे; हे आम्ही धरून चाललो. तुम्ही पक्षाच्या प्रमुख सल्लागार आहात, तुमच्यावर विश्वासून आम्ही कोणत्याही चळवळी हातात घेतलेल्या आहेत. पण आतातर तुम्ही चक्क अशा माणसाशी लग्न करीत आहात, की ज्याच्याशी आपल्याला रोज भांडावं लागणार आहे." कॉम्रेड थत्ते म्हणाले.

"उदयशी भांडावं लागणार? ते का?"

"अहो, शासनाशी जे आपले संघर्ष होणार त्यात नेहमीच पोलिसांशी आपलं भांडणं असतं आणि आता तर उदय पाटील हे गृहखात्याचे उपमंत्री झालेत. त्यांच्या तुम्ही पत्नी. घरात तुम्ही पतिपत्नीसारखे वागणार आणि रस्त्यावर तुम्ही त्यांच्याविरुद्ध घोषणा देणार. शक्यतेच्या कोटीतील गोष्ट आहे काय?"

"हे पाहा थत्ते, चौधरी, देशक, डिसूझा, मृदुलाबेन, तुम्ही माझ्यावर विश्वास ठेवू नये, असं माझ्याकडून काहीही घडलेलं नाही आणि याच्यापुढेही काही घडेल असं नाही, एवढेच मी म्हणते. लग्न ही वास्तविक माझी खासगी गोष्ट. पण तुम्ही म्हणता तेही थोडं खरं आहे, की शासनात वावरणाऱ्या माणसाशी जेव्हा एखाद्या कामगार नेत्याचा नात्यानं संबंध येतो, तेव्हा काही ना

काही माघार किंवा तडजोडी संभवनीय आहेत. नाहीतर वैवाहिक जीवन अशक्य होईल. माझे आणि उदयचे संबंध तुम्हाला माहीत आहेत, हे बरं आहे. कारण हे संबंध तसे गुप्तही नव्हते. पण माझे संबंध असलेले चालत होते आणि लग्न चालत नाही ही गोष्ट तितकीशी बरोबर नाही. किंबहुना माझी ही मतं माहीत असतानासुद्धा उदय माझ्याशी लग्न करतोय आणि हे सर्व माहीत असताना त्याची मंत्रिमंडळात नेमणूक होतेय, या गोष्टीचा आपण उलट विचार का करू नये? शिवाय माझी मतं, माझं वागणं यात कोणताही बदल होणार नाही हे एकदा नव्हे, अनेकदा उदयनं मान्य केलेलं आहे. त्याला जर माझ्या मतांचा त्रास व्हायला लागला, तर एकतर तो मंत्रिपद सोडील किंवा मी त्याला सोडीन. त्याबद्दल तुम्ही अगदी चिंता करू नका!''

डिसूझा हा एक नावाजलेला जुना समाजवादी कार्यकर्ता. त्याच्या हाताखालीच खरंतर रंजनानं कामगारविषयक प्रश्नांचा अभ्यास केला होता. त्या दोघांचे संबंध बाप-लेकीसारखेच होते. डिसूझासारखा मनुष्य कोणतेही पुढारीपण न गाजवता, कसलाही मानसन्मान न मिळवू पाहता या चळवळीत इतका रंगून गेला होता, की वयाची पन्नाशी उलटली तरी त्याला लग्न करायलासुद्धा वेळ झाला नव्हता. मुंबईतल्या लहानसहान युनियन्स त्यानेच बांधल्या होत्या. त्यानं युनियन बांधाव्या आणि वेगवेगळ्या राजकीय कामगार पुढाऱ्यांनी त्या ताब्यात घ्याव्यात, हा जणू एक अलिखित नियमच बनून गेला होता. या घटकेला कोणतीच युनियन हाताशी नसलेला तो एक कामगारनेता होता. खांद्यावर एक लोंबती पिशवी टाकून तो सबंध दिवस वणवण हिंडून संघटना बांधण्याचं काम करीत असे. कामगारांचे खटले कोर्टात लढवीत राही आणि अशा संदर्भातच त्याची आणि रंजनाची गाठ पडली होती. तेव्हापासून रंजनाच्या बुद्धीवर, वक्तृत्वावर, वकिली चातुर्यावर खूश होऊन तो तिचा भक्त बनला होता. पक्षातीत ट्रेड युनियन्स करता येतात, किंबहुना केल्या पाहिजेत, या दोघांच्या समान भूमिकेतून कामगार-किसान सभेचा जन्म झाला होता. समाजवादी पक्ष शक्य तितक्या प्रकाराने पक्षाचा आग्रह न धरता दोघांच्याही कामाला उचलून धरीत होता.

''तू काही म्हटलंस रंजना, तरीही हे लग्न तुझ्या हिताचं आहे, असं मला वाटत नाही. आज तुला जे कामगार मानतात, त्यांच्या श्रद्धा कुठंतरी दुखावतील. आज डाव्या चळवळीतील अनेक कार्यकर्ते गुंतागुंतीच्या प्रश्नावर तुझा सल्ला घेतात, यापुढे ते बिचकतील. तुझ्या प्रामाणिकपणावर सगळ्यांचा विश्वास असला, तरी प्रामाणिकपणा हीसुद्धा अग्निदिव्यानं सिद्ध करण्याची गोष्ट आहे. उदय

हासुद्धा ट्रेड युनियनिस्ट आहे, पण सारी कामगारचळवळ ज्या इंटकनं बिघडवून टाकली, त्या इंटकशी तो संबंधित आहे. राजकारणासाठी तो कामगारचळवळी वापरतो; एवढेच नव्हे, तर तो तुझासुद्धा उपयोग करायला कमी करणार नाही.''

"पण कामगारांच्या चळवळी महत्त्वाच्या आहेत, की कामगारांचे प्रश्न सोडवणं महत्त्वाचं आहे?''

"इथेच सर्वांची फसगत होतेय.'' कम्युनिस्ट पक्षातून हाकलून दिलेले आणि स्वतंत्रपणे ट्रेड युनियन करणारे थत्ते म्हणाले, "कामगारांचे प्रश्न कधीच संपणारे नाहीत. कारण पहिला प्रश्न संपण्यापूर्वीच दुसरा प्रश्न निर्माण करावा लागतो. कामगारांना त्यांच्या हक्कांची जाणीव करून देणं, सतत लढाऊ आणि अस्वस्थ ठेवणं आणि अखेरीस कामगारांचं वर्चस्व असणारी सत्ता निर्माण होईपर्यंत त्यांचं समाधान होऊ न देणं, हे आपल्या चळवळीचं उद्दिष्ट आहे. एखादा संप यशस्वी झाला, सगळ्यांच्या सगळ्या मागण्या मान्य झाल्या, तर कामगारांची चळवळ वाढत नाही, कमी होते. खरंतर कामगारचळवळी आता क्रांतीला निरुपयोगी होत चाललेल्या आहेत. कारण समाजातील अन्य शोषित घटकांपेक्षा त्या संपन्न स्थितीत आहेत. लढण्याची त्यांची इच्छाच संपलेली आहे. या देशात कामगार क्रांती करू शकतील, असं वाटत नाही. भूमिहीन शेतमजूर, बेकार, दलित, आदिवासी हेच क्रांतीला सामोरे जाऊ शकतील. सत्तेच्या सहकारामुळे कामगारचळवळ दुबळी झालेली आहे. कामगारांचं हित करण्याच्या नादात कितीतरी समाजवादी नेते सत्तारूढ काँग्रेसमध्ये गेले. परंतु समाजवादातील क्रांती हरवून बसले. सत्तेने सुविधा उत्पन्न होतात. माणसं लाचार होतात. समृद्धीला लालचावतात आणि सबंध समाजाचं भान विसरून जातात. अशोक मेहता, मोहन धारिया हे समाजवादी नव्हते का? पण ते काँग्रेसला समाजवादी करू शकले नाहीत. उलट, काँग्रेसमध्ये जाऊन फक्त समाजवादाची रंगसफेदी तेवढी त्यांनी केली. मोडकळीस आलेली काँग्रेस त्यामुळे सावरायला मदत झाली; म्हणूनच तुमचा जर असा भ्रम असेल, की तुम्ही काँग्रेसशी सहकार करून सत्तेमार्फत कामगारांचं हित साधू शकाल, तर फक्त इतिहासाचीच पुनरावृत्ती घडेल.''

"पण थत्ते, एकतर मी काँग्रेसमध्ये जात नाही आणि जाणार नाही. मी तिथं जाऊन त्या प्रचंड अशा जुनाट घराला नवं रूप देईन, असा मला मुळीच भ्रम नाही. पुन्हा सांगते. माझी मतं ठाम आहेत. ती सहजगत्या कोणी बदलू शकणार नाही. तुमची धोक्याची सूचना मी लक्षात ठेवीन. किंबहुना ती माझ्या लक्षात आहे; पण मी तुम्हाला एवढंच आश्वासन देऊ इच्छिते, की ज्या क्षणी

मला असं वाटेल की माझ्यावर कुठे आक्रमण होत आहे, माझ्या संसारामुळे माझ्या कामात दुबळेपणा येतोय, त्या क्षणी मी माझ्या राजकीय मतांना पहिलं स्थान देईन. संसार उधळून टाकीन!"

आपल्या सहकाऱ्यांच्या आणि अनुयायांच्या मनातल्या शंका ती सर्वथा फेडू शकली नाही. कारण तिच्याही मनात काही गोंधळ होतेच. ते गोंधळ उदयच्या भेटीत एकदा संपवून टाकणं भाग होतं. त्याला वाटेल तेव्हा भेटणं, कुठेही बोलणं हे तितकंसं शक्य नव्हतं. पण तिच्या मनात त्याला भेटण्याची इच्छा येण्यापूर्वीच त्याचा फोन आला आणि रात्री तिच्या फ्लॅटवर येत असल्याचं त्यानं कळवलं.

★

सबंध दिवसभर साचलेली कामं तिनं झपाट्यानं आवाक्यात आणली. पण आज तिच्या लक्षात आलं, की सवयीमुळे आपण व्यवस्थित काम करीत असलो, तरी आपलं मन आजच्या रात्रीच्या भेटीकडे गुंतलेले आहे.

रात्री काही गंभीर प्रश्नांचा निकाल लावायचा होता. तिला हे माहीत होतं, की उदय त्याला विरोध करणार नाही. तो तिला हवं त्याप्रमाणे सगळं काही मान्य करील. पण दोघांनीही जाणीवपूर्वक व पूर्ण विचारपूर्वक स्वीकारलेला सहजीवनाचा करार आपल्याला प्रत्यक्षात आणता येईल का? आज स्वतंत्र बाण्याची, स्वतंत्र विचारांची, चळवळे, आक्रमक, तरुण पुढारी म्हणून तिची जी प्रतिमा आहे, ती प्रतिमा मंत्र्याची पत्नी झाल्यावर कितपत टिकेल? कुठेही जाण्याची, कोणाशीही बोलण्याची, मनात येईल ते व्यक्त करण्याची तिची प्रवृत्ती, शासनातील एका जबाबदार पुढाऱ्याची बायको झाल्यावर कायम राहील का? आपल्या बोलण्या-वागण्याचे काही परिणामही उदयला भोगावे लागतील किंवा उदयच्या पक्षाच्या ध्येयधोरणाचे काही परिणाम आपल्याला भोगावे लागतील आणि त्यांनी आपापली स्वतंत्रता किती संपेल? पण याचा निकाल तिची असामान्य बुद्धिमत्तासुद्धा देऊ शकत नव्हती. याच स्वयंप्रज्ञ स्त्रीच्या मनातील गाभाऱ्यात कुठेतरी खोलवर उदयबद्दल गाढ आपुलकी आणि प्रेम वावरत होतं. त्याच्या आणि तिच्या स्नेहाची सारी पायवाट पुन्हा एकदा ती धुंडाळून आली; परंतु उदयमध्ये तिला कुठंही हीण जाणवेना. दोघांच्याही नात्यात तिला कधीही पराधीनतेची जाणीव चुकूनही सापडली नाही. तिच्यावर कधीही त्यानं वैचारिक आक्रमण केलेलं नव्हतं. तावातावानं अनेक राजकीय समस्यांवर त्यांचे वाद झाले; पण त्याच्या ऋजुतेनं आणि तिच्या अलिप्ततेनं दोघांच्याही स्नेहाला कसलाही डाग कधी

लागला नव्हता.

संध्याकाळी ती लवकर घरी आली. बाईकडून त्याला आवडणारा सारा स्वयंपाक तिनं करून घेतला. घरसुद्धा मनासारखं लावून घेतलं. आणि अगदी नकळत त्याला आवडणारी आणि त्यानं तिला भेट दिलेली पारदर्शक अस्मानी नाइटी घालून ती त्याची वाट पाहत बसली. पण तिला फार वाट पाहावीच लागली नाही. घंटी वाजली तेव्हा तिच्या अंगावर रोमांच आले. दिवसभराच्या साऱ्या शंकाकुशंका विरघळून गेल्या. सारं स्त्रीत्व रसरसून तिच्या आंगोपांगांत उसळून आलं आणि दार उघडताच त्यानं तिला जेव्हा मिठीत घेतली, तेव्हा तर त्याच्याशी काय बोलावं, हेच ती विसरून गेली.

कितीतरी वेळ दोघं एकमेकांच्या स्पर्शात आणि श्वासात विरघळून गेली. बुद्धी, कर्तृत्व, मोठेपणा, लौकिक या साऱ्या गोष्टींनी त्या चिमुकल्या कक्षातून पलायन केलं. उरली ती एक निर्व्याज प्रीती, एक मनमोकळा खेळ. नर आणि मादीचा. तोही निसर्गाच्या न्यायानुसार. श्रेष्ठ-कनिष्ठ असा भाव नसलेला.

उन्मादाचा पहिला बहर संपला तेव्हा रंजना त्याच्या कानाला दंश करीत म्हणाली, ''अजून तसाच आहेस की रे!''

''तसाच म्हणजे?''

''अरे, तू आता मंत्री झालास.''

''मग मंत्री झालो म्हणून लगेच शिंगं फुटली की काय?''

''तसं नव्हे रे! पण मला वाटलं, तुझ्यात काहीतरी बदल झालेला असणार.''

''कोणत्या बदलाची अपेक्षा होती? काही जास्त आगाऊपणानं वागायला हवं होतं काय?''

''तसं नव्हे रे! पण मला वाटलं होतं, की काही नव्हे तरी मंत्रिपद म्हणजे या देशातील एक सन्मान आहे. माणसाचं डोकं फिरतं म्हणे त्यानं!''

''देअर यू आर! खरी आहे ती गोष्ट. पण मला माहीत आहे, की ही सोईची, सन्मानाची, फायद्याची जागा असली, तरी लायकीचं मात्र ते शिफारसपत्र नाही. मंत्री होऊन मला अजून दोन दिवस झाले नाहीत. माझ्या सन्मानासाठी खूप लोकांनी प्रयत्न केले, पण मी सर्वांचे प्रयत्न हाणून पाडले. मी कोणाकडून सन्मान करून घेतला नाही. कारण मला प्रामाणिकपणे वाटतं, की जर मी बुवासाहेब जगदाळ्यांचा जावई नसतो, तर मला कोणी मंत्रिपद दिलं नसतं. म्हणून मंत्रिपद हे मला सन्मानचिन्ह वाटतच नाही. उलटपक्षी, जास्तीतजास्त

कुटिल लोकांशी तुमचा संबंध आहे, याचा तो पुरावा वाटतो.''

''असं होतं तर तू मंत्रिपद स्वीकारलंस का?''

''बरोबर! तुझ्यासारखाच मलाही प्रश्न पडलेला होता. पण ज्या पक्षात मी काम करतो; त्या पक्षात एक शिडी निर्माण झाली आहे. या शिडीवरून वर जावंच लागतं. कारण मागची माणसं ढकलत असतात आणि वर जायचं नसेल तर सरळ शिडीवरून झोकून द्यावं लागतं आणि सगळं पहिल्यापासून सुरू करावं लागतं. राजकारण हाच एक प्रचंड सापळा आहे. बाहेर असणाऱ्यांना वाटतं, आतले लोक सुखी आहेत; कारण ते सुरक्षित आहेत. आतल्या लोकांना वाटतं, बाहेरचे सुखी आहेत; कारण ते स्वतंत्र आहेत. बाहेर खाणाऱ्यांची संख्या जास्त म्हणून वाट्याला कमी येतं. आत खाणाऱ्यांची संख्या कमी म्हणून हवं तितकं खाता येतं.

''राजकारणाच्या या सापळ्यात दुसऱ्याच्या श्रमानं उत्पन्न झालेलं भरपूर खाल्ल्याशिवाय जगताच येत नाही. आपली जागा सांभाळून राहायचं म्हणजे ती जागा पैशाच्या पलिस्तरानं मजबूत ठेवावी लागते. पैसा खाणं हा इथं भ्रष्टाचार नाही. हा अस्तित्वाचा लढा आहे. सत्ता हवी तर पैसा हवा आणि कोणत्याही मार्गानं पैसा मिळवला, तरी पैसा हा पैसाच असतो. आपलं स्थान वाचविण्यासाठी दुसऱ्यांचंही स्थान वाचवावं लागतं. दुसऱ्यालाही पैसा खाऊ द्यावा लागतो. पैशाच्या अभावी साधी एक सभासुद्धा घेता येत नाही. सभेला जागा लागते, स्पीकर्स लागतात, टेबल-खुर्च्या लागतात, जाहिराती लागतात, स्वयंसेवक लागतात आणि स्वत:ला काही मिळाल्याशिवाय कोणी खर्च करीत नाही. सभा-निवडणुका-पक्षांची कार्यालयं यांचा खर्च कोणी ना कोणी करीत असतो. तो पैसा आम्हाला फेडावा लागतो. खरंतर आमच्यासाठी पैसा खर्च करणारे जे कोणी लोक आहेत, त्यांच्या मुनिमांचंच आम्ही काम करत असतो.

''आमचाच पक्ष किडलेला आहे असं नाही. सर्वच राजकीय पक्षांना थोड्याफार प्रमाणात ही कीड लागलेली आहे. केवळ राजकीय पक्षच नासलेले आहेत असं नाही; तर साऱ्या संस्था, ट्रेड युनियन्स, चळवळी याच पद्धतीनं चालतात. हे अपरिहार्य आहे. सत्ता हातात असली, की भ्रष्टाचार जास्त होतो इतकंच. पण लोकशाही शुद्ध असूच शकत नाही. कुठल्याही देशात ती तशी आहे, असं वाटत नाही.

''अन्य पक्षांच्या ट्रेड युनियनचा कारभार कसा चालतो, हे तुला माहीतच आहे. हाती ट्रेड युनियन राखण्यासाठी किती हिकमती कराव्या लागतात. मालकाशी

किंवा राजकीय नेत्यांशी संगनमत करावं लागतं. बंडखोर कामगारांना धाकदपटशा दाखववावा लागतो. निष्ठावंत कामगारांची पुंडगिरी चालवून घ्यावी लागते. हे काही मी भ्रष्टाचाराचं समर्थन करण्यासाठी सांगत नाही. मंत्री होण्याचा एवढाच फायदा आहे, की पक्षातल्या बारीकसारीक घाणेरड्या राजकारणापासून थोडी सवड मिळते. बदमाश स्पर्धकांपासून संरक्षण मिळतं आणि इच्छा असलीच तर खरंच काही चांगलंसुद्धा थोडंफार करता येतं.''

''तू आज फार गंभीर होऊन आलेला दिसतोस.''

''आहेच. गेले दोन दिवस मी गृहखात्यात वावरतोय. डाव्या चळवळीचा सारा व्यवहार माझ्याकडे आहे. तुझ्यासकट साऱ्या कार्यकर्त्यांच्या खासगी गुप्त फायली माझ्यासमोर एकामागून एक कोसळत आहेत. तुझ्यासारख्या प्रामाणिक कार्यकर्तीला राजकारणात फारसं स्थान आहे, असं मला वाटत नाही. कारण राजकारणात प्रामाणिकपणा हा सर्वांत मोठा गुन्हा आहे.''

''अरे, गुप्ततेची शपथ घेतलीस आणि गुप्त गोष्टी तू मला सांगतो आहेस?''

''यात गुप्त काहीच नाही. जसजसं राजकारणाच्या डबक्यात खोल जावं, तसतसं अधिकच ओशाळल्यासारखं वाटतं. मंत्री म्हणूनसुद्धा मी फार दिवस काम करू शकेन, असं मला वाटत नाही.''

''बरं झालं, मंत्रिपदाचा तुला लोभ नाही.''

''त्यात लोभ करण्यासारखं काही आहे, असं मला खरोखरीच वाटत नाही. बाहेरून सोनेरी मुलामा दिलेले हे नुसते घुमट आहेत. या घुमटांआड आत कावळे, वटवाघळे यांचाच वास असतो.''

''पण अजून तू मंत्रिपद का स्वीकारलंस, ते सांगितलं नाहीस.''

''हा एक प्रयोग आहे. जमला तर जमला, नाही तर सोडून दिला.''

''आपल्या लग्नासारखाच?''

''नाही नाही! आपलं लग्न काही आपण गमतीसाठी करत नाही. आपण एकमेकांना हवे आहोत, म्हणून लग्न करतोय. खरं सांगू? आतातर मला तुझी जास्त गरज आहे.''

आणि एकदम रंजनाला त्यानं जवळ ओढून घेतलं आणि घट्ट मिठी मारली. या घटकेला तरी कसलंही शंकासमाधान करून घ्यावं, असं तिला वाटलं नाही. उलटपक्षी, त्याच्या एकाकीपणाची तिला अधिकच जाणीव झाली. कधी नव्हे ती एक विलक्षण भावना तिच्या अंत:करणात उमटून गेली. प्रेयसीपेक्षाही

ती भावना अद्‌भुत होती. कुठेतरी वात्सल्याची किनार त्या भावनेला लागली होती.

★

उदयचं आणि रंजनाचं लग्न अगदी साधेपणानं झालं. साधेपणानं झालं असं म्हटलं, तरीसुद्धा हजार-पाचशे माणसं येऊन गेलीच. मंत्रिमंडळातले सारे सदस्य येणं स्वाभाविकच होतं. पत्रकारांना अशा बातम्या लागायच्या, तेव्हा तेही येणं अपरिहार्य. अनेक विरोधी नेते, कामगारपुढारी, उद्योगपती, ज्यांना ज्यांना म्हणून या लग्नाची बातमी हस्ते-परहस्ते कळली, ते सारेच आले. या पांढऱ्या शुभ्र कपड्यांच्या समुद्रात कामगार-किसान संघाचे कार्यकर्ते अधूनमधून दिसत होते. हायकोर्टाचे दोन-तीन जज्जेस आणि बारमधील सर्व प्रतिष्ठित मंडळी लग्नाला येऊन गेलीच. पत्रिका छापलेल्या नव्हत्या. तेव्हा अहेर स्वीकारला जाणार नाही, अशी उर्मट विनंतीही करता आलेली नव्हती. परंतु दोघांचंही राजकीय स्थान आणि संपत्तीच्या उधळमाधलला असणारा विरोध लक्षात घेता फारसे आहेर आले नाहीत. तरीपण शेवटी हा बुवासाहेबांनी योजलेला सोहळा होता हे लक्षात येण्याइतके आहेर जमा झालेच होते. काही नम्रतेने नाकारले गेले, पण काही परस्पर उदयच्या घरी पोचवले गेले होते. बुवासाहेबांनी जणूकाही आपल्या मुलाचंच लग्न केलं अशा थाटात मोठ्या उत्साहानं सर्व समारंभांत भाग घेतला. त्या वेळेस त्यांना मुलगा नाही, आहेत त्या मुलीच, ही गोष्ट रंजनाला कळली. उदयवर त्यांचा जीव का आहे, हे कळायला मग वेळ लागला नाही. समारंभ अगदी साध्या वैदिक पद्धतीनं चालला होता. वैदिक पद्धतीनंच लग्न करण्याचा उदयचा हट्ट होता. तो म्हणाला, "का कुणास ठाऊक? असं काही केलं म्हणजेच लग्न केल्यासारखं वाटतं." ती गोष्ट मनातून रंजनाला आवडली नव्हती, पण या एकाच गोष्टीबद्दल त्याचा आग्रह होता.

नाही म्हटलं तरी लग्नसमारंभातील धांदल संपली आणि सारी कुटुंबीय मंडळी उदयच्या फ्लॅटवर आली. उदय अजून मंत्र्याच्या जागेत राहायला गेलेला नव्हता. त्याचा फ्लॅटही खूप मोठा होता. पूर्वी रंजना तेथे काही वेळ आलेली होती. पण आता फ्लॅटचं सारं स्वरूप, रंगरूप बदलून गेलेलं तिला आढळलं. नव्या गृहस्वामिनीच्या स्वागतासाठी वत्सलेच्या आठवणींशी निगडित असलेल्या साऱ्या गोष्टींची हकालपट्टी झालेली होती. दोघांचे कोणीही नातेवाईक आलेले नव्हते. पण त्या सर्वांची कसर बुवासाहेबांच्या गोतावळ्यानं भरून काढली. खरं-तर लग्नानंतर काही निवडक लोकांना एखाद्या आलिशान हॉटेलमध्ये पार्टी

द्यायची बुवासाहेबांची इच्छा होती. उदयनं त्याला विरोध दर्शविला होता. एवढंच नव्हे, तर त्या रात्री आपल्या दोघांखेरीज कोणीही घरी थांबू नये, अशी त्यानं व्यवस्था केली होती.

टाळाटाळ करूनही संपत्तीचा झगमगाट दिसायचा तो दिसलाच. रंजनाच्या डोळ्यांत कोठे नाराजी दिसते की काय, हे तो नीट निरखून पाहत होता; पण तशी नाराजी त्याला कुठे दिसत नव्हती. साऱ्याच लग्नसमारंभात बरोबरीच्या मैत्रिणी, कार्यकर्ते उत्साहानं भाग घेत असूनही रंजना कुठेतरी हरवल्यासारखी दिसत होती. तिच्यावर आलेलं दडपण तिच्या वागण्या-बोलण्यातूनही दिसत होतं. लग्नाची एक नवीन जाणीव, जबाबदारीचा एक नवा तणाव, गर्दीची एक प्रतिक्रिया या साऱ्यांनी ती खरोखरच एखाद्या नववधूप्रमाणे बावरून गेली होती. एरव्ही डोळ्यांना डोळा देणारी, शब्दांना शब्द करणारी आणि बुद्धिमानांतल्या बुद्धिमान माणसासमोरही उंच मानेनं वावरणारी रंजना काही काळतरी अर्धशिक्षित, अल्लड, भेदरलेली अशी पाहून उदयला मोठी गंमत वाटली. साध्या कपड्यांतच लग्न करण्याचा तिचा हट्ट होता आणि त्यानंही आग्रह धरला नाही. लग्नविधीतले अपरिहार्य भाग सोडले, तर हीच वधू आहे हे कोणाच्या लक्षात आलं नसतं. लग्नाच्या हॉलमधून ती सरळ जरी कोर्टात जाऊन आर्ग्युमेंट करू लागली असती, तरीसुद्धा कोणाला फरक जाणवला नसता. आपल्या मैत्रिणी, सहकारी कार्यकर्ते आपल्या प्रत्येक कृतीचा काय अन्वयार्थ लावतील, यामुळे ती मधूनमधून शंकित होत होती. यातील कितीतरी गोष्टींचा एरवी तिनं सहजगत्या धिक्कार केला असता पण तेच समाजातील कायदेकानून सहजगत्या आपण बिनतक्रार पाळतो आहोत, आपण त्यात गुंतत चाललो आहोत अशा एका दडपणाखाली ती वावरत होती. उदय तिच्याकडे न्याहाळून काळजीपूर्वक पाहत होता आणि मनातल्या मनात थोडा सुखावत होता. थोडा सचिंतही होत होता. एका परंपरागत खानदानी कुळात तो जन्मला होता आणि म्हणून ते रिवाज त्याच्या परिचयाचे होते. उच्चभ्रू समाजात वावरताना खेडवळ वाटणाऱ्या कित्येक गोष्टी स्वीकाराव्या लागतात, याचा त्याला अनुभव होता. तो त्या अलिप्तपणे स्वीकारत होता. रंजनाला खरं म्हणजे त्यानं सर्व स्वातंत्र्य दिलं होतं. कोणती हवी असेल ती गोष्ट तिनं करावी आणि वाटेल ती नाकारावी. या स्वातंत्र्याचा तिनं फारसा उपयोगच केला नव्हता. लग्न संपताक्षणीच त्यानं सहजगत्या बुवासाहेबांना वाकून नमस्कार केला. आणि तितक्याच सहजपणे तिनेही वाकून त्यांना नमस्कार केला. मंगळसूत्र घालून घेताना ती बावचळली नाही किंवा लग्नविधी चालू असताना त्यातल्या

सहभागात तिनं अप्रसन्नताही व्यक्त केली नाही.

★

हळूहळू निरोप घेऊन सर्व मंडळी कॉफी घेऊन घरी गेली. बुवासाहेबांनी त्यांच्या जेवणाची व्यवस्था ताजमहाल हॉटेलमध्ये केलेली आहे, हे त्याला माहीत होतं. पण त्यानं आधीच सांगितलं होतं, की त्या भोजनसमारंभास रंजना आणि तो येणार नाहीत.

त्यामुळं त्यांनीही आग्रह धरला नाही. सगळे निघून जाताच नोकरानं जेवण तयार झाल्याची वर्दी दिली, तेव्हा रंजनाने आपल्याला भूक नाही असं सांगितलं. उदयनं आग्रह करून पाहिला; परंतु तिनं तरीही नकार दिला. दिवसभराच्या दगदगीनं ती खूप दमली होती, हे तिच्या चेहऱ्याकडे पाहताच उदयच्या लक्षात आलं आणि मग दोघंही बेडरूममध्ये गेली.

बेडरूममध्ये येताच तिथला थाट बघून रंजना चकित झाली आणि तिला हसू आलं. एखाद्या हिंदी सिनेमात पहिल्या रात्री शृंगाराचा सेट मांडतात तसा पलंग सजवला होता.

"हसायला काय झालं?"

"हसायचं नाही तर काय करायचं? आपण काय हिंदी सिनेमातले नायक-नायिका आहोत काय? आणि ही काय आपली पहिली रात्र आहे थोडीच?"

"अगं, पण सौंदर्य हा चेष्टेचा विषय कसा होईल?"

"हे काय सौंदर्य आहे? या फुलांच्या माळा का सोडल्या आहेत?"

"फुलांच्या माळांनी काय केलंय?"

"आपल्या शृंगाराची दुसऱ्या कुणी तयारी करावी, हे असंस्कृतपणाचं लक्षण नाही?"

"म्हटलं तर आहे, म्हटलं तर नाही. पुष्कळशा गोष्टी सांकेतिक असतात. मंगळसूत्र हेसुद्धा सांकेतिकच नाही का? ते तुला हास्यास्पद वाटलं नाही?"

"वाटलं ना!" असं म्हणत तिनं गळ्यातलं मंगळसूत्र काढलं आणि टेबलावर ठेवलं. "तुझ्या आणि माझ्या प्रेमाला आजन्म बांधून ठेवायला हे दीड वितीचं मंगळसूत्र आवश्यक आहे, असं मला वाटत नाही."

"मग तू ते घालून का घेतलंस?"

"साधी गोष्ट आहे. प्रत्येक ठिकाणी आपल्याला न आवडणाऱ्या गोष्टीचा आरडाओरडा करून जाहीरनामा करण्याची आवश्यकता नाही. वास्तविक लग्न हा खरं म्हणजे तुझा आणि माझा दोघांचाच विषय आहे; पण त्याला तू

सार्वजनिक स्वरूप दिलंस. एकदा लग्नाचा सार्वजनिक समारंभ झाला, की मग त्याच्यात आपोआपच काही एथिक्स येतात. आपण साध्या सभेत नाही का ओळख करून देतो, हार घालतो, आभार मानतो. हे खरं तर उपचारच असतात. एकदा लग्नाचा सार्वजनिक समारंभ करायचा ठरल्यानंतर बारीकसारीक गोष्टीत कुरकुर करण्यात अर्थ नसतो. त्यानं समारंभाची रंगत बिघडते. एकतर समारंभ संपूर्ण टाळायला हवा होता. किंवा टाळता येत नसेल तर फारशी कुरकुर न करता आणि ज्यांना फारसं महत्त्व नाही अशा सामान्य रिवाजांचा स्वीकार करायला हवा. लग्नातल्या मंत्रांप्रमाणेच सप्तपदी, मंगळसूत्र या गोष्टींवर, तुला माहीत आहे की, माझा विश्वास नाही! पण तुझा आहे हे मला माहीत आहे. म्हणून मी फारशी खळखळ केली नाही. जे कर्मकांड निरर्थक असतं ते करू नये; पण कोणी केलं तर उगाचच कडाडून त्यावर हल्लेही करू नयेत.''

''पण बाकी समारंभ ठीक झाला ना?''

''खरं विचारशील तर या समारंभाची काही गरज होती का? काटकसरीनं केला तरीसुद्धा चारदोन हजारांचा भुर्दंड पडलाच की नाही? मी दोन माणसांच्या प्रेमाचं पावित्र्य जाणते. परंतु कुठल्यातरी बंधनामुळं प्रेम द्यावं, निष्ठा द्याव्यात हे मला जंगलीपणाचं वाटतं. हे मंगळसूत्र माझ्या गळ्यामध्ये नसलं, तर मी परपुरुषाचा विचार करीन आणि एकदा गळ्यात घातलं की तेवढी पतिव्रता राहीन, असं म्हणणं हा स्त्रीजातीचा केवढा भयंकर अपमान आहे!''

''स्त्रीजातीच्या अपमानाचं जाऊ दे; पण निदान पुरुषजातीचा अपमान तरी आता थांबायला हरकत नाही. आज आपल्या लग्नाची पहिली रात्र आहे, हे अगदी विसरलंच पाहिजे असं नाही. आज लग्नाच्या वेळेस तू इतकी छान दिसत होतीस की वाटलं, खरंच लग्नाबिग्नात अर्थ नाही. असंच तुला इथून उचलून न्यावं आणि तुझ्या फ्लॅटवर तुला घेऊन जावं. मोठी मजा आली असती नाही? जमलेले सगळे लोक आपली वाट पाहत राहिले असते.'' असं म्हणून तो हसायला लागला. रंजना एकदम उठली आणि खिडकी जवळ गेली आणि म्हणाली, ''अजून तू तसाच आहेस, हे तेवढं छान आहे.''

''मी आता तस्सा मुळीच नाही!''

''म्हणजे?''

''हे बघ, तू आता माझी लग्नाची बायको आहेस. आत्ता मी तुझं काय वाटेल ते करू शकतो. तुझी इच्छा असो किंवा नसो, मी तुला आता खेचून अंथरुणावर घेऊन जाऊ शकतो. समजलीस?'' आणि खरोखरच नाटकी जबरदस्तीनं

त्यानं तिला बेडवर खेचून नेलं.

बऱ्याच वेळानंतर उदयला झोप लागली. तरी रंजना मात्र जागीच होती. अनावर तृप्तीसुद्धा माणसाला बेचैन करते. आक्रमक उमद्या उदयनं तिच्या शरीराची पिसं हवेवर उधळून दिली होती आणि किती काळतरी ती तशीच तरंगत होती. तोच उन्माद, तोच जिव्हाळा, तीच आसक्ती आणि तेच समपर्ण! यांच्या चक्राचक्रांतून फिरतफिरत ती अशा ठिकाणी येऊन पोचली, की उदय कुठेतरी मागे पडला आहे, असं तिला वाटलं. आपण एकट्याच खूप पुढं आलोत. भोवताली कुणी नाही. फक्त या चुरगळलेल्या सुगंधी फुलांच्या सोबती राहिल्या आहेत. ती चटकन उठली आणि तिनं टेबलावर ठेवलेलं मंगळसूत्र गळ्यात घातलं. चुरगळलेल्या शय्येकडे निरखून पाहिलं आणि ती हसली. उदय कुठे दूर मागे राहिला नव्हता. तो तिच्या अगदी जवळ होता. इतका जवळ की त्याचं वेगळेपण तिला काही वेळेला जाणवत नव्हतं. ती हळूच त्याच्याजवळ आली. त्याच्या कुशीत शिरली. हुळहुळणाऱ्या वक्षांना मंगळसूत्र टोचत होतं; पण त्या टोचण्यात दुःखाऐवजी सुख वाटतंय, हे तिला कळेना. त्याच्या ती आणखी निकट सरकली. झोपेतच त्यानं तिच्या अंगावर हात टाकला. त्याही स्थितीत तिच्या अंगावर रोमांच फुलले आणि मग मात्र ती शांत झोपी गेली.

दुसऱ्या दिवशी सकाळी उदय उठण्याआधीच रंजना उठली व सगळं आटोपून घराची, नोकरांची पाहणी करून ब्रेकफास्टसाठी त्याची ती वाट पाहत बसली. आठ वाजले तरी त्याला जाग येईना, तेव्हा मात्र तिनं त्याला हलवून उठवलं. अंघोळ वगैरे करून तिनं बाहेर जाण्याच्या तयारीचे कपडे केलेले पाहून उदय चकित झाला. तो म्हणाला, ‘‘हे काय, कुठं निघालीस?’’

‘‘म्हणजे काय? नको निघायला? कालचा दिवस मी सुट्टी घेतली, पण मला आज कोर्टाला जायला हवं आणि पार्टीच्या ऑफिसमध्ये जायला हवं. आधी माझ्या फ्लॅटवर मी जाईन. तिथं माझी काही ब्रीफ्स राहिली आहेत, ती घेऊन मी जाईन. आता आपली भेट रात्री!’’

‘‘म्हणजे खरंच तू निघालीस?’’

‘‘निघायला हवं आणि तूसुद्धा आटप. मी ब्रेफकफास्टसाठी थांबले आहे.’’

‘‘आजचा दिवस जाऊ नकोस ना!’’

‘‘नाही रे बाबा! आज महत्त्वाची दोन आर्ग्युमेंट्स आहेत. माझी तयारीही नाही. शिवाय मॅनेजिंग कमिटीची मीटिंग आहे संध्याकाळी!’’

नाइलाजानं उदय उठला आणि दहापाच मिनिटांत त्यानं आपलं आन्हिक

भरभर आटोपलं आणि तो ब्रेकफास्ट टेबलावर येऊन बसला. त्यानं सूचना देऊनसुद्धा वर्तमानपत्रांनी त्यांच्या लग्नाची बातमी छापली होती आणि त्यात खवचटपणानं काही उल्लेख केलेले होते.

"हे वाचलंस सगळं?"

"वाचलंय मी."

"तुला राग नाही आला?"

"राग येण्यासारखं त्यात काही नाही. तुझ्या-माझ्या लग्नामुळे आमची सारी मंडळी थोडी बिथरलीच आहेत. हा चंदावरकर रिपोर्टर एके काळी समाजवादी पक्षात होता. तेव्हा त्याची प्रतिक्रिया अशीच असणार!"

"त्याचा काहीतरी बंदोबस्त केलाच पाहिजे."

"आता मात्र तू मंत्र्यासारखा बोलायला लागलास."

"मंत्र्यासारखं म्हणजे? त्यानं काही वाटेल ते लिहावं आणि आपण गप्प बसावं?"

"मी एक डाव्या विचारसरणीची क्रियाशील कार्यकर्ती आणि तू सत्तारूढ पक्षातला पदाधिकारी. आपण लग्न केलं तर त्यांनी तरी का गप्प बसावं?"

"पण लग्न ही खासगी बाब नाही का?"

"पण तू ती खासगी ठेवलीस का? आपण सभारंभ, गाजावाजा करतो आणि म्हणतो ही खासगी बाब आहे. असं कसं चालेल? तुला राग आला आहे तो त्याच्या शीर्षकाचा. "सत्तेचा क्रांतीशी पाट लागला!" यातील 'पाट' या शब्दावर तुझा राग असावा."

"असं नाही."

"हे बघ, उगाच डोक्यात राख घालू नकोस. असं लिहिण्यानं काही बिघडत नाही. वृत्तपत्रांना असं रोज सनसनाटी हवं असतं. नसलं तर ते उकरून काढणार. आपणच त्यांना खाद्य पुरवल्यावर ती गप्प का बसतील? वर्तमानपत्रांची दुसऱ्या दिवशी रद्दी होते, हे लक्षात ठेव. जोपर्यंत आपण आपला तोल सोडत नाही,निष्ठा अविचल ठेवतो आणि एकमेकांना समजून घेऊ शकतो, तोपर्यंत या टीकेकडे दुर्लक्ष करणं फार चांगलं. बरं, मी आता पळू? मला जायलाच हवं."

ती उठली आणि तिनं त्याच्या कपाळाचं चुंबन घेतलं. नोकराचाकरांचा वावर असताना तिनं केलेली लगट त्याला जरा खटकली. त्याच्या घरातील नोकरांना असं काही पाहायची सवय नसेल म्हणून असेल. आपल्या प्रत्येक हालचालीकडे कुणीतरी रोखून पाहातंय, अशी नवी जाणीव उत्पन्न झाली म्हणून

असेल; पण त्यानं अंग चोरण्याचा प्रयत्न केला आणि तिच्या पाठमोऱ्या आकृतीकडे तो बघत राहिला.

★

रंजना कागदपत्रं घेऊन आपल्या ऑफिसमध्ये आली तेव्हा तिच्यासाठी निरोप ठेवलेला होता. संध्याकाळी ५ वाजता एक तातडीची महत्त्वाची बैठक होती आणि तिनं हजर राहायलाच पाहिजे, अशी त्यात सूचना होती. कार्यकर्त्यांची बैठक म्हणजे चार-पाच तास तरी चालणारा वितंडवाद हे तिला अनुभवानं माहीत होतं. एवढं तातडीच्या चर्चेचं कारण काय, हे तिला समजत नव्हतं.

देशात वातावरण तापत चाललेलं होतं. बिहारमध्ये जयप्रकाशजींच्या चळवळीनं चांगलंच मूळ धरलं होतं. गुजरातमध्येही लवकर इलेक्शन होतील, असा रंग दिसत होता. पक्षाला या सर्व गोष्टींबाबत काही ठाम भूमिका घेणं भाग होतं. परंतु काही आग्रही भूमिका इतक्या तातडीनं घेऊ नये, असं तिनं मागच्या सभेतही पटवून दिलं होतं. विरोधी पक्षीयांत एकोप्याचं वातावरण तयार करण्यासाठी काही समान भूमिका घेणं आवश्यक आहे, असा काही कार्यकर्त्यांचा आग्रह होता. मुंबईतला संघटित कामगार या चळवळीमागे उभा राहिला, तर या चळवळीला काही नैतिक अधिष्ठान प्राप्त होणार होतं. भारतातील प्रत्येक चळवळीत मुंबईतल्या कामगारांनी काही विशिष्ट भूमिका बजावली आहे, हा इतिहास सर्वांना माहीत होता. रंजनाचं म्हणणं असं की कामगार पूर्वीइतके सामाजिक जबाबदारी मानणारे राहिलेले नाहीत. देशातील घटनांसाठी आपल्या काही सुखांचा त्याग करण्याची त्यांची पूर्वीइतकी तयारी नाही. वाढत्या बेकारीत संपाचा कॉल दिला तर हवा तेवढा सहकार मिळणार नाही. अगोदरच अनेक पक्षांत कामगार संघटना विघटित झालेल्या होत्या. त्यातच मराठी माणसाच्या वेगळेपणाच्या निमित्तानं कामगारांतील एकात्मतेचं वातावरण थोडं बिघडलं होतं. म्हणून पुन्हा एकदा कामगारांना जागृत केल्याशिवाय आणि शक्तीचा अंदाज घेतल्याशिवाय आत्मघातकी आणि उतावळे निर्णय घेऊ नयेत, असा रंजनाचा हट्ट होता. नुकतेच दोन मोठे संप अयशस्वी झाले होते. त्या अपयशातून कामगार तेवढे बाहेर पडले नव्हते. रंजनाचा सारा युक्तिवाद आजपर्यंत तरी निष्फळ ठरला होता, आणि तो आजही निष्फळ ठरण्याची शक्यता होती.

परंतु काही महत्त्वाच्या युनियन्सवर रंजनाच्या गटाचा प्रभाव होता. काही शहाणे कार्यकर्ते शक्यतो राजकारणापासून दूर रहावं, असं मानणारे होते. एखाद्या अपवाद-प्रसंगी कामगारांनी आपल्या शक्तीचं प्रदर्शन करून सत्तारूढ पक्षाला

कोंडीत पकडणं निराळं आणि रोजच्या रोज राजकारणासाठी कामगारचळवळी वापरणं निराळं, असं त्यांनाही वाटत होतं.

दिवसभर रंजनाला कोर्टात आर्ग्युमेंटस करावी लागली. पुष्कळ ठिकाणी विवाहाच्या दुसऱ्या दिवशी ती कामावर हजर झाल्याचं कौतुक दिसत होतं, तर पुष्कळ ठिकाणी तिच्यात कोणताच बदल झालेला नाही, यामुळे आश्चर्य दिसत होतं. जस्टिस देवस्थळींनी तिला आपल्या चेंबरमध्ये चहासाठी बोलावलं, तेव्हा तीसुद्धा थोडी हरखून गेली. खरंतर आज ती दोन वेगवेगळ्या मनस्थितींत एकाच वेळी वावरत होती. तिच्या लग्नामुळं नाही म्हटलं, तरी तिच्यावर थोडं दडपण आलेलंच होतं. तो एक नवा अनुभव होता. लोकांच्या भिन्न भिन्न प्रतिक्रिया ती अजमावण्याचाही प्रयत्न करीत होती. काही ठिकाणी तिला अप्रसन्नतेचाही सूर जाणवत होता. क्वचित कोठे असंतोषही जाणवत होता; पण बहुसंख्य ठिकाणी तिचं कौतुकमिश्रित स्वागतच होत होतं. बारमध्ये तिच्या बुद्धीबद्दल, नेटकेपणाबद्दल, नानाविध चळवळींतील तिच्या वावराबद्दल नेहमीच एक अनावर कुतूहल असे. आज ते कुतूहल अधिकच वाढलेलं होतं. कौतुक स्वीकारण्याची तिला सवय होती. नाही असं नाही; पण ते कर्तृत्वाचं. आजच्या कौतुकाची जात थोडी निराळी होती. तिला ती जाणवत होती. संध्याकाळी होणाऱ्या सभेबद्दल तिच्या मनात सारखे विचार चालू होतेच. तिच्या विश्वासातले कार्यकर्ते तिला अधूनमधून भेटतच होते.

संध्याकाळच्या सभेचा सूर तिच्या लक्षात आला. बहुमत आपल्या बाजूला असलं, तरी विरोधी मताचे कार्यकर्ते आपल्यावर व्यक्तिगत हल्ला करण्यास कमी करणार नाहीत, हे तिनं ओळखलं.

सभा सुरू होण्यापूर्वीच ती म्हणाली ,''कॉम्रेड्स, मला आजच्या सभेतल्या वादविवादाची कल्पना आहे. माझ्यावर आरोप आणि प्रत्यारोप केले जातील, हे मी गृहीत धरून चालते; पण प्रथमदर्शनीच एक गोष्ट मला सांगितली पाहिजे. ती ही की, कोणत्याही राजकीय लढ्यात प्रत्यक्षपणे कामगारानं आजच उतरण्यास माझा जो विरोध आहे, तो फार जुना आहे. माझ्या विरोधाला कोणी तात्त्विक मुद्द्यावरून विरोध करणार असेल, तर त्याला उत्तर द्यायला मी तयार आहे. आजवर गेली कित्येक वर्षं आपण बरोबरीनं काम करतोय. एकमेकांवर आपण विश्वास ठेवतो. परस्परांच्या हेतूबद्दल शंका घेत नाही. म्हणूनच अल्पवाधीतच आपल्या कामगार-किसान सभेनं खूप काम करून दाखवलं आहे. ज्या एका मुद्द्यावर आपले मतभेद आहेत, त्यासाठी आपण कष्टपूर्वक उभी केलेली ही

चळवळ नष्ट होता कामा नये. राजकीय पक्षांच्या पाठिंब्याशिवाय किंबहुना त्यांचा विरोध स्वीकारून आपण केवळ कामगारांचे काही हक्कविषयक आणि वेतनविषयक प्रश्न सोडविलेले नाहीत; तर त्यांच्यासाठी शिक्षणाच्या विपुल सोई निर्माण केल्या, स्वस्त निवासस्थानांची सोय केली. स्वस्त दरात बहुतेक सर्व नित्योपयोगी वस्तू मिळवून देण्याचा चंग बांधला. केवळ रस्त्यावर लढे करण्याइतकंच किंबहुना त्याहूनही मोलाचं आपण काम केलेलं आहे आणि करणार आहोत. पण आज कोणत्याही यशाची खात्री नसताना केवळ भावनेच्या अधीन होऊन आपण आपलं सामर्थ्य फुकट घालवावं, आणि आपली शक्ती क्षीण करावी, असं मला वाटत नाही. देशात असंतोषाची जी प्रचंड चळवळ चालू आहे, त्या चळवळीला नैतिक अधिष्ठान आहे. तिला आपल्या सर्वांचा पाठिंबाही आहे. आपल्यापैकी कुणीही असा करंटा नाही, की जो जनतेच्या या चळवळीला उचलून धरणार नाही. परंतु व्यक्तिगत पातळीवर सहानुभूती असणं निराळं आणि आज कसलीच तयारी नसताना एखादी बांधलेली संघटना या चळवळीत ओतून ती निकामी करणं निराळं. आपण जमेल तिथं तिथं व्यक्तिगत कार्यकर्त्यांच्या पातळीवर या चळवळीत सहभागी होऊ या. परंतु कामगार-किसान सभेला मात्र तिच्यापासून काही काळ दूर ठेवू. ज्यांना मला विरोध करायचा असेल, ते अगदी मोकळेपणानं करू शकतात; पण मी आधीच एक सूचना करून ठेवते, की त्यांनी चुकूनही माझ्या लग्नाचा किंवा श्री. उदय पाटील यांचा व्यक्तिगत उल्लेख करू नये. प्रस्थापित सरकारचे एक प्रतिनिधी म्हणून श्रीयुत उदय पाटील यांना जो काही विरोध करायचा असेल, तर त्याबद्दल माझी मुळीच ना नाही. आपण जो कार्यक्रम ठरवाल, त्या कार्यक्रमात व्यक्तिगत संबंध न पाहता मी पूर्वीइतकाच हिरीरीनं भाग घेईन. माझ्या दृष्टीनं माझी भूमिका मी पूर्णपणे स्पष्ट केलेली आहे आणि पुन्हा स्पष्ट सांगते, की आपलं ध्येयधोरण आणि आपली चळवळ यांना माझ्या लेखी पहिलं स्थान आहे. त्यानंतरच इतर गोष्टी. मला विरोध करण्यासाठी केवळ या गोष्टीचा वापर केला, तर ती गोष्ट मला बिलकूल चालणार नाही!''

परंतु सभा मूळ मुद्द्यांवर न चालता अखेरी याच मुद्द्यावर चालू लागली आणि शेवटी तर मतभेदांची तीव्रता एवढी वाढू लागली, की संस्था फुटणार असा रागरंग दिसू लागला. अशा नाजूक वेळी आणि नाजूक मुद्द्यांवर संस्थेत फाटाफूट होणं हे घातक आहे, हे परोपरीनं अन्य कार्यकर्त्यांनी सागितलं; परंतु दोन-तीन जहाल कार्यकर्ते आधीच काही गोष्टी ठरवून आले होते. त्यामुळे कोणत्याही युक्तिवादाचा उपयोग होण्यासारखा नव्हता. रंजनानं संस्थेचं त्यागपत्र

देण्याची तयारी दाखवून पाहिली, पण रंजनेच्या कार्यकर्त्यांचाच त्याला विरोध होता. अखेरीस सभेत फाटाफूट नक्की झाली आणि अत्यंत प्रक्षुब्ध अवस्थेत अकराच्या सुमाराला रंजना घरी आली.

उदय न जेवताच झोपी गेलेला आहे, हे तिच्या लक्षात आलं. खरं तर त्याच्याशी काही बोलावं, अशी तिची इच्छा होती. पण त्याला जागं करून उत्तररात्री बोलत बसणं ही गोष्ट तिला बरी वाटली नाही. तीही नुसतं दूध पिऊन झोपी गेली. तिलाही झोप चांगली लागली नाही आणि पहाटे पहाटे तिला केव्हा डोळा लागला, हे तिच्या लक्षातही आलं नाही.

ती सकाळी जागी झाली तेव्हा उदय सगळं आटोपून चीफ मिनिस्टरकडे गेला आहे हे कळलं. आता हे नेहमीच घडणार, हे ती गृहीतच धरून चालली होती; परंतु तिला काही निर्णय घेणं आज आवश्यक होतं आणि त्यासाठी उदयची गरज होती. म्हणून तो येईपर्यंत तिनं थांबायचं ठरवलं. तिनं आन्हिक आटोपलं आणि स्वत: घेतलेल्या निर्णयानुसार तिनं आवराआवर केली. वृत्तपत्र चाळताच तिच्या लक्षात आलं, की संस्थेच्या कालच्या फाटाफुटीचे मोठ्या चविष्टपणे, विस्तृत वृत्तान्त आले होते. नेहमी तिच्या भाषणाचे वृत्तान्त व्यवस्थित येत असत. पण ते आज विपरीत आलेले होते. ज्या विरोधी कार्यकर्त्यांना आजपर्यंत वृत्तपत्रे कसलीही प्रसिद्धी देत नसत, त्यांना अवास्तव प्रसिद्धी दिलेली आहे, हेही तिच्या लक्षात आले. यावरूनच वृत्तपत्रांच्या भूमिकांत काही बदल झाला आहे असा तिनं अंदाज केला. खरंतर आपल्या गुप्त बैठकीचा इतका विस्तृत वृत्तान्त हेतुपुरस्सर दिल्याशिवाय वृत्तपत्रांत येणार नाही हे तिला कळत का नव्हतं? याचाच अर्थ संस्थेतल्या या उठावामागे काही योजनाबद्ध कारस्थान असलं पाहिजे, हे तिच्या लक्षात आलं आणि त्याचा छडा लावण्याचा तिनं मनोमन निश्चय केला.

आपली ही चळवळ काँग्रेसला डोईजड होऊ लागली आहे म्हणून सरकारचाही फाटाफुटीत काही हात असेल, अशीही शंका तिला चाटून गेली. आक्रमक चळवळीत आपली संघटना खेचून सरकारशी आजच झगडा उत्पन्न करून उदयपुढे काही नवीन अडचणी उत्पन्न करणं आणि त्याला काही लढाऊ निर्णय घेण्यास भाग पाडणं, असं एकंदरीत त्या योजनेचं स्वरूप दिसत होतं. उदय चतुर आहे. तो याचा काही घ्यायचा तोच अर्थ घेईल; पण आपल्यामुळे जर काही प्रश्न उत्पन्न होणार असतील, तर त्यांसंबंधी अगोदरच काही खबरदारी घेतलेली बरी. म्हणून तिनं आपल्या फ्लॅटवर परत राहायला जाण्याचा निर्णय घेतला

होता. सकृत्दर्शनी कोणालाही हा निर्णय चमत्कारिकही वाटण्यासारखा होता; परंतु आपलं स्वातंत्र्य तर अबाधित राहावं आणि उदयपुढील काही समस्या दूर व्हाव्यात, हा तिचा हेतू होता. उदय सहा वाजले तरी परत आला नाही म्हणून नाइलाजानं रंजनाला तो येण्यापूर्वीच निघावं लागलं. नोकराकरावी तिनं टॅक्सी मागून घेतली. आपल्या बॅग्ज गाडीत टाकल्या आणि ती फ्लॅटवर गेली.

हा निर्णय तिनं बुद्धिवादानं घेतला; पण तो घेत असताना तिला अतिशय वेदना झाल्या. उदयला आपला हा निर्णय पटवू शकू किंवा काय, याविषयी तिला खात्री नव्हती. एकपरीनं उदय आता घरात नव्हता हे बरंच झालं. कारण इतक्या तातडीनं तिला तो निर्णय घेता आला नसता. एकमेकांवर अपार जीव असणारी बुद्धिमान माणसं तर्कानं कोणताही निर्णय घेत असली, तरी त्यामुळे झालेल्या जखमा वाहत राहातातच. आपल्या लग्नाचा निर्णय चुकीचा होता आपल्या विरोधकांच्या हातात आपण लग्न करून एक कायमचं हत्यार दिलं आहे, ही खंत मागे उरलीच. केवळ माणसानं प्रेम करून भागत नाही; विशेषत: ज्यांना काही कणा आहे, ज्यांना काही पद्धतीनं जगायचं आहे, त्यांना प्रेम हा अखेरी अडथळाच. दोन पात्यांच्या कात्रीत रक्तबंबाळ होण्यापेक्षा एक सुख कायमचं नाकारलेलं काय वाईट, असंसुद्धा तिला वाटून गेलं. एखाद्या सुखाचं अस्तित्व नसणं ही गोष्ट असलेलं सुख नाकारण्यापेक्षा अधिक सोपी आहे.

माणसं माणसंच असतात असं आपण गृहीत धरतो; पण माणसांत एक पशू दडलेला असतो. हा पशू नेहमी भुकेलेला असतो, आणि केवळ भुकेमुळेच शिकार करीत नाही तर खेळ म्हणूनही शिकार करतो; कंटाळा घालविण्यासाठी शिकार करतो; सवय म्हणून शिकार करतो. दोन स्त्री-पुरुषांनी एकत्र येणं याचा अर्थ, त्यांनी आपलं स्वतंत्र अस्तित्व गमावलेलं आहे का? एकानं दुसऱ्याचं गुलाम होणं निराळं. उदय आणि रंजना यांना आहे या सामाजिक परिस्थितीत स्वत:ची मतं स्वतंत्रपणे बाळगायला परवानगीच नव्हती. कोणीतरी कुणाच दास होणं अपरिहार्य होतं. ती दोघंही परस्परांसाठी काहीही करायला तयार असली, कोणत्याही त्यागास तयार असली, तरी अवचितपणे त्यांना वेगळं गाठून, अडचणीत त्यांची शिकार करणारे हिंस्र पशू तर सभोवताली पुष्कळ पसरलेले होते.

तो सारा दिवस अतिशय वाईट गेला. रंजनाचं कामावर अजिबात लक्ष लागेना. जमलं तिथं तिनं पुढच्या तारखा घेतल्या आणि पक्षाच्या कचेरीत आली. डिसूझा, मृदुलाबेन तिथं होतेच. तेही वृत्तपत्रांत आलेल्या बातम्यांमुळे चिंताग्रस्त

झालेले होते. वृत्तपत्रांकडे पाठवावयाच्या खुलाशाचा मसुदा रंजनानं तयार केला. त्याचप्रमाणे जे अतिजहाल कार्यकर्ते संस्थेत फूट पाडू पाहत होते, त्यांच्या अभावी होणारी कामाची हानी कशी भरून काढायची, यासंबधीही तिनं विचारविनिमय केला.

कामगार-किसान सभा हा जरी पक्ष नसला, तरी सर्वसाधारण डाव्या गटाकडे झुकलेल्या राजकीय कार्यकर्त्यांचा तो मेळावा होता. महिला-आघाडी, कामगार सेवा मंडळ, शेतकरी सुधार मंडळ आणि आदिवासी विभागात काम करणारा तरुण कार्यकर्त्यांचा गट अशा विविध प्रकारच्या चळवळी कामगार-किसान सभा चालवत असे. संस्थेला फारशी निश्चित अशी लिखित घटना नव्हती आणि सोसायटी कायद्याव्यतिरिक्त तिच्यावर फार मोठी बंधनंही नव्हती. या सामाजिक चळवळीच्या मागे एक मोठी आर्थिक संघटना मात्र मोठ्या चतुराईनं डिसूझानं आणि रंजनानं उभी केली होती. कामगारांकडून नियमितपणे वर्गणी तर मिळतच असेच; पण कारखानदारांकडूनही पुष्कळशी देणगी मिळत असे, त्यामुळेच या संस्थेच्या शाल, कँटीन्स आणि निवासस्थाने चालू होती. हे सारं अधिक काम निष्णात अशा पगारी व्यवस्थापकांकडे होतं. संस्थेच्या आर्थिक बाबींवर लक्ष देण्यासाठी एक निवृत्त सरकारी अधिकारी श्री. नाडकर्णी नेमलेले होते. त्यामुळे प्रत्येक कामाचं क्षेत्र अलग ठेवून त्याचा कारभार व्यवस्थित आणि शिस्तीनं चालला होता; परंतु थत्ते-देवधर या प्रत्यक्ष राजकारणात भाग घेतलेल्या माणसांचा कामगारजगतात अन्य कोणाही माणसापेक्षा जास्त संबंध होता. आपल्या संस्थेतून कामगारांत वावरणारे हे कार्यकर्ते निघून गेले, तर कामगारांचं संघटन बिघडून संस्थेची घडी विस्कटायला वेळ लागणार नाही, हे सर्वांच्याच लक्षात आलं. मुंबईच्या दीड-दोन लाख कामगारांकडून एकएक रुपयाप्रमाणे वर्षाकाठी जवळपास २०-२५ लाख रुपये जमा होत होते. सरकारी अनुदानं पुष्कळ ठिकाणी कायद्यानुसार मिळत होती. संस्थेनं केलेल्या काही व्यापारातून अल्प प्रमाणात नफाही मिळत असे. शिवाय सामाजिक जाणीव असणारे उद्योगपती आपआपल्या कामगारांच्या संख्येप्रमाणे काही रकमा देणगीदाखल देत असत. ही सारी प्रचंड यंत्रणा प्रथम जरी डिसूझानं बांधून काढली असली, तरी ती ताब्यात ठेवण्याइतकी आक्रमक दूरदृष्टी डिसूझाच्या स्वभावातच नव्हती. आता त्यांनी बांधलेली ही चळवळ जे कार्यकर्ते चालवत होते, त्यांपैकी तीन-चार प्रमुख कार्यकर्ते गेल्यामुळे सगळं काही आता डिसूझाच्या हाती परत देणं भाग होतं. डिसूझा खरं म्हणजे कोणत्याही संघर्षात्मक कार्याला तसा उपयोगी माणूस नव्हता. तो एक न कंटाळणारा भला

सज्जन कार्यकर्ता एवढीच त्याची भूमिका होती. तो कधी थकत नसे. वादविवादाला कंटाळत नसे. कोणत्याही गंभीर प्रसंगानं डोकं फिरवून घेत नसे. पण ही एवढी प्रचंड यंत्रणा इतक्या निगर्वी, आग्रहशून्य माणसावर सोपवण्याची रंजनाला धास्ती वाटत होती. पण तूर्त अन्य काही इलाजच नसल्यामुळं डिसूझानं अन्य संघटनात्मक कार्य बंद करून याच कार्याला वाहून घ्यावं, असा निर्णय घेण्यात आला.

एकंदर जबाबदारीचं ओझं रंजना, मृदुलाबेन या सर्वच कार्यकर्त्यांवर वाढलं होतं. त्यातल्या त्यात एक बरं होतं, की त्यांनी कोणतीही चळवळ एकाच कार्यकर्त्याच्या प्रभावाखाली ठेवली नव्हती. कामगारांतील काही तडफदार नेते उत्साहानं वेगवेगळी कामं करीत होते. त्यांनाही पुष्कळ ठिकाणी वाव दिला जात होता. त्यामुळे मूळ आर्थिक रचना आणि संघटनेतीत जबाबदाऱ्या फारशा कमी होत नव्हत्या. केवळ सेवेच्या दृष्टीनं काम करणाऱ्या संस्थांपुढे जे नेहमीचे प्रश्न असतात, ते कामगार-किसान सभेपुढेही होते. पूर्ण वेळ काम करणाऱ्या कार्यकर्त्यांना जरुरीपुरताच पगार दिला जाई. शिवाय त्यांना आपल्या सेवेचा राजकीय कारणासाठी उपयोग करता येत नसल्यामुळे अन्य महत्त्वाकांक्षा मारून टाकाव्या लागत होत्या. अधिक चांगली उत्कर्षाची संधी मिलली म्हणजे त्यांतील अनुभवी कार्यकर्तेही अकस्मात नोकऱ्या सोडून जात असत.

या सर्व अडचणींचा जास्तीतजास्त विचार करून तात्पुरत्या काही योजना आखण्यात आल्या. त्याचा फायदा इतकाच झाला, की स्वास्थ्य हरपलेल्या रंजनाला एकदम काम करून दाखविण्याची झळाळी उत्पन्न झाली. याचा अर्थ इतकाच होता, की आता फिजूल गोष्टींत वेळ घालविण्यासाठी तिला दिवसही पुरला नसता. वकिलीतल्याही अन्य किरकोळ कामांसाठी तिला सहकाऱ्यांवर अवलंबून राहणं भाग पडणार होतं. रात्री अकरा-बारा वाजेपर्यंत तिला घर पाहायला मिळणार नव्हतं. कचेरीतलं काम, सर्व केद्रांना अधूनमधून भेटी, सर्व कार्यकर्त्यांना मार्गदर्शन, आर्थिक व्यवस्थेचा ताळमेळ आणि घेतलेल्या व घ्याव्या लागणाऱ्या वकिली व्यवसायातल्या जबाबदाऱ्या यांत ती बुडून जाणार होती.

अकरा-साडेअकरा वाजले तेव्हा रंजना घरी जाण्यासाठी उठली आणि आपण फ्लॅटवर राहण्यास आलो, हा निर्णय योग्यच घेतला असं तिला वाटलं. या सर्व जबाबदाऱ्यांत गृहिणीची जबाबदारी स्वीकारणं, नाहीतरी तिला कठीणच झालं असतं. घराच्या दिशेनं वाटचाल करीपर्यंत तिला उदयची आठवणही झाली नाही.

आपल्या गृहस्वास्थ्यात काही अपरिचित बदल होण्याच्या आधीच आपण परत आपल्या घरी आलो हे बरं केलं, या निर्णयास ती आली; पण असंच जर करायचं होतं तर लग्न करण्याचा भावनात्मक निर्णय घ्यायला नको होता आणि उदयला त्यात अडकवायला नको होतं, असं मात्र तिला सारखं वाटत राहिलं.

ती घरात शिरली तेव्हा उदयला पाहून चकित झाली. वास्तविक उदयची गाडी खाली नव्हती; त्यामुळे उदय घरी असेल, असं तिला वाटलं नव्हतं. त्याला पाहताच ती म्हणाली, "अरे! तू इथे?"

"काय करणार? जिथं गृहस्वामिनी तिथंच गृहस्थानं नको यायला? आणि काय गं? मला भेटेपर्यंतसुद्धा दम निघाला नाही?"

"रागावू नकोस. मी सगळं समजावून सांगते."

"काही समजावून सांगायला नको. आणि शेवटी तू काय सांगणार ते काय मला माहीत नाही? खरं सांगू रंजना, हे आता फार झालं. आपण शेकडो वेळा या विषयावर बोललो आहोत. तुला मी आधीच सांगितलं आहे, की तुझ्या कोणत्याही वागण्यावर माझं बंधन नाही. तुला हवे ते निर्णय घेण्यास तू मुक्त आहेस. मी तुला कधीही आणि केव्हाही अडवणार नाही. अगदी मला न आवडणारा अप्रिय असा निर्णय असला तरीही. पण नवरा म्हणून नको, प्रियकर म्हणूनही नको, पण तुझा एक खराखुरा मित्र म्हणून प्रत्येक गोष्ट मला आधी कळायला तर हवी. का तेवढाही माझा हक्क नाही?"

"असं म्हणू नकोस. असलाच हक्क तर फक्त तो तुझाच आहे. तू रागावला असलास, तर ते बरोबर आहे. तुला सांगितल्याशिवाय मी इथं यायला नको होतं."

"रंजना, तुझ्या हे लक्षात यायला हवं, की आपण दोघंही काही वेगवेगळ्या कर्तव्यांत गुंतलो आहोत. कदाचित ती कर्तव्यं परस्परांना विरोधीसुद्धा असतील. तशी ती असली तरी हरकत नाही. त्याचे परिमाण आपण दोघंही भोगू. पण निदान एकमेकांना आधी त्याची जाणीव तर हवी? आपण काही एकमेकांचे शत्रू नाही. कोणी आपल्यावर अचूक वर्मप्रहार करावा असं तर आपण वागता कामा नये."

रंजना काहीच बोलली नाही, पण एकदम तिचा चेहरा बदलला. शब्द शोधण्याचा तिचा प्रयत्न निष्फळ झाला. सारी बुद्धी तिला क्षणमात्र सोडून गेली.

"बोल ना, बोलत का नाहीस?"

रंजनानं दातानं आपला वरचा ओठ चावला, भावना आटोकाट दाबल्या

आणि का कुणास ठाऊक, तिच्या डोळ्यांतून अश्रू ओघळले. उदय तिच्याकडे आश्चर्यानं बघत राहिला. त्यानं तिला कधी अशा अवस्थेत पाहिलं नव्हतं. रंजनाच्या डोळ्यांत अश्रू ही कल्पनाही तो सहन करू शकत नव्हता. आपल्या बोलण्यात काही वावगं तर आलं नाही ना, हे त्यानं आठवण्याचा प्रयत्न केला. काय वाटेल ते करून तिच्या डोळ्यांतले अश्रू थांबवावेत, ते पुसावेत, असं त्याच्या मनात आलं; पण त्याच्या हातानं ते होईना. क्षण दोन क्षण तसेच गेले. रंजनानं पदरानं ते अश्रू टिपले. खालच्या मानेनं ती म्हणाली, ''मी चुकले. प्लीज फरगिव्ह मी!''

उदय चटकन उठला आणि त्यानं तिला जवळ घेतली. त्याच्या वत्सल आणि मायाळू आलिंगनानं ती अधिकच गुंतून गेली, आणि प्रयासानं थोपविलेले अश्रू पुन्हा ओघळू लागले. उदय तिच्या पाठीवरून हात फिरवत होता. सांत्वनादाखल तिला स्पर्श करत राहिला. त्याच्या स्पर्शानं ती अधिकाधिक विरघळली. उदय हळूच तिच्या कानात म्हणाला, ''रंजू, व्हॉट्स रॉंग?''

''एव्हरीथिंग!''

''सांगण्यासारखं असेल तर मला सांग!''

तोपर्यंत रंजना आपोआपच सावरली. संकटाच्या अस्तित्वानं, दुःखाच्या जाणिवेनं क्षणमात्र ती दुबळी झाली; पण संकटाच्या आणि दुःखाच्या उच्चारासाठी तिनं आपलं सारं व्यक्तिमत्त्व सावरून घेतलं. आपोआप तिची मान ताठ झाली. डोळ्यांत पूर्वीची लकाकी आली आणि मग तिनं कालच्या सभेत काय काय घडलं, ते सांगितलं. त्याचे परिणाम काय होतील, तेही सांगितलं. शेवटी ती म्हणाली, ''हे सारं मी गृहीत धरलं होतं. या साऱ्या चळवळी काही राजकीय उद्दिष्टांसाठी कुणाला वापरायच्या आहेत. ते मी चालू देणार नाही. त्यासाठी मी प्राणपणाने झगडेन. एरवी मला ही लढाई फार सोपी होती; पण तुझं-माझं लग्न हे या लढाईत शत्रुपक्षाच्या हातातलं मोठंच हत्यार बनणार आहे. कामगारांच्या चळवळीत कामगारनेत्यांना बदनाम करणाऱ्यांना फार थोडी कारणं पुरतात. तू सत्तारूढ पक्षात आहेस एवढ्या गोष्टीचं भांडवल करून आम्ही कणाकणानं जमवलेली, वाढवलेली ही चळवळ मोडून काढली जात आहे. कम्युनिस्टांना तर ही चळवळ नकोच आहे आणि त्यांनी पहिल्यापासून आम्हाला कडवा विरोध केलेला आहे. कामगार सभेनं मराठी-अमराठी असले प्रश्न उत्पन्न करून कामगारांचा एकोपा बिघडवून टाकला आहे. कॉंग्रेसला वाटतं, आम्ही कार्यकर्ते समाजवादी विचारांचे. तेव्हा समाजवादी पक्ष आम्हाला केव्हा तरी खाऊन टाकणार आणि

समाजवादी पक्षाला वाटतं, की आज जयप्रकाशांनी चळवळ सुरू केली आहे, त्या चळवळीला आमच्या कामगार चळवळीचा काही उपयोग नाही. दुस्वासाच्या आणि मत्सराच्या वातावरणात आम्ही आज आहोत. कामगारांची चळवळ उभी करायला किती वेळ लागतो, हे तुला माहीत आहे; पण त्या मोडायला मात्र कोणतंही निमित्त पुरतं. आज ना उद्या केव्हातरी तुझ्यामाझ्या नात्याचा माझ्यावर कामगारद्रोहाचा आरोप करण्यासाठी वापर करायला कोणी मागंपुढं पाहणार नाही. मला चिंता वाटते ती माझीही नाही आणि तुझीही नाही. इतकी वर्षं राबून उभी केलेली चळवळ माझ्या एका अविवेकी निर्णयामुळे...''

''लग्नामुळे?''

''हो. आपल्या लग्नामुळेच अडचणीत येणार आहे. मी केवळ इथं वेगळी राहून तो प्रश्न सुटणार नाही. तू आणि मी वेगळं होऊनही हे प्रश्न सुटणार नाहीत. कारण जमीनसुधारणा कायद्यातनं पळवाट काढण्यासाठी बागायतदारांनी जसे खोटे घटस्फोट घेतले होते, तसाच आपण खोटा घटस्फोट घेतला आहे, असं लोकांना वाटेल.''

''व्हॉट डू यू प्रपोज?''

''नथिंग! रस्ताच नाही. म्हणून तर मला एकटं, अगदी एकटं वाटतंय.''

''माझ्यावर तुझा विश्वास नाही?''

''तसं नव्हे रे! तुझ्या-माझ्या विश्वासाचा हा प्रश्न नव्हे, लोकांच्या माझ्यावरील विश्वासाचा आहे. एक मार्ग आहे. धोक्याचा आहे, पण करून पाहण्यासारखा आहे. मी वेगळी तर राहणारच आहेच. आजपर्यंत सहसा मी रस्त्यावर कोणत्याही चळवळीत फारसा भाग घेतलेला नाही. आता तो मला घ्यावा लागेल. सरकारशी संघर्ष करावा लागेल. तसं काही झालं, की तुझी अडचण होणार!''

''होऊ दे.''

''तुला मला पकडावं लागेल.''

''आवश्यक वाटलं तर पकडीनही.''

''मला शिक्षा होईल. त्यावर वृत्तपत्रात चर्चा होईल. मंत्रिमंडळात तुझ्यावर ठपका ठेवतील.''

''हे सारं घडणार असेल, तर आपण कोठलंही नातं लक्षात न घेता आपापल्या धर्मानुसार वागावं. तू माझी चिंता करू नकोस, आणि मी तुला सांगतो, मीही तुझी चिंता करणार नाही. दोन दुबळ्या माणसांच्या दीर्घ काळ

एकत्र येण्यापेक्षा दोन घट्ट मनांच्या माणसांची थोडीफार संगतसुद्धा मी मोलाची मानतो. मी तुला एवढेच सांगेन, की तू माझ्यावरचा विश्वास सोडू नकोस आणि स्वत:वरचाही.''

उदयच्या चेहऱ्याकडे रंजनानं पाहिलं. त्याच्या चेहऱ्यावर जमा झालेला धीरोदात्तपणा तिला अपूर्व वाटला. त्याचे काही नवेच गुण दिवसेंदिवस तिला प्रकर्षानं जाणवू लागले होते. तिच्या मनातला त्याच्याबद्दलचा आदर एकदम उसळून आला आणि तिनं त्याला मिठी मारली. ही मिठी एका प्रियकराला वल्लभेनं मारलेली नव्हती, तर अद्भुताच्या आकर्षणानं त्याच्यावर झेपावणाऱ्या यौवनाची होती. अशा अद्भुताला तारुण्य नेहमीच सामोरं जातं. या मिठीचा आवेगही उदयला निराळा वाटला. मनातला विशाद हरवलेल्या आणि पुन्हा अस्मिता जागी झालेल्या रंजनाचं स्वरूप त्यालाही आगळं वाटलं. तो तिला बाजूला करीत म्हणाला, ''मघाशी तुझ्या डोळ्यांत अश्रू आले होते.''

''हो. मला कधी मी रडलेलं आठवत नाही. हे असं का घडलं हेही मला समजत नाही.''

''मला कळतं. परंपरेनं आलेल्या स्त्रीत्वाच्या दुबळेपणाचा अखेरचा अंश त्या अश्रूंच्या रूपानं तू काढून टाकलास. आता तुला कधी अपयशाची खंत वाटणार नाही. अश्रू जेव्हा सहानभूतीचे असतात, तेव्हा तर ते फार मोलाचे असतात. पवित्र असतात. त्याची प्रत्येकाला थोडीफार गरजही असते; परंतु अगतिकतेचे अश्रू, दुबळेपणाचे अश्रू हे मात्र माणसाच्या बेड्या पक्क्या करतात. पण ते जाऊ दे. मघाशी तू दिसत मात्र छान होतीस.''

''उगीच चेष्टा करू नकोस हं माझी.''

''चेष्टा नव्हे गं, खरंच सांगतो. तुझं ते दर्शन इतकं निराळं होतं, की ते मी कधी विसरणार नाही. त्या डोळ्यांतले अश्रू, तुझ्या चेहऱ्यावर आलेला दुबळा भाव हे मी माझ्याबरोबर सतत वागवीन! तुझ्या अनेक आठवणी माझ्याबरोबर आहेत आणि एकटेपणानं त्या माझी सोबत करतातच; पण ही आठवण मात्र मोलाची म्हणून मी जपून ठेवीन!''

''उदय, प्लीज! मला शरमिंदी करू नकोस!''

''अगं चल, तू शरमिंदी होतीयस? नावच नको. वाईट इतकंच वाटतंय, की पुन्हा ती नजर आणि ते अश्रू आता दिसणार नाहीत.''

किंचित कोपानं तिनं त्याला मारण्यासाठी आपला हात उचलला आणि तो त्याच्या गालापर्यंत पोचण्यापूर्वी उदयनं पकडला आणि त्यानं तो किंचित

पिरगाळला. उदय चागंला ताकदवान गडी होता. दुखवायचं नाही म्हटलं तरी त्यानं तिला चांगलंच दुखावलं आणि ते लक्षात येताच त्यानं तिला सोडून दिलं. दुखऱ्या भागावर तळवे दाबीत ती म्हणाली, "नुसता गुंड आहेस बघ. किती रासवटासारखा माझा हात पिरगाळलास!"

"मी रासवट आहे?"

"नाही तर काय? जंगलीसुद्धा आहेस."

"सरकारबरोबरच्या कन्फ्रन्टेशनला घरातून सुरुवात करतेस काय?"

दोघंही खळखळून हसली. या हास्यात बाकीच सारं काही विरून गेलं. उरलं ते फक्त मैत्रीचं निर्व्याज नातं.

★

परंतु रंजना आणि उदय समजत होते तितकं त्यांचं सहजीवन सोपं नव्हतं. राजकारणात माणसाला खासगी आयुष्य असूच शकत नाही. कारण जेव्हा आपलं खरंखुरं व्यतिमत्त्व उचंबळून समाजापुढे ठेवलं जातं, तेव्हाच आपलं सार्वजनिक जीवन सुरू होतं. दुसरी माणसं प्रामाणिक असू शकतात, ही गोष्ट तात्त्विक जीवनात मानल्यावाचून भागत नाही; पण व्यवहार ही गोष्ट अत्यंत गैरसोईची असते. प्रामाणिकपणावर आधारलेल्या आपल्या आयुष्याचा मार्ग हा दुसऱ्यानं प्रामाणिकपणानं आखलेल्या मार्गाशी नेहमीच समांतर जातो असं नाही. जेव्हा जेव्हा तो एकमेकांना छेदत जातो, तेव्हा संघर्ष आपोआपच निर्माण होतो. दुसऱ्याचा प्रामाणिकपणा हा भाबडेपणा वाटतो आणि मग त्याची कुचेष्टा करण्याची लहर येते. कधी कुचेष्टेनं, तर कधी त्याला मागे ढकलून, तर कधी त्याच्याशी रोखठोक सवालजबाब करून पुढे जाण्यावाचून पर्यायच नसतो. आणि एकदा दोन मार्गांच्या यशापयशाची झुंज सुरू झाली, की एकाला नेस्तनाबूत करण्यावाचून राजकारणात पर्याय नसतो. राजकारणातील रस्ते अरुंद असतात. तिथं दुसऱ्याला मागे खेचून पुढे जावं लागतं. कामगारचळवळी या संघटित जमावशक्ती आहेत, आणि राजकारणात जमावाला अनन्यसाधारण स्थान आहे. राजकारणात जमावाच्या दबावाला फार महत्त्व आहे. राजकारणाच्या स्फोटक वातावरणात सौम्य भाषा निरर्थक ठरते, एकेकटा निरुपद्रवी माणूस जेव्हा झुंडीत सामील होतो, तेव्हा त्याचं दुबळं मन एक निरालेच ताकद घेऊन उठतं, आणि कामगारचळवळीवर अखेरी राजकारणाची दाट छाया उमटू लागते.

माणसात मुलतच एक हिंस्र शक्ती वास करते. एरवी अनेक कारणांस्तव ती बंदिस्त असते. संधी सापडताच ती उफाळून उठते. आपल्या दीर्घकालीन

हिताचा विचार करण्याचा तोल तिला राहत नाही. जमावाला एक ज्वर निर्माण होतो. तो ज्वर त्या वेळेला सुखावह वाटतो, आणि त्या ज्वरात अनेक वर्षे जोपासलेला जिव्हाळा, व्यक्तिगत संबंध यांची आहुती पडते. शिक्षणानं आणि संस्कारानं माणसं विवेकी बनतात. म्हणजेच अन्याय सहन करायला शिकतात. सुखवस्तूपणाची चटक लागली म्हणजे त्यांची हिंस्त्र शक्ती काबूत राहते; पण या सुखवस्तूपणाच्या शांततेच्या आवरणाखाली मानवी मनास हौतात्म्याची ओढ लागलेली असते; ती अकारण जागी होते. सुखाचा आणि स्वास्थ्याचा उपभोग घेऊन बघता बघता जमाव अनावर होतो, आणि स्फोटक परिस्थिती निर्माण होते.

★

जसवंत खन्ना ग्रुपच्या 'ग्रेट वेस्टर्न मिल्स' च्या कामगारांचा एक गट कामगार-किसान सभेच्या प्रभुत्वाखाली होता; पण तिथल्या युनियन्स मात्र कम्युनिस्ट आणि इंटकच्या होत्या. त्यांच्यातले झगडे पुरातन होते आणि स्पर्धांचे तणाव नेहमी कमी-जास्त होत असत. कामगार-किसान सभेला राजकीय आकांक्षा नसल्यामुळे दोन्ही युनियन्सशी त्यांचे संबंध सलोख्याचे होते. मुख्यत्वेकरून कामगार-किसान सभा कामगारांच्या सांस्कृतिक जीवनाशी संबंधित असल्यामुळे दोन्ही युनियन्समधील तणावाला शांत करण्यासाठी तिचा उपयोग होत असे. परंतु बहुतांशी कामगार-किसान सभेच्या फुटून गेलेल्या कामगारांच्या उचापतींमुळे हे तणाव पुन्हा वाढले आणि वातावरण तंग झालं. कामगारांची सभा चालू असताना डिसूझा तिथं गेले. डिसूझा हे कामगारांशी एकरूप झालेले शांत कार्यकर्ते म्हणून प्रसिद्ध होते. सारे जुने कामगार तर त्यांना मानत होतेच; पण नवीन कामगारही डिसूझांबद्दल आदर बाळगून होते. सभेत डिसूझांनी मध्यस्थी करण्याचा प्रयत्न केला. तडजोडीचे काही उपाय सुचवले. कामगार शांतपणे त्यांचं भाषण ऐकून घेतात, ही गोष्ट काही पुढाऱ्यांना मान्य झाली नाही. त्यांनी डिसूझांवरच कामगारद्रोहाचा आरोप करून हुल्लड सुरू केली. सभेत आणखीनच गोंधळ माजू लागला. डिसूझांनी शांत सुरात पुन्हा सभा ताब्यात घेतली. ते म्हणाले, "गेली तीस-पस्तीस वर्षे कामगारांच्या हिताशिवाय दुसरा कोणताही विचार माझ्या मनाला शिवलेला नाही. मी एक सडाफटिंग माणूस आहे. नाही मला संसार, मुलंबाळं, नाही पैशाची ओढ. नकोत मानसम्मान आणि पुढारीपणाही मला नको. कामगारांसाठी माझं सारं आजवरचं आयुष्य खर्ची पडलेलं आहे आणि उरलेलं आयुष्य त्यांच्यासाठीच खर्ची पडणार आहे. गरीबगुरीब कामगारांना राजकीय साधन म्हणून वापरण्यास मी नेहमीच विराध केला आहे, पुढेही करीन.

माझी कामगारांना एवढीच प्रार्थना आहे, की त्यांनी आपल्या हिताचा विचार प्रथम करावा. या घटकेला राजकीय संघटनांपासून दूर राहावे; आणि जे राजकीय पुढारी कामगार चळवळीत शिरले आहेत, त्यांना धडा शिकवावा.''

या त्यांच्या वाक्याबरोबर दगडफेकीला आरंभ झाला आणि सभा आवाक्यात राहिली नाही. सभेला उघड उघड रणमैदानाचं स्वरूप येऊ लागलं. कामगार-किसान सभेच्या काही कार्यकर्त्यांनी डिसूझांना व्यासपीठावरून दूर नेण्याचा प्रयत्न केला; पण तो फारसा यशस्वी झाला नाही. त्या सगळ्यांवरच एकदम हल्ला झाला आणि पोलीस येईपर्यंत सगळेच कार्यकर्ते जखमी अवस्थेत असलेले पाहायला मिळले. त्या सर्वांना ताबडतोब हॉस्पिटलमध्ये नेण्यात आलं. डिसूझांना खूपच मार लागलेला होता. त्यांची प्रकृतीही चिंताजनक होती. हे वृत्त मुंबईभर सर्वत्र पसरलं आणि उत्स्फूर्तपणे गिरणी कामगार आणि इतर संघटनांचे कामगार बाहेर पडले. पोलीस यंत्रणा वाढवण्यात आली, तरी कामगारांचा प्रचंड जमाव जमत गेला. ही बातमी कळली तेव्हा रंजना कोर्टातलं काम आटोपून नुकतीच पार्टी ऑफिसमध्ये आलेली होती. ती ताबडतोब हॉस्पिटलमध्ये जायला निघाली. पोलिसांच्या गाडीचं संरक्षण तिनं नाकारलं. सगळीकडून कार्यकर्ते जमा होत होते. हॉस्पिटलमध्ये पोचताच तिच्या लक्षात आलं, की डिसूझा त्या जखमांतून वाचलेले आहेत. जमावाला शांत करण्यासाठी ती हॉस्पिटलच्या बाहेर पडणार तोच तिला जिकडे तिकडे पोलीस दिसू लागले. काहीतरी अनवस्था प्रसंग ओढवणार हे लक्षात येताच तिनं पोलीस इन्स्पेक्टरांना जवळ बोलावलं आणि पोलिसांना माईक वापरू देण्याची परवानगी मागितली. पोलिसांनी माईक वापरण्यासाठी तिला वायरेलस गाडीत येऊ दिलं आणि अकस्मात गाडी चालू करून ती जमावापासून दूर नेली. रंजनानं खूप विरोध करून पाहिला; पण पोलीस काही ऐकण्याच्या मन:स्थितीत नव्हते. जमलेल्या जमावाचं काय झालं, या चिंतेनं ती व्याकूळ झाली होती. जमाव पांगवण्यात आला. किरकोळ लाठीमार करण्यात आला आणि रस्ते मोकळे करण्यात आले, असं इन्स्पेक्टर म्हणाला. पोलीस आपल्याला कुठे नेतात, याचीही तिला कल्पना नव्हती; पण जेव्हा कमिशनरच्या ऑफिससमोर गाडी आली, तेव्हा प्रेस फोटोग्राफर्सनी तिची भराभर छायाचित्रं घेतली. तिला हे काय चाललं आहे, तेच कळेना.

बरोबर आलेल्या एका कामगार कार्यकर्त्याला पोलिसांनी खोलीतच थांबवलं आणि तिला पोलीस कमिशनरच्या ऑफिसमध्ये नेण्यात आलं. पोलीस कमिशनरच्या ऑफिसमध्ये जाताच सलाम ठोकून इन्स्पेक्टर मागे गेला. कमिशनरनं हसून तिचं

स्वागत केलं आणि बसायला सांगितलं.

"मला इथं का आणलंत? मला अटक केली आहे का?"

"नाही, आम्ही तुम्हाला संरक्षण दिलंय."

"मला संरक्षणाची गरज नव्हती. मला परत जाऊ द्या!"

"नाही. वुई हॅव ऑर्डर्स! जमाव प्रक्षुब्ध झालेला होता. तिथं काही घडलं असतं. तुमच्या जीविताला धोका होता."

"तुम्ही काय बोलता? माझ्या जीविताला धोका? ते माझे कामगार होते. त्यांच्यापासून मला काय धोका? उलट, मला ते भेटायला आले होते. ते क्षुब्ध होते ते ज्यांनी डिसूझांना मारलं त्यांच्याविरुद्ध. त्यांना पकडायचं सोडून तुम्ही मलाच पकडता? मला पोलीस संरक्षणाची काही गरज नाही!"

"असं तुम्हाला वाटतं. आमच्या माहितीप्रमाणे तुमच्या जीविताला धोका होता. तुम्हाला संरक्षण देणं आमचं काम होतं."

"तुमच्या मताशी मला काही कर्तव्य नाही. मला माझं हित चांगलं कळतं. मी कामगारांसमोर असणं हे आत्ता आवश्यक होतं. तिथून पळून जाणं हा भ्याडपणा आहे. मला काही कल्पना न देता जबरदस्तीनं तुम्ही इथं आणलंत. तुम्हाला जबरदस्तीनं मला आणायचा अधिकार नाही!"

"आम्ही जबरदस्तीनं तुम्हाला आणलेलं नाही. तुम्ही आपल्या पायांनी पोलिसांच्या मोटारीत आलात, हे तर सर्व लोकांनी पाहिलेलं आहे."

"पण मी तर पोलिसांचा माईक वापरून लोकांना शांत करण्यासाठी वायरलेसमध्ये चढले होते. तसं मी इन्स्पेक्टरांना सांगितलं होतं."

"असं मला वाटत नाही. इन्स्पेक्टरांना वाटलं तुम्ही जमावाला घाबरलात. तुम्हाला संरक्षण हवंय. त्यानं तुम्हाला ते दिलं. त्यानं आपलं कर्तव्य केलं."

"कमिशनरसाहेब, मला फसवण्यात काही अर्थ नाही. मी कामगारांशी बोलू नये, असं इन्स्पेक्टरांना वाटलं असलं पाहिजे. कदाचित असं वाटलं असेल, की डिसूझांवर गुंडांनी जो हल्ला केला, त्याचा मी कामगारांसमोर निषेध करीन. कामगार बिथरतील!"

"शक्य आहे. तसंही शक्य आहे. ड्यूटीवर असलेल्या कोणत्याही ऑफिसरना योग्य वाटेल ते करण्याचे अधिकार कायद्यानं दिलेले आहेत."

"बेकायदा अटक करण्याचेही?"

"तुम्हाला अटक केलेली नाही. तुम्ही जाऊ शकता. तुम्ही स्वतंत्र आहात."

"पण कामगारांपुढे माझी प्रतिमा काय झाली असेल, याचा तुम्ही विचार

केला काय?''

''मला त्या कामगिरीवर सरकारनं नेमलेलं नाही. इट्स युवर बिझनेस. यू मॅनेज इट.''

''कमिशनरसाहेब, यू हॅव ओव्हरप्लेड धिस ट्रिक.''

''तुम्ही काहीही अनुमान करू शकता. तेही स्वातंत्र्य तुम्हांला आहे; पण तुम्हाला खरी माहिती हवी असेल, तर तुम्ही होम मिनिस्टरना फोन करा हवं तर.''

''बघते माझं मी काय करायचं ते. पण तुम्ही हे जे केलं, ते चांगलं नाही एवढं खरं!''

''मला शांतता आणि सुव्यवस्था ठेवण्यासाठी नेमलेले आहे. मला वाटतं, आजचा बिकट प्रसंग तरी मी चांगला हाताळला आहे. शांतपणे विचार केलात, तर तुम्हीसुद्धा मला धन्यवाद द्याल! कामगार व्हायोलंट झाले तर काय होईल, हे मी तुम्हाला सांगायला नको. मी तो प्रसंग टाळला आहे. एनी वे इन्स्पेक्टर, टेक मिसेस पाटील व्हेअर शी वाँट्स टू गो!''

आपण किती लहानसहान खेळामध्ये खेळल्या जाणाऱ्या खेळ्या हरतो, हे रंजनाच्या लक्षात आलं. एका प्रचंड, महाकाय, महारुद्र सत्तेशी निर्बळ अवस्थेतील या युद्धांना काही अर्थ आहे का? राजा, वजीर, हत्ती, घोडे यांच्या ह्या बुद्धिबळाच्या खेलत प्यादी किती सहजगतीनं बळी जातात, हे तिच्या लक्षात आलं. ती फार खचून गेली. आता जायचं ते कुठे? का ग्रेट वेस्टर्न मिल्सच्या कामगार केंद्राशी? काय करायचं याचा निर्णय ती घेऊ शकली नाही. इन्स्पेक्टरांबरोबर ती आली. पण पोलिसांच्या गाडीतून जाण्याचं तिनं नाकारलं.

इन्स्पेक्टर बावडे छद्मीपणानं हसत तिच्याकडे पाहत होते. ती त्यांना म्हणाली, ''फार गुप्त नसेल तर मला एवढंच सांगा की, मला गाडीतून इथं आणायचा हुकूम तुम्हाला कुणी दिला?' इन्स्पेक्टर बावडे नुसतेच हसले. टॅक्सीत ती बसत असताना ते एवढेच म्हणाले, ''तुम्ही वकील आहात, इतकी वर्षं सामाजिक जीवनात घालवलीत; पण अजून तुम्हाला पुष्कळ शिकायला पाहिजे गुड बाय!''

रंजना पार्टी ऑफिसमध्ये आली. पार्टी ऑफिस कार्यकर्त्यांनी भरून गेलेलं होतं. रंजनाला पाहताच कार्यकर्ते आश्चर्यचकित झाले. मग रंजनाने काय घडलं ते सांगितलं. परंतु कार्यकर्त्यांच्या डोळ्यांत कुठंतरी असमाधान तिला जाणवत होतं. शेवटी सरकारनं केलेल्या अपकृत्याचा जाब विचारण्यासाठी

दुसऱ्या दिवशी सचिवालयावर मोर्चा काढण्यात आला.

दुसऱ्या दिवशीचं मोर्चाचं दृश्य अभूतपूर्व होतं. कोणत्याही राजकीय पक्षाचा पाठिंबा नसलेल्या कामगार-किसान सभेच्या मोर्चाला एवढी दाद मिळेल, असं कुणालाच वाटत नव्हतं. क्रॉफर्ड मार्केटपासून काळ्या घोड्यापर्यंत रस्ता नुसता माणसांनी फुलून गेलेला होता. वाहतूक वळवावी लागली होती. काळ्या घोड्यापाशी मोर्चा अडवण्यात आला. मोर्चाच्या पुढाऱ्यांना सचिवालयात निवेदन देण्यासाठी गृहमंत्र्यांनी बोलावलं आहे, असं पोलिसांनी सांगितलं. पण मोर्चानं आग्रह धरला, की गृहमंत्र्यांनीच मोर्चाला सामोरं यावं. पुढाऱ्यांच्या वतीनं कुणाला पाठवावं किंवा काय, याची एकीकडे चर्चा चालू असताना कामगारांतील असंतोष वाढत होता. सौम्य घोषणा हळूहळू उग्र होत होत्या. जमाव ताब्याबाहेर जाईल, अशी पोलीस अधिकाऱ्यांना भीती वाटू लागली. त्यांनी कामगारांना ताब्यात ठेवण्याविषयी पुढाऱ्यांना सुचवून पाहिलं. जमावाची क्षुब्धता लक्षात घेऊन पुढाऱ्यांचं शिष्टमंडळ पाठविण्याचा निर्णय रंजनाला घ्यावा लागला.

पुढारी किसान सभेच्या गाडीत बसून पोलिसांच्या संरक्षणात सचिवालयात गेले. डिसूंझांवरील हल्ल्याची चौकशी व्हायला पाहिजे, अशी मागणी त्यांनी गृहमंत्र्यांकडे केली. गृहमंत्र्यांनी ती मागणी मंजूर केली. कोणत्याही मारामारीची चौकशी करणं हे सरकारचं कामच आहे, असं त्यांनी मोठ्या नम्रतेनं सांगितलं. मात्र कामगारांनी आता शांतपणे मोर्चा विसर्जित केला पाहिजे, अशी गर्भित धमकी दिली. मोर्चासमोर येऊन सरकारनं हे आश्वासन द्यावं, असं सुचवण्याचा मृदुलानं पुन्हा पुन्हा प्रयत्न केला. गृहमंत्री त्याला तयार होईनात. तेवढ्यात असिस्टंट पोलीस कमिशनर गृहमंत्र्यांच्या खोलीत आले आणि त्यांनी कामगारांनी दगडफेक सुरू केल्याचं सांगितलं. पोलिसांनी सौम्य प्रमाणात छडीमार करून मोर्चा उधळून लावण्याचा प्रयत्न केला. परंतु मोर्चानं प्रतिकार केल्यामुळे पोलिसांना गोळीबार करावा लागला.

या बातमीमुळे रंजनासकट सारेच अवाक् झाले. कामगार-किसान सभेचे कामगार कितीही अस्वस्थ झाले, तरी दगडफेक करणार नाहीत अशी त्यांची खात्री होती. एकतर त्या कामगारांना काही शिस्त लावलेली होती, आणि पुढाऱ्यांच्या गैरहजेरीत असलं अडाणीपणाचं कृत्य करण्याचं धारिष्ट्य तिथं हजर असणाऱ्या, मोर्चाची जबाबदारी असणाऱ्या दुय्यम दर्जाच्या पुढाऱ्यांना नव्हतं. याचा अर्थ एकतर मोर्चा उधळून लावायचा पोलिसांनी अगोदरपासून बेत करून गुंडांकरवी अगोदरच दगडफेक करण्याची व्यवस्था केलेली असली पाहिजे,

अन्यथा कम्युनिस्टांनी अथवा अन्य राजकीय संघटनांनी या मोर्चाला बदनाम करण्यासाठी दगडफेक केली असली पाहिजे. मृदुला आणि तिच्या बरोबरीचे सारे पुढारी उठले आणि निघू लागले. तेव्हा गृहमंत्र्यांनी सांगितले, की आता जाऊन काही उपयोग नाही.

मोर्चा मोडून काढण्यात आला. रस्ते पुन्हा सुरळीतपणे चालू करण्यात आले. शिवाय १४४ कलमही पुकारण्यात आलं.

आपल्याला काहीतरी उग्र निर्णय घेणं भाग आहे, हे रंजनाला कळून चुकलं. एकतर ती सारी चळवळ आता राजकीय पक्षात विलीन केली पाहिजे. नाहीतर उघडउघड सरकारबरोबर झगडण्यास उभं राहिलं पाहिजे.

ती गृहमंत्र्यांना म्हणाली, ''आजच्या घटनेची आपल्याला पूर्वकल्पना असली पाहिजे. डिसूझांवर कोणी हल्ला केला, हेही आपणास माहीत असलं पाहिजे. आपण या बाबतीत योग्य भूमिका घेतली, असं मला वाटत नाही. केवळ कामगारजगातच नाही तर एकूण मुंबईच्या जीवनावर आपल्या धोरणाचे विचित्र परिणाम होतील, याची जाणीव ठेवलेली बरी!''

गृहमंत्री हसले, ''मला कल्पना आहे. आपल्याला दुःख वाटणं स्वाभाविक आहे. पण यात सरकारचा काहीही संबंध नाही, एवढंच लक्षात ठेवा! तुमच्याच मंडळींचा हा सारा बनाव आहे!''

''पण त्याला तुमचा पाठिंबा आहे.''

''शक्य आहे. राज्यकारभार चालवायचा म्हणजे कोणाची तरी बाजू घ्यावी लागते. न्यायाला धरून वागावं लागतं.''

''म्हणजे तुम्ही न्यायाच्या भूमिकेवरून बाजू घेतली आहे, असं आम्ही समजायचं काय?''

''तुम्ही काहीही समजा. तो तुमचा प्रश्न आहे. कायदा आणि सुव्यवस्था राखणं हे आमचं काम. ते आम्ही चोख केलं आहे!''

''ठीक आहे. त्यालाही उत्तर द्यावं लागेल कदाचित रस्त्यावरच!''

पुन्हा एकदा गृहमंत्री हसले.

''युद्धं आम्हाला नवी नाहीत. मात्र तुमच्या पद्धतीनं ती आम्हाला खेळता येत नाहीत.''

संतापून सर्व पुढारी उठले आणि सचिवालयातून खाली आले. खाली येऊन ते आपल्या गाडीत बसतात, तोच असिस्टंट पोलीस कमिशनर श्री. चारी त्यांच्याजवळ आले आणि म्हणाले, ''यू ऑल आर अंडर अरेस्ट!''

"फॉर व्हॉट?"

"कोर्टापुढे हजर केल्यावर तुम्हाला सांगितलं जाईल!"

"पण आमच्यावर आरोप काय? कोणत्या कलमाखाली आम्हाला अटक केलीत?"

"सगळी व्यवस्था केलेली आहे आणि आमचं काही चुकलंच तर आमचे वाभाडे काढायला तुमच्यासारखे निष्णात वकील आहेतच की!" तेवढ्यात महिला पोलीस पुढे आल्या आणि त्यांनी सर्व कार्यकर्त्यांचा ताबा घेतला आणि पोलीस व्हॅनमध्ये बसवून सर्वांना पोलीस स्टेशनवर नेलं.

रंजनाला आणि तिच्या सहकाऱ्यांना या घटनेचा अतिशय संताप आला. हा उघड उघड विश्वासघात होता. भेटीला आलेल्या शिष्टमंडळला अटक करणं यात सभ्यताही नव्हती आणि कायदेशीरपणाही नव्हता. जनसमुदायात असतानाच पोलिसांनी आपल्याला अटक केली असती, तर ते समजण्यासारखं होतं. मोर्च्याच्या पुढाऱ्यांना अटक करण्याची प्रथाही होती. परंतु शांततेनं चाललेला मोर्चा व तडजोडीनं चाललेल्या या वाटाघाटी एकदम उधळून लावण्यासारखं खरोखरच काही घडलेलं नव्हतं. आपल्याला आणि आपल्या सहकाऱ्यांना अटक व्हावी, ही गोष्ट तिला सारखी बोचत राहिली.

पण रात्री नऊच्या सुमाराला पोलिसांनी एक एक कार्यकर्त्यांना अलगपणे सोडण्यास आरंभ केला आणि रात्री १२ च्या सुमारास रंजनाचीही मुक्तता केली आणि तिची इच्छा नसताना पोलिसांच्या गाडीतून तिच्या फ्लॅटमध्ये आणून सोडलं. पोलीस अधिकारी कोठेही उर्मटपणे वागले नाहीत किंवा त्यांनी कठोरपणाही धारण केला नाही; उलट एखादा खेळ खेळावा त्याप्रमाणे त्यांनी अटकेचा खेळ चालू ठेवला होता, असं मात्र रंजनाला सारखं वाटत होतं.

रंजना घरी पोचली तेव्हा उदयनंच दार उघडलं. त्याला पाहून ती विस्मयचकित झाली. वास्तविक डिसूझांवरील हल्ल्यापासून त्याची-तिची भेटच झाली नव्हती. आणि तिनंही ती भेट घ्यायचा प्रयत्न केला नाही. या भेटीतनं झाली तर कटुताच निर्माण होईल आणि आतासुद्धा त्याची भेट झाली नसती, तर बरं झालं असतं असंच तिला वाटलं. ती आत येताच त्यानं दार बंद करून घेतलं अन् तो म्हणाला, "कॉफी गरम करून ठेवली आहे आणि सँडविचेस तयार करून ठेवलीयत. आधी थोडं खाऊन ये आणि मगच काय ते बोलू."

रंजना अगदी थकली होती. कंटाळली होती. तो कंटाळा शारीरिक तर होताच, पण मानसिकही होता. खरंतर तिला दिवसभराच्या वातावरणामुळे,

उन्हातान्हामुळे, गर्दीमुळे अमंगळ वाटत होतं. अंघोळ करावीशी वाटत होती. पण अंगात ताकदच नव्हती. तिनं वॉशबेसिनपाशी जाऊन तोंड धुतलं. केसांवरून पाणी फिरवलं. बेडरूममध्ये जाऊन चटकन ती नाइटगाऊन घालून सेटीवर येऊन बसली. उदयनं तत्परतेनं कॉफीचे कप आणून ठेवले होते. सँडविचेसच्या डिशेसही भरून ठेवल्या होत्या. तिनं कॉफीचा कप उचलला आणि एक मोठा घोट घेतला. सँडविचची बशी उदयनं पुढे केली, तेव्हा ती मानेनंच 'नको' म्हणाली. मग उदयनं हातानं एक सँडविच उचललं आणि तिच्या तोंडाजवळ नेत तो म्हणाला, "लढाई करणाऱ्या माणसाला पोटाचे हाल करून भागणार नाही. सबंध दिवसात तू काही खाल्लं नसशील." मग तिनं सँडविचचा एक तुकडा त्याच्याच हातून दातानं तोडून घेतला आणि ती हसली. मग कप खाली ठेवत तिनं आळस दिला. उदय तिच्या बाजूला बसला. तिच्या पाठीवर हात ठेवत म्हणाला, "दमलीस?"

"हं."

"काही नाही, उद्या सकाळी पुन्हा टवटवीत होशील. तुला थकून चालणार नाही."

"अरे, पण या साऱ्या लढाईला काही अर्थच नाही. कारण ही लढाई नेमकी आहे तरी कुणाबरोबर! सरकारबरोबर? पक्षद्रोही कार्यकर्त्यांबरोबर? संघटित भांडवलदारांबरोबर? का अन्य राजकीय पक्षांबरोबर? काही अंदाज येत नाही."

"तू खरंच थकली आहेस. तू काहीच विचार करू नकोस आता. मनुष्य एखाद्या वेळेस हतबुद्ध होतो. नाही असं नाही, पण तू काही केवळ सामान्य स्त्री नाहीस आणि थकलेल्या मन:स्थितीत लढाईचे पवित्रे तू घेऊही शकणार नाहीस. तू आता झोप!"

मग दोघंही बराच वेळ काहीही बोलली नाहीत. संपलेल्या कॉफीचे मग आणि रिकाम्या झालेल्या डिशेस उदयनं उठून सिंकमध्ये ठेवल्या. तो परत आला. दोन उशा त्यानं शेजारी शेजारी जुळवून ठेवल्या. खिडकीचं दार उघडून टाकलं. सारे दिवे मालवले आणि त्यानं तिला कुशीवर कलंडून झोपायला लावलं. तो कधी फारशी सिगारेट ओढीत नसे. सार्वजनिक ठिकाणी तर कधीच नसे. त्यानं सिगारेटची पेटी काढून एक सिगारेट पेटवली आणि पडलेल्या रंजनाच्या डोक्यावरून हात फिरवत तो सिगारेट ओढू लागला.

रात्र शांत होत चालली होती. आसमंतातला आवाजही कमी कमी होत चालला होता. बाहेरच्या जगातली प्रकाशाची तीव्रताही ओसरत चालली होती.

बघता बघता रंजना केव्हा झोपी गेली, हेही त्याला कळलं नाही. तिचा स्पर्श त्याला सोडायचा नव्हता. परंतु ती जागी होईल या भीतीनं त्यानं तिच्या मस्तकावरील हात काढून घेतला आणि तिच्याजवळच्या उशीवर तोही मग कलंडला. डोक्यात जमा झालेल्या विचारांना हळूहळू बाहेरचा रस्ता दाखवत त्यानं मन रिकामं करून घेतलं. लहान, निरागस बालिकेप्रमाणे पाय पोटाशी घेऊन रंजना निवांत झोपली होती. तिच्याकडे तो पाहू लागला. तिच्या आजच्या दिवसभरातल्या हकीकती वेळोवेळी त्याला कळल्या होत्याच; परंतु त्या थोपविण्यास किंवा त्यात बदल करण्यास आपण असमर्थ आहोत, हेही त्याच्या लक्षात आलं होतं. एका प्रचंड पाणलोटात आपण दोघंही हातात हात घालून निघालो आहोत, आपण एकमेकांची संगत टिकवण्याचा प्रयत्न करीत आहोत, पण या पाणलोटाचा वेग इतका अनावर आहे, की आपल्या प्रेमाची हातमिठी कितीही घट्ट असली, तरी ती टिकू शकेल असं दिसत नाही, हे त्याच्या लक्षात आलं. या पाणलोटाचा प्रवाह आपल्या गतीनं केव्हातरी वेगवेगळ्या दिशांना फुटणार तेव्हा हात रक्तबंबाळ होतील, श्वास कोंडले जातील आणि मग हातात घेतलेले हातही सुटतील, याविषयी त्याच्या मनात शंका नव्हती.

रंजनाच्या लहानशा प्रसन्न निरागस भावमुद्रेत तो डोकावून पाहत होता. तिचे धगधगते डोळे आता मिटले होते. पण त्यांची आग त्या मिटल्या डोळ्यांतूनही जाणवत होती. निमुळती लांबसडक बोटं त्याच्या दिशेनं पसरली होती. ती हातात घेण्याचा त्याला मोह झाला, पण त्यानं मन कठोर करून तो आवरला. तिच्या तलम पारदर्शी नाइटीतून तिची निरोगी कांती त्याच्या मनातल्या साऱ्या चिंता दूर करू पाहत होती. तिचा स्तनभार उघडा पडला होता. तोही निमंत्रण देत होता. पण समोर विसावलेली व्यक्ती ही केवळ स्त्री नाही, या उग्र जाणिवेनं त्याच्या वासना जळून गेल्या. अस्वस्थ मनानं त्यानं खोलीत इकडेतिकडे फेऱ्या मारल्या. मध्येच तिच्या देहाची एकदा चाळवाचाळव झाली. तिच्या देहाशी अनेकदा लगट करूनसुद्धा त्या देहाचं आकर्षण कधी ओसरलंच नाही. तिच्या मनाची भरारी आगळी होती. त्याच्याशी अनेकदा परिचय होऊनसुद्धा तिच्या मनाचा ठावठिकाणा आपल्याला लागला नाही, हेही त्याच्या ध्यानात येऊ लागलं. ती आपल्या इतक्या जवळ असूनही आपल्यापासून दूर कुठेतरी आहे, या जाणिवेनं तर तो व्याकूळ झाला.

एवढ्यात टेलिफोनची घंटा वाजली. फोन घेण्याची त्याची मुळीच इच्छा नव्हती. या टेलिफोनमुळे त्याच्या त्या निवांत विश्वात खळबळ व्हावी, अशी

त्याची इच्छा नव्हती. फोन वाजतच राहिला. तो जागेवरून उठण्यापूर्वीच तिनं फोन घेतलासुद्धा.

फोनवरचा निरोप तिनं पुरता ऐकलासुद्धा नाही आणि तिनं फोन खाली ठेवला. तिचा चेहरा एकदम काळवंडून गेला आणि तिच्या डोळ्यांत पाणी जमा झालं. ती खचून खालीच बसली! उदय लगबगीनं तिच्याजवळ गेला आणि म्हणाला, ''काय? कुणाचा फोन होता?''

तिनं त्याच्याकडे मान वळवून पाहिलं आणि ओक्साबोक्शी नुसती रडायलाच लागली.

''रंजू, व्हाट्स द मॅटर?''

आपला शोक आवरण्यासाठी तिनं दातांनी ओठ करकचून दाबले आणि ती म्हणाली, ''डिसूझा इज डेड!''

उदय अवाक् झाला. असा काही प्रकार होईल, अशी त्याला कल्पनाच नव्हती. डिसूझांची त्यानं सबंध दिवसांत तीन-चार वेळा चौकशी केली होती. तो सुधारतोय, असं त्याला कळवण्यात आलं होतं. अकस्मात असं काय झालं असावं, की ज्यामुळं त्याचा मृत्यू ओढवावा? एकदम तर्क आणि विचारशक्ती नष्ट व्हावी तसं त्याला झालं. रंजना अजूनही हमसून हमसून रडत होती. तिला कसं सावरायचं, हेच त्याला कळेना.

पण रंजना सावरली नाही तरी तो एक-दोन क्षणांत सावरला. डिसूझाचे आणि रंजनाचे संबंध कसे होते, ते सरकारी फायलींतून अर्थात कळण्यासारखं नव्हतं. पण त्याला पुष्कळच गोष्टी ठाऊक होत्या. डिसूझा रंजनाच्या ट्रेड युनियन मुव्हमेंटमध्ये तिचा गुरू होता. सल्लागार होता. पण त्याहीपेक्षा तिचा मानलेला पिता होता. सकाळपासून फिरणाऱ्या त्या ब्रह्मचाऱ्याच्या अंत:करणात रंजनाबद्दल, तिच्या बुद्धीबद्दल आणि कर्तृत्वाबद्दल आदरच नव्हता, तर कुठेतरी एक वात्सल्याचा झरा होता. त्या दोघांचं नातं हा साऱ्याच ट्रेड युनियन मूव्हमेंटमध्ये एक कौतुकाचा विषय होता. कामगारविषयक प्रश्नांचा श्रीगणेशा रंजनाचा चिमणा हात धरून त्यानंच गिरवून घेतला होता, आणि रंजनासुद्धा त्याच्या बारीक-सारीक गोष्टींत लक्ष घालून आपल्या व्यापातूनही त्याची काळजी घेत होती. डिसूझाचा वाढदिवस खुद्द त्यालासुद्धा माहीत नव्हता. पण रंजनानं तो शोधून साजरा करण्याची प्रथा तीन-चार वर्षे ठेवली होती. भायखळ्याच्या आडगल्लीत डिसूझाची खोली होती. तिथं डिसूझा कधीच सापडत नसे. पण रंजनाला मात्र डिसूझाच्या वेळा इतक्या माहीत असत, की त्याला ती केव्हाही गाठीत असे. डिसूझाच्या धर्मभोळेपणाची

रंजना नेहमी चेष्टा करी. पण ख्रिसमसला न चुकता ती त्याच्या घरी जाई आणि त्याला काहीतरी भेट देई. डिसूझा नेहमीच 'माय किड' असा तिचा उल्लेख करीत असे. रंजनाला एखादी गोष्ट पटवून द्यायची असेल, तर सारे कार्यकर्तेही डिसूझाचा आश्रय घेत असत.

अशा डिसूझाला आता ती मुकली होती आणि तेही अशा अवस्थेत, की ज्या वेळी ती गोंधळलेली होती, एकाकी होती.

रंजनाला त्या दुःखावेगातून ओढून बाहेर काढणंही शक्य नव्हतं. पण ती त्या वेळेस काय करील, हे लक्षात घेऊन त्याप्रमाणे त्याला वागणं मात्र शक्य होतं. रंजनाचं टेलिफोनबुक उदयनं घेतलं आणि त्यानं तिच्या महत्त्वाच्या सहकार्यांना फोन केले. कामगार सभेची गाडी बोलावून घेतली. कार्यकर्ते आणि गाडी येईपर्यंत त्यानं तिचं सांत्वन करण्याचा प्रयत्न केला. तिला कपडे घालायला भाग पाडलं आणि तो म्हणाला, ''आता मृदुला, देशक वगैरे मंडळी येतील, त्या वेळी मी इथं असणं सोईचं नाही. तुला हॉस्पिटलमध्ये जाणं भाग आहे. तुझ्यावर मोठी जबाबदारी आहे, आणि तू मुळीच धीर सोडता कामा नयेस. यू आर ए ब्रेव्ह गर्ल अँड यू मस्ट फाइट! किंबहुना हा आघात तू कसा पचवतेस, यावरच तुझं भवितव्य अवलंबून आहे. तू आहेस तशीच राहिली पाहिजेस. नव्हे, तू अधिक चेवानं उभी राहिली पाहिजेस! मला माहीत आहे माझा काही तुला उपयोग नाही. असला तर अडथळाच आहे. पण ज्या क्षणी वाटेल की माझी गरज आहे, त्या क्षणी मी तुझ्या बाजूला उभा असेन. माझं मंत्रिपद सॅक्रिफाइस करायचा प्रसंग आला, तरीही मी ते करीन. तुझा विश्वास आहे ना माझ्यावर?''

उदयच्या डोळ्याला डोळा लावीत ती म्हणाली, ''आहे. निश्चितच आहे. तुझ्यावरचा विश्वास एवढं एकच शस्त्र आता माझ्याजवळ उरलं आहे. आय नो यू कान्ट बिट्रे मी.'' आणि मग तिनं त्याला घट्ट मिठी मारली. दोघांचेही डोळे भरून आले. मिठी अधिक घट्ट झाली. देहाबरोबर मनंही जवळ आली. दरवाजाची घंटी वाजली आणि मग ती मिठी आपोआपच सुटली.

★

डिसूझांची प्रेतयात्रा कल्पनेपेक्षा मोठ्या प्रमाणावर निघाली. सर्व पक्षांचे कामगारनेते त्यात सामील झाले. युनियन्समधील वादावादी आणि भांडणं त्या क्षणापुरती तरी संपली. किती झालं तरी डिसूझा हे एक मान्यवर नेते होते आणि कामगारांच्या हितासाठी त्यांनी रक्ताचं पाणी केलं होतं. ज्यांनी डिसूझांवर हल्ला करण्याचा प्रयत्न केला, त्या संघटनांचे नेते जरी स्वतः आले नाहीत, तरी त्या

संघटनेच्या अन्य लहानमोठ्या सहकाऱ्यांनी प्रेतयात्रेत भाग घेतला. कामगारांचा एवढा प्रचंड जमाव पाहून मुंबईची जनता अवाक झाली. राजकारणातीत कामगार चळवळ चालवणाऱ्या या एकाकी माणसाला अकारण बळी जावं लागलं आहे, ही खंत साऱ्या कामगारजगतात दिसून आली. परळ-लालबाग भागात तर आपोआप दुकानं बंद झाली. साऱ्या गिरण्यांची पहिली पाळी कसल्याही आदेशाशिवाय कामगारांनी बंद केली. कामगारांच्या मोर्च्यातला किंवा मिरवणुकीतला हिंस्रपणा इथं औषधालाही नव्हता. सारे कामगार खालच्या मानेनं उदासपणे चालले होते. आरोळ्या नव्हत्या, गर्जना नव्हत्या. ज्यांना कामगारचळवळी माहित नव्हत्या, डिसूझाही माहित नव्हते, त्यांना हे सारं दृश्य निराळं वाटत होतं. कामगारजगताचं प्रेम एका साध्याभोळ्या कामगार पुढाऱ्यानं कसं मिळवलं, हा अचंब्याचाच विषय होता. ज्यानं आयुष्यात जेवढी फुलं कधी पाहिली नाहीत, त्याच्या शेकडोपट फुलांचे हार त्याच्या कॉफिनवर पडत होते. पोलिसांच्या बंदोबस्ताचं काही कारण नव्हतं, इतक्या शांतपणे सारी मिरवणूक भायखळ्याच्या दफनभूमीवर आली. वेगवेगळ्या संस्थांच्या वतीनं आदरांजली वाहण्यात आली. सरकारनंसुद्धा कृपणपणा न दाखवता मजूर खात्याच्या राजमंत्र्यांना पाठवून डिसूझांना सन्मानाचा हार घातला.

संध्याकाळी कामगार मैदानावर सर्वपक्षीय श्रद्धांजली सभा झाली सर्व पक्षांच्या पुढाऱ्यांनी डिसूझांच्या निगर्वी कार्यपद्धतीवर कौतुकांच्या सुमनांचे हार अर्पण केले. रंजनाची बोलण्याची इच्छा नव्हती. कारण तिला बोलवतच नव्हतं. पण डिसूझांबद्दल बोलायला अधिक लायक दुसरी व्यक्ती कोण असणार? अध्यक्षस्थानी महापौर होते. त्यांनी विनंती केल्यामुळे रंजनाला बोलावं लागलं. डिसूझांच्या कितीतरी हृदयस्पर्शी आठवणी तिनं सांगितल्या. एखाद्या लहान मुलाला हात धरून गोडीगुलाबीनं धाकदपटशानं शाळेत मुळाक्षरं शिकवतात, तसंच डिसूझांनी आपल्याला कामगार संघटना कशा उभ्या करायच्या हे शिकवलं, हे सांगून ती अखेरीस म्हणाली, "अखेर या कामगारांच्या पितृतुल्य नेत्याचं निधन कशामुळं झालं? कामगारांनीच कामगार नेत्याचा खून केला आहे आणि तो कशासाठी? तर कामगार चळवळी राजकारणापासून दूर राहाव्यात या डिसूझांच्या आग्रहासाठी! प्रत्येक पक्ष कामगारचळवळीचा राजकीय उद्दिष्टांसाठी उपयोग करीत आहे. यात अखेर कामगारांचं हित नाही. कामगारांचे प्रश्न निराळे आहेत. कामगारांच्या एकोप्यानंच ते सुटू शकतात. कामगारांत फूट पाडण्यासाठी अनेक नवनवीन प्रकार निघायला लागले आहेत. कोणत्याही राजकीय पक्षाच्या तत्त्वज्ञानाशी

खरं तर कामगारांचं काहीच नातं नसतं. कामगारांचं खरंतर स्वतंत्र तत्त्वज्ञान आहे. डिसूझांनी आपली सारी उमर कामगारचळवळ द्वेषरहित, पक्षरहित अशी चालविण्यासाठी घालवली. त्यांच्या मृत्यूचा आपल्याला खरोखर शोक असेल तर कामगारचळवळीत घुसलेलं हे राजकारण फेकून दिलं पाहिजे. त्यांनी स्थापना केलेली, 'कामगार-किसान सभा' हेच त्यांचं खरं स्मारक आहे. केवळ बोनस, वेतन या प्रश्नांसाठी लढे करणं म्हणजे कामगारचळवळ नव्हे; तर कामगारांना सुशिक्षित करणं, सुसंस्कृत करणं, सुस्थितीत आणणं आणि सबंध समाजाचे जबाबदार घटक बनवणं हे कामगारचळवळीचं उद्दिष्ट होतं. डिसूझांचा आदर्श ठेवून, त्यांच्या पावलांवर पाऊल टाकून त्यांनी स्थापन केलेली कामगारचळवळ आम्ही राजकारणापासून दूर ठेवू. सर्व कामगार डिसूझांच्या अतृप्त इच्छा पुऱ्या करतील, अशी मला अशा आहे.''

असं काही ती बोलेल, अशी तिची तिलाच कल्पना नव्हती. कामगार-किसान सभेबद्दल काही बोलणं म्हणजे पर्यायानं ज्यांनी डिसूझांवर खुनी हल्ला केला त्यांचा निषेध करण्यासारखं होतं. पण त्याचबरोबर सभेत सहभागी झालेल्या सर्व राजकीय पक्षांच्या युनियन्सची प्रच्छन्न निराशा होत होती. एरवी रंजनानं असं भाषण केलं नसतं. पण डिसूझांच्या मृत्यूमूळे एकतर ती खचली होती, आणि शिवाय डिसूझांचा हा मृत्यू ज्यांनी घडवून आणला, त्यांच्यावर उघडपणे प्रहार केल्याशिवाय तिचं समाधानही होण्यासारखं नव्हतं. कामगारांनी तिच्या भाषणाचं उत्स्फूर्त स्वागत केलं. डिसूझांचा जयजयकार केला. एवढंच नव्हे तर कामगार-किसान सभेचाही जयजयकार केला. सभा व्यवस्थित संपली, परंतु युनियन्समधील भांडणांचे तणाव संपले नाहीत. उलट, ते वाढलेच. याचं प्रत्यंतर तिला लगेचच आलं. सभा संपल्यावर पक्षाच्या कार्यालयात कॉम्रेड थत्ते आपले दोन-तीन सहकारी घेऊन आले आणि त्यांनी रंजनावर आरोपांची खैरात केली. ते खूप चिडलेले होते. रंजनानं प्रत्येक गोष्टीला थंडपणानं उत्तर देण्याचा प्रयत्न केला. तिनं आपली भूमिका पुन्हा पुन्हा स्पष्ट करून सांगितली. पण थत्ते आपला तारस्वर कमी करायला तयारच नव्हते. अखेर त्यांनी तिला सांगितलं, ''कामगारांनी टाळ्या दिल्या त्याच्यावर जाऊ नका. कामगारांची नस आम्ही जास्त चांगली ओळखतो. डिसूझांच्या मृत्यूचा फायदा घेऊन तुम्ही आमच्याविरुद्ध मनं कलुषित करीत आहात; पण ते तुम्हाला महाग पडेल. कामगार वाटतात तेवढे सुज्ञ नसतात. त्यांना भावनेनं भडकवता येतं. आज ते तुमच्या बाजूला आहेत. पण थोड्याच दिवसात पाहाल तुम्ही. सारंच चित्र आम्ही बदलून टाकतो.''

पण थत्ते म्हणाले तसं काही घडलंच नाही. उलट डिसूझांच्या मृत्यूमुळे कामगार सभेचे कार्यकर्ते अधिक जिद्दीनं आणि हिरीरीनं कामाला लागले. युनियन ताब्यात घेण्याचं आजपर्यंत त्यांचं धोरण नव्हतं, पण हळूहळू त्यांनी युनियन्सवरही कबजा बसवायला सुरुवात केली. नवीन मेहता हा एक तरुण कार्यकर्ता त्यांना मिळाला. त्याचा उत्साह अनावर होता. तो कायद्याचा पदवीधर तर होताच, पण त्याहीपेक्षा कामगार सभेचा फुटून निघालेला कार्यकर्ता होता. तो कामगार-किसान सभेत सामील होताच अधिकच वेगानं चळवळीचं मूळ धरू लागलं. डिसूझांच्या मृत्यूला वृत्तपत्रांनी भरपूर प्रसिद्धी दिली. त्यांच्या मृत्यूच्या चौकशीची मागणी केली. त्याचाही फायदा कामगार-किसान सभेच्या चळवळीला मिळू लागला. मध्यंतरी रंजनासकट झालेली सर्व कार्यकर्त्यांची धरपकड आणि न्यायालयानं या अनावश्यक अटकेबद्दल पोलीस खात्यावर झाडलेले ताशेरे याचाही वृत्तपत्रांनी खूप गवगवा केला.

युनियन बांधण्याचं प्रत्यक्ष काम अर्थात नवीन मेहताकडे सोपविण्यात आलं. तो गुंडगिरीला पुरून उरण्याइतका जबरदस्त होता. कारण त्याला युनियनमधल्या झुंडशाहीचा पूर्वानुभव होता. त्यानं कामगारांचं एक संरक्षक दलच तयार केलं. डिसूझांप्रमाणे त्याचं वागणं आर्जवी नव्हतं. बोलणं सौम्य आणि कायदेशीर नव्हतं. त्याच्या बोलण्यात आक्रमकता आणि उत्साह होता. त्यानं कामगार-किसान सभेच्या स्वरूपात बदल घडवून आणला. तो येताक्षणीच कामगार-किसान सभेची दुबळी प्रतिमा पुष्कळच बदलली. तो तसा आज्ञाधारक होता. सल्लामसलतीशिवाय तो काही निर्णय घेत नसे; पण कामगार जगात ताबडतोब आणि तिथल्या तिथं निर्णय घ्यावे लागत आणि ते निर्णय पुष्कळ कटकटी निर्माण करीत.

या साऱ्या कटकटी दूर करणं हे रंजनाला एक नवीनच काम होऊन बसलं; पण रंजनाला त्याची गोडी लागली होती. मग तिच्या लक्षात आलं, की आपल्या या चळवळी स्वतंत्र आणि वेगवेगळ्या ठेवणं कदाचित हिताचं ठरेल. पुष्कळशा चळवळे सरकारी अनुदाने, देणग्या यांवरच चालत असत, आणि त्या देऊ करणाऱ्यांना संस्थेला येऊ घातलेलं हे उग्र स्वरूप सहन होण्यासारखं नव्हतं. मग कामगार-किसान सभेच्या कामाच्या वेगवेगळ्या संस्था अलग करण्यात आल्या आणि त्या सर्वांचं एक फेडरेशना करण्यात आलं.

कामाचा वेग वाढू लागला, तेव्हा रंजनाला खरोखरच जेवायलासुद्धा वेळ मिळेनासा झाला. डिसूझांच्या मृत्यूमुळं आलेलं मळभ मात्र या वेगामुळे नाहीसं

झालं. हा नवा वेग रंजनाला अतिशय प्रिय झाला. तिची मन:स्थितीसुद्धा सुधारलेली आहे, हे उदयच्या लक्षात आलं. आता त्याची गाठभेट पूर्वीप्रमाणे वेळ ठरवल्याशिवाय होणं कठीणच झालं होतं. उदयला तिच्या भेटीची सतत ओढ लागत असे; पण तरीही रंजनाच्या दिनक्रमात व्यत्यय आणण्याची त्याला इच्छा नसे. मंत्रिमंडळातले त्याचे सहकारी त्याच्याकडे थोडे संशयानंच पाहत. बुवासाहेब तर त्याच्यावर नाराजच होते आणि तसं त्यांनी त्याला बोलूनही दाखवलं होतं.

"उदयराव, मला वाटलं होतं, की हे लग्न तुम्हाला मानवेल."

"मानवलं की!"

"हे कसलं लग्न? बायको तिच्या घरी अन् तिची वाट पाहात नवरा आपल्या घरी. आपण म्हणू तेव्हा बायको भेटायला पाहिजे की नाही?"

उदय हसला. "तो जमाना आता राहिला नाही. आताचे संसार असेच असणार. शिवाय माझी तिच्याबद्दल तक्रार नाही. तिची माझ्याबद्दल काहीच तक्रार नाही."

"म्हणजे तुम्ही सुखी आहात? चाललंय हे तुम्हाला मान्य आहे?"

"शंकाच नाही. इतकी स्वतंत्र बाण्याची पत्नी असणं, तिला काही स्वतंत्र अस्तित्व असणं ही काही कमी अभिमानाची गोष्ट नव्हे!"

"पण तिचा तुम्हाला उपयोग काय? महिन्यातनं चार घटका एकत्र येणं याला काही संसार म्हणत नाहीत."

"मग काय चोवीस तास एकमेकांना मिठ्या मारून बसणं म्हणजेच संसार? का एखाद्या वेड्या मुलीच्या गळ्यात माळ घालणं म्हणजे संसार?"

बुवासाहेब एखादी चपराक मारल्यासारखे गप्प बसले; पण मग लगेच त्यांनी स्वत:ला सावरलं.

"तुमच्याकडून असली कधी अपेक्षा केली नव्हती आम्ही."

"अहो, लग्न मी माझ्या सुखासाठी केलंय. तुमच्या अपेक्षांच्या पूर्तीसाठी नाही!"

"चुकता आहात तुम्ही उदयराव. हे लग्न मी घडवून आणलंय. माझ्याशिवाय हे लग्न झालंच नसतं."

"म्हणजे?"

"ते तुम्ही आम्हाला विचारू नये आणि आम्ही तुम्हाला सांगू नये. आम्हाला वाटलं, होतं की लग्नाचा रस्ता मोकळा करून दिला म्हणजे या उपद्रवी मुलीचे चाळे तुम्ही थांबवू शकाल. तुम्ही आमचा अपेक्षाभंग केलात. मुख्यमंत्री नाराज आहेत. खरंतर सारेच जण नाराज आहेत."

"जगाच्या नाराजीशी मला काहीही कर्तव्य नाही. मी काही कुणाच्या हातातलं खेळणं नाही."

"असं तुम्हांला वाटतंय. आपण सारेच जण केवळ खेळणी आहोत. इथं प्रत्येकाला स्वतंत्र अस्तित्वच नाही."

"तसं असलं तर राजकारणाशी मला काही कर्तव्य नाही. मंत्रिपदाशीही मला काही कर्तव्य नाही."

"अशी डोक्यात राख घालू नका उदयराव. थोडं धीरानं आणि सबुरीनं काम करा. थोडं डोकं चालवा. सूनबाईचे हे सारे उपद्व्याप आपल्या पक्षाला उपयोगी पडले, तर हवेच आहेत. मला तर असं वाटतं, की तुम्हीच त्या चळवळीत का शिरत नाही? सरकार काही कामगारविरोधी नाही. शिवाय तुम्ही त्यात असलात, तर किती तरी सोईसवलती आपल्याला देता येतील. कामगारांचाही फायदा होईल त्यात आणि आपल्या पक्षाचाही फायदा होईल. तुम्ही कधी ह्या दृष्टीनं विचारच केलेला नाही."

"मला त्याची गरज वाटत नाही. रंजना खरोखरीच चांगलं काम करतेय. तिच्याजवळ बुद्धी आहे, प्रामाणिकपणा आहे, तळमळ आहे. बघा ना, कोणाच्याही साहाय्याशिवाय चळवळीचा केवढा पसारा तिनं उभारलाय."

"पण शासनानं साहाय्य देऊ केलं, तर नाकारण्यासारखं काय आहे त्यात? एरवी शासन म्हणजे लोकांचंच असतं की!"

"खेडूत लोकांच्या पुढे द्यायचं व्याख्यान तुम्ही माझ्यासमोर देता आहात का? शासन लोकांचं असतं हे कबूल, पण शासन म्हणजे काही काँग्रेस पक्ष नव्हे. आजही आहे या कामगार-किसान सभेच्या चळवळीला शासनानं मदत करायला काय हरकत आहे?"

"तुम्ही मुद्दाम ही भूमिका घेत आहात, की तुम्हाला ती पटलेली आहे याचा अंदाज लावणं कठीण आहे, पण या घटकेला तरी काँग्रेस पक्ष हेच शासन आहे. काँग्रेस हा असा एकच पक्ष आहे, की जो नागरिकांचं प्रतिनिधित्व करतोय. दोषांचं आणि गुणांचंही. या पक्षाला काही इतिहास आहे. देशात लहानातल्या लहान खेड्यात हा पक्ष पोचला आहे. पक्षात काही दोष असतील तर ते हळूहळू दूर होत जातील; परतु आज केवळ शहरात संघटित झालेल्या कामगारांच्या आणि कर्मचाऱ्यांच्या बळावर विरोधी पक्ष काँग्रेसला बदनाम करू पाहत आहे. खेड्यांत, तालुक्यांत काँग्रेस पक्षाला कोणाला हात लावता येणार नाही. पण शहरात बुद्धिवादी लोकांनी कामगारचळवळीत शिरकाव करून एक बेदिलीचं

वातावरण निर्माण केलं आहे. या देशाचं भलं करण्याची काँग्रेस पक्षाची इच्छा आहे. शक्ती आहे. त्याला शहरामधून विरोध होण्याची शक्यता वाढते आहे. आपल्या पक्षाचं बळ शहरातही वाढवलं पाहिजे. म्हणजेच कामगारचळवळी मुख्यत्वेकरून ताब्यात घ्यायला पाहिजेत. तुम्ही कामगार चळवळीत काम करत आहात. तुमच्याकडून म्हणूनच आम्ही अपेक्षा बाळगली आहे. तुम्हाला मंत्रिपद दिलं, इंटकमध्ये तुमच्या मतांना किंमत आणून दिली. अपेक्षा अशी आहे की, या कामगार-चळवळी ताब्यात आणायची योजना तुम्ही तयार करायला हवी.''

उदय एकदम गंभीर झाला. त्याला हे प्रारंभीपासूनच जाणवत होतं. पक्षाच्या रचनेतल्या काही जबाबदाऱ्या त्याला मान्यही होत्या. कामगारचळवळीत त्याला रस होता. कामगारचळवळीवर राजकीय पक्षांची शक्ती अवलंबून असते, हे त्याला माहीत होते; पण शासकीय पक्षाची कामगार संघटना सर्व तऱ्हेची मदत मिळूनसुद्धा दुबळीच राहते, हे त्याच्या लक्षात आलं होतं. राज्य चालवणाऱ्या पक्षाला कोणतीही एकांतिक भूमिका घेऊन चालत नाही. आहे ही अर्थरचना जोपर्यंत कायम राहणार, तोपर्यंत केवळ कामगारांचे चोचले पुरवणाऱ्या मागण्या मान्य करीत राहणं, आणि पर्यायानं औद्योगिक वातावरण तप्त ठेवणं हे अतिशय गैरसोईचं असतं. उलटपक्षी, कोणत्याच राजकीय पक्षांना कामगारशक्ती वापरता येत नसेल, तर कामगारचळवळी पक्षातीत राहण्यानं काँग्रेसचं काही नुकसान होत नाही, अशी त्याची विचारसरणी. ही विचारसरणी काँग्रेस नेत्यांनाही मान्य होती; परंतु जोपर्यत अन्य राजकीय पक्ष कामगारांना राजकीय उद्दिष्टांसाठी वापरीत आहेत, तोपर्यत काँग्रेसला नाकर्तेपणाची भूमिका घेणं आत्मघातकीपणाचं ठरेल. इथल्या सर्व राजकीय पक्षांना निष्प्रभ करून कामगार-किसान सभा लोकप्रिय होत आहे, ही गोष्ट त्याला तेवढ्यासाठी मनापासून पसंत होती. बुवासाहेबांना त्यानं 'प्रयत्न करतो' असं आश्वासन दिलं आणि याबाबत एकदा रंजनाशीच बोलावं, असं ठरवलं.

वास्तविक कित्येक दिवसांत दोघंही राजकारणाविषयी बोलली नव्हती किंबहुना दोघांनीही हा संकेत पाळला होता, की राजकारणाची चर्चा हा एक बंद रस्ता आहे. त्यामुळे त्यांचं भावविश्व शाबूत राहिलं, पण केव्हा केव्हा अधिकृत पक्षाचा एक कार्यकर्ता म्हणून एका कामगारसंघटनेच्या पुढाऱ्याशी बोलायला हरकत नाही, असं त्यानं ठरवलं.

★

रंजना आणि तो दुसऱ्या दिवशी रात्री वेळ ठरवून भेटले. तेव्हा तो

म्हणाला, "मला वाटतं, लग्न झालं आणि आपल्याला निवांतपणा असा मिळालाच नाही. आपण दोघं असे राजकारणाच्या गदारोळात गुरफटत गेलो आहोत, की कधी कधी आपण नवरा-बायको आहोत, आपण एकमेकाचं काही देणं लागतो, हेही विसरलो आहोत. खरंतर एखादा परदेशाचा छोटासा दौरा करायला हवा; पण तिथं तुला माझी पत्नी म्हणून यावं लागणार. थोडं नाटकी का होईना परंतु राजकीय सामंजस्य दाखवावं लागेल. भारतात आपण कुठंही गेलो, तरी आपलं राजकारण आपल्यामागे येणारच. इथेच जवळपास कुठेतरी आपण चार-दोन दिवस निवांत राहू शकतो."

रंजना हसली.

तो म्हणाला, "हसू नकोस. तुला कदाचित माझी एवढी गरज वाटत नसेल. माणसाला जगायला काहीतरी नशा हवी असते, ती तुला आहे; पण मला नाही. एखादं वेळेस मला असं वाटतं, की हे राजकारण सोडून द्यावं. कुठे तरी शेती घ्यावी. नाहीतरी बुवासाहेब मागे लागलेच आहेत, आणि निवांतपणे चार शेतकऱ्यांप्रमाणे या गदारोळापासून दूर व्हावं."

"तुझी कल्पना मोठी छान आहे; पण आता ते शक्य नाही. आयुष्यात हे निर्णय फार लवकर घ्यावे लागतात. आपणच निर्माण केलेल्या जीवनाच्या रस्त्यावरून मागे पळून जाता येत नाही. कारण आपण त्यात पुष्कळांना गुंतवलेलं असतं. शिवाय इतकं शांत आयुष्य माझ्या वृत्तीला परवडणारही नाही. मला तर वाटतं, मी जर पुरुष असते तर फार बरं झालं असतं.

"का? तुला काय अडचण झाली स्त्रीपणाची?"

"तशी काही अडचण झाली नाही. मी वेळीअवेळी कुठेही जाऊ शकते. गर्दीत मिसळू शकते. माझ्या स्त्रीपणाची तशी जाणीव मी बरोबर बाळगणारी नाही. पण पुरुषाला जसं आपलं आयुष्य सर्वार्थानं झोकून देता येतं तसं, अजूनही आपलं आयुष्य स्त्रीला सर्वार्थानं झोकून देता येत नाही. मी अर्थात कशाची पर्वा करीत नाही. हा माझ्या प्रवृत्तीचा प्रश्न नाही. कामगारांच्या चळवळी हा मुळातच एक प्रचंड संघर्ष आहे या संघर्षात शारीरिक बळाचीसुद्धा खूप जोड असावी लागते. हेवेदावे, पाणउतारे, गटबाजी या साऱ्या गोष्टींतून मार्ग काढताना कधीतरी बाईपणाचा अडथळा येतो."

"मला तर वाटतं, राजकारणाच्या रॅटरेसमध्ये उलटपक्षी स्त्रीपण कवचासारखं उपयोगी पडतं. तुझ्याजागी मी असतो, तर तुझ्याइतकं यश मी मिळवू शकलो नसतो. कारण नको त्या झगड्यात माझी शक्ती मी विनाकारण वाया घालवली

असती. बरं, ते जाऊ दे. मघाशी मी जे म्हणालो, ते तसंच अर्धवट राहिलं. चार-दोन दिवस तू सवड काढलीस, तर आपण कुठेतरी जवळपास जाऊ.''

''चार-दोन दिवस काही नाही, पण एखाद-दुसरा दिवस काढते मी सवड. निदान माझ्या नवऱ्यासाठी तेवढं तरी केल्याचं मला समाधान मिळेल.''

''पण तुला कधी अशी गरज वाटली का?''

''गरज खूप वाटली, थकल्यासारखंही खूप वाटतंय; पण सुट्टी घेतली तरी परत आल्यावर आपल्याला दुप्पट काम करावं लागणार, या भयानं सुट्टी घेण्याचा मोह मी सतत टाळत आले आहे. त्यापेक्षा जो दिनक्रम आपण ठरवला आहे, त्यात काम जेव्हाच्या तेव्हा केली म्हणजे ती कामंही लवकर होतात आणि डोक्यावर कामं नाहीत या कल्पनेमुळे एक समाधान वाटतं.''

मग दोन-तीन दिवसांनी वेळ ठरवून दोघंजण प्रवासास बाहेर पडले. आपण कुठे जाणार आहोत, हे उदयनं सागितलं नव्हतं. सरकारी गाडीही त्यानं घेतली नव्हती. त्यानं नेहमीचा मंत्रीछाप पोषाखही केलेला नव्हता. तो तिला अगदी निराळा वाटत होता. प्रवासात दोघं सारखं काहीतरी बोलत होती, पण बोलण्याचे विषय एखादं चांगलं पुस्तक, एखादी चांगली रेकॉर्ड यांच्या अवती-भवतीच होते. दोघंही एकमेकांना रिझवायचा प्रयत्न करीत होते आणि आपल्या नाटकावर दोघेही खूश होते. आपल्याला इतकं अल्लड तरुण जोडप्यासारखं बोलता येतं, लहानसहान गोष्टींत रस घेता येतो, या गोष्टीने त्यांना एक वेगळाच अनुभव येत होता. आयुष्य हे अशा लहानसहान गोष्टींनीच सुखद होतं, हे त्यांना कळत का नव्हतं? पण त्यांच्याकडे त्यांनी जाणीवपूर्वक पाठ फिरविली होती. गाडी पनवेलपासून आत वळल्यावर तो म्हणाला, 'आपण अलिबागजवळच्या एका गावात जाणार आहोत. तिथं छानदार समुद्रकिनारा आहे. जगापासून दूर तिथं एक छोटंसं झोपडं आहे. समुद्रकिनाऱ्यावर फिरलो तरी कुणी आपल्याला ओळखणार नाही...''

गाडी सुसाट वेगात धावत होती. उदयचा स्पर्श जाणवेल इतक्या निकट रंजना बसली. तो स्पर्श तिला नवीन नव्हता, पण त्या स्पर्शाचंसुद्धा एक निराळेपण वाटत होतं. गाडीतून येणाऱ्या वाऱ्यालासुद्धा एक वेगळाच बेबंदपणा होता. का कुणास ठाऊक. पण जबाबदारीच्या ओझ्यातून सर्वथा बाहेर पडलेल्या मनाला सारंच काही निराळं वाटत होतं, आणि जेव्हा गाडी लोकवस्तीपासून थोड्या दूर असणाऱ्या एका वाडीपाशी थांबली, तेव्हा तर तिला बालपण गवसल्याचा आनंद झाला. गाडीतून ती उतरली आणि सरळ समुद्राच्या दिशेनं

पळत गेली. किनाऱ्यापाशी पोचताच तिनं पायातली सँडलसुद्धा काढून ठेवली आणि मग ती धावत पाण्यापर्यंत गेली. उदय मात्र तिच्या या बालिश उत्साहाकडे लांबूनच पाहत होता. कारण त्याला गाडीतलं सामान काढून समोरच्या बंगलीत न्यायचं होतं. तिला ही जागा आवडली. एवढंच नव्हे तर या नारळपोफळीच्या गर्द झाडीतनं दिसणारी बंगली, तिचा परिसर, समोर झेपावणारा समुद्र हे सारंच दृश्य कुणालाही वेड लावणारं होतं. खरं म्हणजे मुंबईतला समुद्र आणि इथला हा समुद्र काही वेगळा का होता? परंतु मुंबईतला समुद्र हा माणसांचा समुद्र आहे आणि हा समुद्र एकटाच धुंदपणे, बेबंदपणे आपल्याच मस्तीत मागेपुढे होतो आहे. इथल्या हवेत एक ताजेपणा आहे. यात फक्त सागराचा श्वासोच्छ्वास मिसळत होता. मुंबईच्या गर्दीत वावरणाऱ्या माणसाला इथला हा एकांत धुंद करणारा वाटला, तर त्यात नवलं नव्हतं. पण उदयला एक गोष्ट जाणवली, की हा अनुभव एकट्यानं घेण्यासाठी रंजना सामोरी गेली. तिथंसुद्धा कळत नकळत तिचं वेगळेपण आणि स्वतंत्रपण त्याला जाणवलं. त्यानं बंगलीत आपलं सामान आणायला सुरुवात केली. एवढ्यात कुठेतरी बाहेर गेलेला माळी एकदम नारळाच्या झाडीतून उगवला. मग त्यानं मोठ्या खजीलपणे सामान आत नेलं. बंगलीची दारं-खिडक्या उघडली. उदय एकदम आरामखुर्चीत बसला. तेवढ्यात धावून पळून दमलेली आणि वारं पिऊन सुखावलेली रंजना एकदम आली.

"मार्व्हलस! काय मस्त आहे ही जागा! तू का नाही आलास समुद्रावर?"

"अगं, समुद्र का पळून जाणार आहे? सामानसुमान लावू, कपडे बदलू. चहा घेऊ. मग जाऊ ना हवं तिथं."

"मी खरंच जणू काही कुणीतरी हाक मारीत आहे अशा आवेगानं समुद्राकडे गेले. मला राहवलंच नाही बघ. किती शांत आहे, नाही!"

"म्हणून तर आपण इथं आलो."

"तुला ही जागा कशी मिळाली?"

उदय नुसता हसला.

"सांग ना."

"रंजना, ही आपलीच जागा आहे. मी गेल्या वर्षी विकत घेतली."

"आणि अजूनपर्यंत तू मला काही बोलला नाहीस?"

"पण प्रत्यक्ष ही जागा माझ्या ताब्यात दहा-पंधरा दिवसांपूर्वीच आली आहे. आयुष्यात माझ्या मालकीची ही एवढीच जागा आहे."

"आणि मी?"

"तू काय माझी मालमत्ता आहेस?"

"इथं आले नि वाटलं. ते स्वतंत्र असणं, वेगळं असणं, मतांसाठी झगडा करीत राहणं, यापेक्षा खरंच तुझी मालमत्ता असण्यात सुख आहे."

"पाहा बरं; भलतंच काही करू नकोस. समुद्राच्या हवेनं तुला एकदम झटका आलेला दिसतोय."

"खरंच! एकदम माझ्या देहातलं सगळं रसायनच बदलून गेल्यासारखं वाटतंय. मला तू आत्ता हवा आहेस."

"काय?"

"मी सांगितलं ते कळलं नाही? आय वाँट यू जस्ट नाऊ!"

"अगं, पण आता चहा घेऊ."

"मला चहा नकोय. मला काही नकोय. मला फक्त तू हवा आहेस."

तिच्या डोळ्यांत विलक्षण आक्रमक असा भाव त्याला प्रथमच दिसला. त्यानं तिचा हात हातात घेतला. तिला तो आतल्या खोलीत घेऊन गेला. खोली अगदी साधी होती. आत एकदोन लाकडी पलंग होते; पण तिथं पलंग नसते किंवा खोलीही नसती, तरीसुद्धा रंजनाला आता ते चाललं असतं.

त्यानं रंजनाकडे नीट पाहिलं. तिचा तो उत्कट बांधा, तिचे तेजाळ डोळे, वाऱ्यानं विस्कटलेले केस, किंचित उभट असलेलं नाक, प्रवासात तिनं वापरलेल्या स्लॅक आणि पोलक्याचा गडद रंग. या सगळ्यांतून तो आपल्या जुन्या मैत्रिणीला शोधू पाहत होता; पण ती त्याला कुठंही सापडत नव्हती. एक नवीनच स्त्री त्याच्यासमोर उभी होती. मिलनोत्सुक, आतून-बाहेरून पेटलेली. एरवी तिला पेटवण्यासाठी त्याला किती प्रयास पडत असत. ती पूर्वीची रंजना नव्हतीच. हे काही निराळंच दर्शन त्याच्यापुढं होतं. क्षणमात्र तो त्या दर्शनानं भांबावून गेला. पण तिच्या डोळ्यांत जमा झालेल्या वासनेनं तोही चेतवला गेला. तिनं स्वतःचे कपडे स्वतःच काढले. ब्राचा हूक निघेना तेव्हा तिनं तो तोडून टाकला. आणि त्याच्यापुढे ती संपूर्ण नग्न होऊन उभी राहली.

हीच का ती रंजना, की जी आपल्या अस्तित्वासाठी कणाकणानं, शब्दाशब्दानं आपल्याशी झुंजते? हीच का ती रंजना, की जी आपलं स्त्रीत्व विसरायला लावून समोरच्या माणसाला बुद्धीनं संमोहित करते? त्यानं तिला उचलली आणि स्वतःभोवतीच एक गिरकी मारली. रंजना त्याला पिसासारखी हलकी वाटली. तिचा देह, गात्रागात्रांत आसुसलेला आहे हे त्याला जाणवत होतं. तो नेहमीसारखाच तिच्या देहाशी चाल करू लागला. पण आज तिला त्याची गरजच नव्हती. आज

तिनंच पुढाकार घेतला. तिचं ते आक्रमक रूप केवळ निराळं नव्हतं, तर उदयलासुद्धा आपल्या पौरुषाला आव्हान देणारं वाटत होतं.

नेहमी एकाच सर्गात थकणारी रंजना अनेक आवर्तनं झाली, तरी आज टवटवीत होती. समुद्रावरून येणारा ताजा वारा पिऊन ती जणू नव्यानं तप्त होत होती. पुन्हा पुन्हा देह तापत होता, निवत होता.

"दोन दिवस आपल्याला राहायचं आहे, हे लक्षात आहे ना?"

"माझ्या काही लक्षात नाही. आणि माझ्या लक्षात आणूनही देऊ नकोस." उदय हसला. "समुद्रावर फिरायला तरी येणार? थोडा चहा वगैरे पिऊ."

"अरे, खरंच! मला फार भूक लागली."

"माझ्या बॅगमधले डबे काढ."

"चेष्टा करतोस माझी ?"

"चेष्टा कशी काय? उलट, या तुझ्या वागण्यावर मी इतका खूश आहे, की तेवढ्यासाठी आयुष्याची कोणतीही किंमत द्यायला मी तयार आहे."

"मलासुद्धा तसंच वाटतंय."

"मग आपण इथंच राहू या, कायमचे?"

"या घटकेला तरी वाटतंय तसं. कदाचित फार दिवस मी आपल्या देहाची आणि मनाची उपासमार केली म्हणून असेल, पण मला इथं राहायला आवडेल."

"बरं, अंगावर थोडे कपडे तरी घाल. का अशीच समुद्रावर येणार?"

दोघंही हातात हात घालून समुद्रकिनाऱ्यावर गेली. सूर्य आता अस्ताचलाला जात होता. समुद्राच्या पाण्याला एक विलक्षण झळाळी आलेली होती. अज्ञाताशी नातं जोडणारी गलबतांची शिडं सोनेरी प्रकाशाच्या पार्श्वभूमीवर खुलून दिसत होती. एखादी मोठी लाट येऊन दोघांच्या पायावर धडकत होती. ती लाट येताना वाटे की, केवढी मोठी लाट आहे, आपल्या अंगावरून जाईल; पण किनाऱ्यापाशी त्या लाटेला परत जाणारी लाट वाटेत भेटे आणि येणारी लाट विस्कळीत होत असे. पाण्याचा तो खेळ एकमेकांना लगटून ते कितीतरी वेळ पाहत होते. काही बोलावंसंच वाटत नव्हतं. वाऱ्यानं अनावर होणारे केस सावरण्यासाठी ती हालचाल करी, तेव्हा तिचे मांसल बाहू आणि उन्नत उरोज त्याच्या दिशेनं झेपावत. परंतु त्याच्याही आवेगानं त्याचा जोर लाटेसारखाच विस्कळीत होत होता. अंधार पडू लागला होता. उदय उठला आणि त्यानं तिचा हात हातात घेतला. दोघंही बंगलीत परत आले.

त्यानंतर दोन दिवस असेच कधी उंच लाटेवर तर कधी खोल लाटेखाली

अशा अवस्थेत दोघांनी घालवले. प्रत्येक क्षणाचा, प्रत्येक अनुभवाचा त्यांनी नव्यानं साक्षात्कार घेतला. त्यालाही तोचतोचपणाचा वास येऊ लागताच रंजनाच्या शरीराची प्रतिक्रिया बदलली. तिच्या ऊर्मी ओसरल्या. भरती संपून जणू ओहोटी सुरू झाली; मग उदयनं परतायचं ठरवलं. मनात जे बोलायचं होतं ते शेवटी बोलायचं राहूनच गेलं, हे त्याच्या लक्षात आलं; पण या अशा स्वच्छ आणि निरभ्र दुनियेला व्यावहारिक राजकारणाचं गालबोट लागू देणं त्याला रुचलं नाही. त्यानं तो नादच सोडून दिला. पण महिन्यातून केव्हातरी एक-दोन दिवस वेळ काढायचं आश्वासन मात्र तिनं दिलं, यावरच तो संतुष्ट होता. नारळपोफळींच्या बागांचं ते खारं वातावरण, निर्मनुष्य जागेत बांधलेली ती छोटी बंगली, सागराचा अफाट पसारा आणि या नि:शब्द दुनियेत उगवलेली दोघांची नवी दुनिया! हा सारा नवा अनुभव घेऊन ती दोघंजण परत आली.

★

राजकीय रंगमंच झपाट्यानं बदलत होता. देशातलं वातावरण प्रक्षुब्ध होत होतं. काही नव्यानं उघडलेल्या दहशतवादी कामगार संघटना मारहाणीचं, सभा उधळण्याचं तत्र वापरू लागल्या. कम्युनिस्टांचा आणि बिगरकम्युनिस्टांचा बेबनाव शिगेला पोचला होता.

एका कम्युनिस्ट कामगारनेत्याच्या खूनखटल्याचा निकाल लागून काही जणांना शिक्षा सुनावल्या गेल्या. कामगारजगतातला वर्चस्वाचा लढा अधिक तीव्र बनला. एकामागे एक लहानमोठे संप अयशस्वी झाल्यामुळे कामगारांत नैराश्याचं वातावरण निर्माण झालं. कामगारविषयक धोरणात सरकारनं बदल केल्याची जाणीव होऊ लागली. कम्युनिस्ट पक्षाच्या कचेरीवर गुंडांनी हल्ला करून तिची मोडतोड केलेली होती आणि त्यामागे कोण असावं यासंबंधी आरोप-प्रत्यारोप सुरू झाले होते. कामगार-किसान सभेच्या नवीन मेहतावर कम्युनिस्ट वर्तमानपत्रे वारेमाप आरोप करू लागली. महागाईचा भस्मासुर वाढतच होता. वृत्तपत्रे सनसनाटी बातम्या देऊन देशासमोरील आर्थिक अरिष्टांचं भयानक दृश्य जनतेसमोर ठेवीत होती. सरकार कामगारपुढाऱ्यांवर काळजीपूर्वक लक्ष ठेवून होते.

परंतु कम्युनिस्ट पक्षाच्या एका मुखपत्रात एका बनावट पत्रानिशी नवीन मेहतावर कम्युनिस्ट पक्षाच्या कचेरीची मोडतोड केल्याचा आरोप प्रसिद्ध झाला. त्या वृत्तपत्रावर रंजनानं ताबडतोब बदनामीचा खटला केला. त्या पत्राचे संपादक कॉम्रेड कुरेशी यांनी कोर्टासमोर दिलगिरी प्रदर्शित केली.

'कामगार-किसान सभेनं' आपली अब्रू अशी साफ करून घेतली. याबद्दल

वृत्तपत्रांनी अग्रलेख लिहिले. एवढेच नव्हे तर बेजबाबदार आरोप आणि बनावट कागदपत्रे केल्याबद्दल निषेधात्मक मजकूरही लिहिला. कम्युनिस्टप्रणीत कामगार युनियन्स आणि इतर यांचे ठिकठिकाणी झगडे सुरू झाले होते. नवीन मेहता त्या झगड्यातही सदोदित आक्रमक भूमिका घेऊन ठिंकठिकाणी कडवा विरोध करून कामगारजगात प्रभुत्व मिळवू लागला. मे दिनाच्या दिवशी ठिकठिकाणी कामगारांच्या सभा चालू असतानाच सर्व कार्यकर्ते बेसावध आहेत असं पाहून कामगार-किसान सभेच्या एका मोटारीवर अचानक दगडफेक करण्यात आली. ही दगडफेक फारच मोठ्या प्रमाणावर आणि पूर्वनियोजित होती. या गाडीत रंजना, तिच्या दोनतीन सहकारी आणि चार-पाच कार्यकर्ते होते. दगडफेक सुरू होताच ड्रायव्हरचाही तोल गेला आणि गाडी एका ट्रकवर जाऊन आदळली.

अपघात फार गंभीर होता. दगडफेकीत फारशा जखमा कुणाला झाल्या नव्हत्या; परंतु या मोटारअपघातात सापडलेल्या सर्वांचीच स्थिती चिंताजनक होती. कामगारसभेनं आयोजित केलेल्या सभेत हे वृत्त समजलं आणि मग साऱ्या मुंबईभर दंगल सुरू झाली.

जखमींना ताबडतोब हॉस्पिटलमध्ये नेण्यात आलं. सारे जखमी तीन-चार दिवस मृत्यूच्या सीमारेषेवर घोटाळत होते. सगळीकडे चिंतेचं वातावरण पसरलं. सर्वच पक्षांना ही बातमी चिंताजनक बाब वाटत होती. सरकारला तर ही फारच चिंताजनक बाब वाटत होती. रंजनाला ताबडतोब खासगी हॉस्पिटलमध्ये हलवण्याची उदयची इच्छा होती. परंतु मुख्यमंत्र्यांनी त्याला विरोध केला. सरकारी रुग्णालयात हव्या त्या सोई उपलब्ध करून घ्या, असा त्यांचा आग्रह होता. मुंबईतले सारे डॉक्टर्स प्रयत्नांची पराकाष्ठा करीत होते. उदय तर सर्व कामधाम सोडून हॉस्पिटलमध्येच चोवीस बसून होता. नियतीनं हा अचानक घाव का घालावा, या विचारानं तो हतबद्ध झालेला होता. प्रयत्नांची पराकाष्ठा करूनही या जखमींपैकी कुणीही वाचलं नाही. बातम्यांमुळे मुंबईतले वातावरण अधिकच तंग झालं. संशयास्पद अशा पाच-पन्नास हल्लेखोरांना अटक करण्यात आली. पण ते सारे भाडोत्री गुंड होते. पोलिसांनी पराकाष्ठा करूनही या हल्ल्याचं सूत्र शोधून काढता आलं नाही. मुंबईतली तंग परिस्थिती लक्षात घेऊन सर्व मृतांचा पोलीस पहाऱ्यात गुप्ततेनं अंत्यविधी करण्याचं सरकारनं ठरवलं. फक्त जवळच्या नातलगांनाच हजर राहू देण्यात येणार होते.

उदयनं मुख्यमंत्र्यांकडे रंजनाचं शव ताब्यात मिळावं, अशी विनंती केली. असं करता येणार नाही, असं त्यांनी स्वच्छ सांगितलं. ते म्हणाले, "तुमचं दुःख

मी जाणू शकतो. तुमची कर्तव्यंही मी जाणू शकतो; पण मिसेस पाटील या केवळ तुमच्या पत्नी नव्हत्या. त्या एक लोकप्रिय कामगारनेत्या होत्या. तुमच्यासाठी जर वेगळा नियम केला, तर बाकीच्या मृतांच्या बाबतीत तोच नियम लावावा लागेल. ही एक दुर्दैवी घटना आहे, परंतु यातून अधिक काही अशांतता निर्माण व्हावी, असं मला वाटत नाही.''

''पण मी तिचा अंत्यसंस्कार मुंबईत करणार नाही. मी अलिबागच्या माझ्या घरी तिला घेऊन जाणार आहे. तिथं समुद्रकिनाऱ्यावर अंत्यसंस्कार करणार आहे. या कानाचं त्या कानाला कळणार नाही. अलिबागच्या भागात दंगल होण्याचाही संभव नाही.''

तरीही मुख्यमंत्र्यांनी त्या गोष्टीला नकार दिला, ते म्हणाले, ''सारंच वातावरण स्फोटक बनलं आहे. तुम्ही गृहखात्याचे उपमंत्री आहात. तुम्हाला मी नव्यानं कल्पना द्यावी असं नाही.''

''पण उपमंत्री या नात्यानं हा गुन्हा कोणी केला आहे हे मी सांगितलं, तर त्यावरही तुम्ही काही करायला तयार नाही. या सर्व दगडफेकीमागे, गुंडगिरीमागे कम्युनिस्ट नाहीत.''

''ते मला माहीत आहे.''

''तरीही तुम्ही खऱ्या गुंडांना पकडू शकणार नाही ?''

''तुम्हाला माहीत आहे, केलेले आरोप आपल्याला सिद्ध करावे लागतात. केवळ संशयावरून आपण कुणालाही अटक करू शकत नाही.''

''पुरावा मी हवा तेवढा देतो. पण तुम्ही ज्या माणसाला पकडणार, तो मनुष्य आपल्या घरात बसून मुंबईत गुंडगिरीचं थैमान चालू देतो, हे आज काय नवीन आहे? कम्युनिस्टांना रोखण्यासाठी तुम्ही त्याचा आणि त्याच्या संघटनेचा उपयोग करता आणि त्याला हवं ते संरक्षण देता.''

''या चर्चेतनं काही निष्पन्न होणार नाही. तुम्हाला माहीत आहे, की सारी धोरणं काही मी एकटा ठरवत नाही. काही धोरणं पक्षाची आहेत. काहींच्या बाबतचं अंडरस्टँडिंग आपले वरिष्ठ नेते करीत असतात. या घटकेला तरी त्या बाबतीत मी काही करू शकत नाही. तुम्हीही करू नका.''

''तर मग मला काही निराळाच विचार करावा लागेल.''

''तुम्हाला तसं वाटतंय. पण तुम्ही काही करू शकणार नाही, आणि तुम्हाला कोणी करूही देणार नाही,''

''मी माझ्या मंत्रिपदाचा राजीनामा देऊ इच्छितो.''

"तो तुम्ही देऊ शकता. आताच्या संदर्भात तो स्वीकारता येणार नाही. परिस्थिती निवळल्यावर त्याचा विचार केला जाईल आणि लक्षात ठेवा, डोंट मेक अ स्टेटमेंट डोंट टेक अ प्रेसमीटिंग. नो प्रेस विल बी रिपोर्टेड!

उदय उठला. तो काहीच बोलला नाही. निरोपही घेतला नाही. त्यानं काही निर्णय मनाशी घेतले. अजूनही तो गृहखात्याचा उपमंत्री होताच. पोलीस ऑफिसर, कलेक्टर, कमिशनर त्याचे हुकूम मानत होतेच. त्यानं आपल्या खासगी चिटणिसांना बोलावलं. चारदोन विश्वासू सहकाऱ्यांना बोलावून घेतलं. त्यांना सर्व योजना समजावून सांगितली. दोनतीन ठिकाणी तो समक्ष गेला. त्याला त्या वेळी विरोध झाला नाही. त्यानं सरकारी आज्ञा देऊन रंजनाचा देह ताब्यात घेतला. कलेक्टरकडून जिल्ह्याबाहेर प्रेत हलविण्याची परवानगी मागितली. गाजावाजा न करता गुपचूप त्यानं ॲम्ब्युलन्समधून रंजनाचं प्रेत मुंबईबाहेर पाठवलं आणि मग तो एकटाच स्वत:च्या गाडीतनं आपल्या छोट्या बंगलीच्या दिशेनं निघाला. त्याचा खासगी चिटणीस, त्याचे मित्र तिथं जाऊन पोचणार याबाबत त्याला खात्री होती. तो तिथं जाऊन बंगलीपाशी पोचला, तेव्हा त्याचे मित्र आले होते. ॲम्ब्युलन्सचा पत्ता नव्हता. खासगी चिटणिसाचा पत्ता नव्हता.

तासामागोमाग तास गेले, पण ॲम्ब्युलन्स आलीच नाही. आपण ॲम्ब्युलन्सबरोबर आलो असतो तर बरं झालं असतं, असं त्याला वाटलं; पण त्यानं सावधगिरीची उपाययोजना म्हणून स्वतंत्रपणे यायचं ठरवलं होतं. संध्याकाळ होत आली तरीही ॲम्ब्युलन्स आली नाही. मग मात्र तो चिंताक्रांत झाला. आपलं मंत्रिपद, सत्ता, अधिकार किती पोकळ आहे, हे त्याच्या लक्षात आलं. आपण हजर असतो तर निदान रंजनाचे अंत्यसंस्कार तरी आपल्या हातून झाले असते; त्यालाही आपण मुकलो या जाणिवेनं त्याच्या डोळ्यांत पाणी आलं. त्याचे मित्रही त्याच्या या अगतिक अवस्थेकडे पाहून अवाक् झाले. प्रेतदहनाची सारी व्यवस्था केविलवाणेपणाने समुद्रकिनाऱ्यावर वाट पाहत होती. ज्या ठिकाणी तो आणि रंजना बसले होते, तिथंच दहनाची व्यवस्था केलेली होती. समुद्र शांत होता. हताश होऊन तो आणि त्याचे मित्र आणि गावातनं बोलावून आणलेला एक भटजी परत जाण्याच्या विचारात होते, तेवढ्यात ॲम्ब्युलन्स अतिशय वेगानं येऊन घरापाशी थांबली. ड्रायव्हर खाली उतरला आणि म्हणाला, "गाडी नाक्यावर अडवली होती. पोलिसांची नजर चुकवून मी गाडी आणलेली आहे, पण पोलीस केव्हाही येतील."

रचलेल्या चितेवर रंजनाचा देह ठेवला. भटजी काहीतरी मंत्र म्हणत होते,

पण त्यासाठी थांबायला कोणाला वेळ नव्हता.

घाईघाईनं उदयनं चितेला अग्नी दिला. सूर्य तिकडे अस्ताला गेला होता आणि त्याचा सोनेरी वर्ख समुद्रात बुडून गेला होता. इकडे समुद्रातनं एक नवी सोनेरी ज्वाळा उगवली होती. त्या ज्वाळेकडे एकटक डोळे लावून उदय पाहत होता. रंजनाचा तो कमनीय अटकर बांधा आता सोनेरी ज्वाल खाऊन टाकत होत्या. मागावर आलेल्या पोलीस गाड्यांच्या सायरनचा आवाज त्याला ऐकू येत नव्हता. त्याच्या डोळ्यांतून अश्रू वाहत होते आणि ते तेजाळ ज्वाळांच्या पार्श्वभूमीवर केविलवाणे दिसत होते. अखेरच्या क्षणी तरी दुबळेपणा सोडून आपण रंजनाला शोभेल असं वागलो, या अभिमानाचं तेज त्याच्या डोळ्यांत लकाकत होतं. त्याला एकदम वाटलं, ज्या देहानं आणि ज्या चैतन्यानं आपल्या गात्रागात्राला अखेरच्या क्षणापर्यंत सुखवत ठेवलं, त्या चैतन्यात आपण विलीन होणार आहोत!

-०-०-०-

कापुरुष

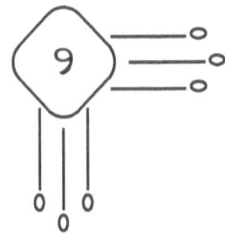

९

नेहमी खळाळून हसणारा काशिनाथ आज कधी नव्हे तो प्रथमच गंभीर झाला होता. त्यानं 'आधी फोन करून येतो' असं सांगितलं, तेव्हाच अनिरुद्धला त्याच्या कामाच्या स्वरूपाची कल्पना आली. एरवी खरं म्हणजे फोन वगैरे करून येण्याची त्याची रीत नसे. त्याचं येणं-जाणं धूमकेतूप्रमाणे होतं. काशिनाथ, अनिरुद्ध आणि नारायण या तिघांचेही त्रिकूट मैत्रीच्या धाग्यानं घट्ट बांधलेलं होतं. कॉलेजमधल्या मारामाऱ्या, वाद-संवाद—एवढेच नव्हे, तर प्रेमप्रकरणंसुद्धा त्यांनी बरोबरीनंच केली. त्यात नारायणचं लग्न आशा अमृतेशी ठरलं, तेव्हासुद्धा या दोघांचा फाजील उत्साह त्याला कारणीभूत झाला. कुणालाही आवडावी अशी ही लोकविलक्षण, सुंदर आणि बुद्धिमान मुलगी तिघांनाही आवडली होती. या मुलीला कुणी गटवायचं याचा निर्णय चक्क चिठ्ठ्या टाकून घेण्यात आला. अर्थातच एकदा निर्णय घेतल्यावर मात्र काशिनाथ आणि अनिरुद्ध यांनी नारायणासाठी खटपटी-लटपटी करून ती शिकार साधून दिली. हे लग्न खूप गाजलं आणि ते स्वाभाविक होतं. केवळ सौंदर्यामुळे नव्हे, तर आशाच्या आक्रमक व्यक्तिमत्त्वामुळे कॉलेजची सारी पोरं तिच्यावर मरत होती.

कॉलेज शिक्षण पुरं झालं. थोड्या-फार धडपडीनंतर तिघांनीही आपापले जीवनक्रम निश्चित केले. नारायणने चक्क सरकारी नोकरी पत्करली. एक तर त्याच्यावर लग्नाची जबाबदारी थोडी अवेळीच पडली होती. त्यामुळे बी. ए. होण्यावरच त्याला समाधान मानावं लागलं. पुढं शिकणंही शक्य झालं नाही. त्यामुळं एका संथ लयीने, धोका न पत्करता त्याचा जीवनक्रम चालू झाला. त्याचा सासरा श्रीमंत होता. आरंभी त्याचा विरोध होता, पण मग त्याच्याच खटपटीने त्याला सरकारी वसाहतीत तीन खोल्यांचा ब्लॉक मिळाला. अनिरुद्ध पुणे सोडून मुंबईला गेला आणि हळूहळू एका नामांकित वकील होऊन त्याचं

बस्तान बसलं. काशिनाथ शिकत, धडपडत एम. ए. झाला. पीएच. डी. झाला. थोडं-फार लिहू लागला. पुण्याच्याच कॉलेजात त्याला प्राध्यापकाची नोकरीही मिळाली. हळूहळू त्याचाही रस्ता पक्का ठरत गेला. अनिरुद्धाचं लग्न अशाच एका गाजलेल्या सारस्वत मुलीशी झालं. तेव्हा सारे मित्र पुन्हा एकवार जमले, कॉलेजच्या आठवणी त्यांनी जागवल्या आणि त्याच वेळेस काशिनाथच्या लग्नाचाही प्रस्ताव आपोआप निघाला.

या दोघांपेक्षाही काशिनाथ निराळा होता. बाह्यत: अतिशय बडबड्या, गप्पा-गोष्टींत रमणारा, पण तसा मनाचा थांग लागू न देणारा! लग्नाची कल्पना त्यानं उडवून लावली. एक तर तो महत्वाकांक्षी होता. त्याला परदेशी जायचं होतं. लग्नाच्या बेडीत इतक्या लवकर अडकून घ्यायचं नव्हतं. तो म्हणाला, "तुमच्यासारखंच मलाही अडकवून टाकण्याचा विचार दिसतोय तुमचा!"

"अरे, पण केव्हा तरी लग्न करायचंच ना?"

"अरे, मी एवढ्यात काय म्हातारा झालो? दिसल्याबरोबर पहिल्या मुलीच्या गळ्यात माळ घालण्याइतका मी घाईला आलेलो नाही. नारायण तर काय— आशाला पाहिली आणि पाघळला! बी. ए. व्हायचीसुद्धा त्यानं वाट पाहिली नाही!"

"चांगल्या वस्तू काय रोज भेटत असतात? चिठ्ठ्यांत तुझं नाव निघालं असतं, तर तूसुद्धा माझ्यासारखा तिच्याशी लग्न करून मोकळा झाला असतास!"

"अरे हट्! चिठ्ठ्यांचं आपण नाटक केलं. तू पाघळलेला आहेस, हे आम्हाला माहिती होतं! होय की नाही अनिरुद्ध? तीनही चिठ्ठ्या याच्याच नावाच्या टाकल्या की नाही?"

"थापा मारू नकोस काश्या! एवढं मात्र खरं आपण तिघेही जर तिच्यापासून दूर राहिलो असतो, तर निश्चितच तिचं लग्न एखाद्या उद्योगपतीशी झालं असतं. पण एवढी चांगली चीज सहजगत्या आपल्या कंपूबाहेर जाऊ देणं म्हणजे आपला अपमान होता. त्या वेळेला काश्या, तू काय काय नाटकं केलीस! नारायणसाठी पत्रं लिहिलीस, नाटकात काम करायची तिला गळ घातलीस. आणि, एकदा रस्ता मोकळा मिळाल्यानंतर नारायणच्या टप्प्यात शिकार आणून सोडलीस! तरीही तिचा बाप लग्नाला परवानगी देणार नाही, म्हणून खोटी-नाटी दमदाटीची पत्रं लिहिलीस! ती दोघं हॉटेलमध्ये एकत्र राहिली, असा खोटा पुरावा निर्माण केलास. जर का तुझे उपद्व्याप अंगावर आले असते, तर तिघांचीही धडगत नव्हती. तिघेही जण तुरुंगाची हवा चाखायला गेलो असतो. बरं, ते जाऊ

दे—तुझ्या लग्नाचं बोल!''

''त्याचं असं आहे—रोज नवनवीन फुलपाखरांच्या संगतीत मी वावरतोय! आता माझा शिकवण्याचा विषय रुक्ष आहे. तिकडे पोरी कमी येतात—आणि चांगल्या पोरी तर फारच कमी येतात. तरी संधी मिळतेच. फुलासाठी एवढा जीव टाकण्यात काय अर्थ आहे? सगळीच फुलं आपली; उगाच पायांत बेड्या कोण अडकवून घेणार? नारायणचं लग्नानंतर काय झालंय पाहा ना! बिचारा अवेळी जबाबदारी घेऊन कारकुनीच्या पाठी लागला आणि तुझं तरी लेका, आता काय होणार? एकदा झापडं लागली की, इकडे-तिकडे बघायचीसुद्धा चोरी. तुमचे लगाम दुसऱ्यांच्या हाती!''

मग काशिनाथच्या लग्नाचं तसंच रेंगाळत राहिलं. मध्यंतरी कुठल्या तरी स्कॉलरशिप्स मिळवून तो परदेशात जाऊन आला. मग विद्यापीठात त्याची प्राध्यापक म्हणून वर्णी लागली. उत्तम वक्ता, उत्तम लेखक म्हणून त्याचा नावलौकिक वाढला; पण लग्नाचं तो काही बोलेना. त्याच्या अनेक भानगडी अधून-मधून कानांवर येऊ लागल्या. परंतु ती नावं ऐकायला यायच्या आधीच, दुसऱ्या नावाशी त्याचं नाव निगडित व्हायचं! आता पूर्वीइतक्या तिघांच्या गाठीभेटी होतं नसत. पण झाल्या की, आता नारायण आणि अनिरुद्ध नव्हे, तर त्यांच्या बायका—आशा आणि शैला दोघीही आपल्या भावजींची छेड काढू लागल्या. पण विषय पालटून काशिनाथ सगळ्यांनाच गुंडाळून टाकी! मेसमधल्या जेवणाचा कंटाळा आला की, काशिनाथ खुशाल नारायणच्या घरी जाई. आशाच्या स्वयंपाकाची तारीफ करी. तिला मुद्दाम काही पदार्थ बनवायला लावी. तसं नाही म्हटलं तरी नारायण आणि काशिनाथ यांचं जाणं-येणं साहजिकच जास्त होतं. लग्न झाल्यानंतर आशानं एम. ए. पूर्ण केलं. नोकरीची आवश्यकता होतीच. आणि काशिनाथच्या खटपटीनं तिला विद्यापीठात ॲडमिनिस्ट्रेटिव्ह स्टाफवर नोकरीही लागली. ती आता केवळ मित्राची बायकोही नव्हती, त्याची सहकारी झाली होती. कॉलेजमधल्या जुन्या आठवणींना पुष्कळदा उजाळा मिळे. आपल्या आणि नारायणाच्या लग्नाला हा उपद्रवी मित्र कसा कारणीभूत झाला, हेही तिला कळलं होतं.

तेवढ्यात काशिनाथचं एक प्रेमप्रकरण जगजाहीर झालं. खरं तर ते प्रेम नव्हतंच, पण त्याची वाच्यता मात्र खूप झाली. सुप्रसिद्ध गायिका सीता ठक्कर—तिची केव्हा तरी मैफलीत ओळख झाली. जाणं-येणं सुरू झालं, दोघं लग्न करणार अशा वार्ताही प्रसृत झाल्या; पण एक दिवस सीताचं फिल्म प्रोड्यूसर

बद्रीशी अचानक लग्न झालं. उसासे टाकत बसणाऱ्यांपैकी अर्थातच काशिनाथ नव्हता. त्यानं कधीही आपल्या प्रेमाची वाच्यता केली नव्हती. या बातमीनं तो काहीसा दुखावला आहे, असंही त्यानं जाणवू दिलं नाही. आशा आणि नारायण दोघंही त्याच्या जवळचे. पण त्यांनाही वर्तमानपत्रांतील बातमीपेक्षा अधिक काहीच कळलं नाही. विषय काढलाच, तर काशिनाथ उडवाउडवी करायचा! चेष्टेनं तो म्हणायचा की, आपल्या आयुष्याची काय आपल्याला कव्वाली करायची नाही. थोडी मजा केली, मैफिल संपली—खल्लास! त्यानंतर वाळलेली पानं आणि वेलही काही बरोबर घेऊन जायचे नसतात. आपलं आणि सीतादेवीचं तसलं काही प्रकरण नव्हतंच.

पण काशिनाथचं आक्रमक व्यक्तिमत्त्व, बोलघेवडेपणा त्यानंतर पुष्कळच कमी झाला. सीतादेवी नुसतीच गायिका नव्हती, तर तिचं लावण्यही जगद्विख्यात होतं. एवढंच नव्हे, तर तिच्या श्रीमंतीचाही गवगवा खूप होता. काशिनाथसारख्या रसिक आणि रंगील्या माणसाला मोह पडावा, असं तिच्यात खूप काही होतं. तो तिच्यात अडकला होता की ती त्याच्यात अडकली होती, हे कळायला काहीच मार्ग नव्हता. परंतु त्या प्रकरणानंतर काशिनाथ आतून-बाहेरून बदलला होता, यात काहीच शंका नाही.

-०-०-०-

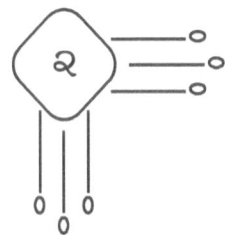

२

जगापासून तो हे सगळं लपवू शकला. त्याचा बाह्य दिनक्रम तसाच चालू होता– व्याख्याने चालू होती– लेखन चालू होतं; परंतु तो पूर्वीचा काशिनाथ आता उरलेला नव्हता, हे आशाच्या लक्षात आलं. कदाचित आयुष्यात प्रथमच काशिनाथला कुणी तरी नाकारलेलं होतं. तो नकारानं विव्हळ झाला होता, का अपमानाने दुखावला होता, हे सांगणं कठीण होतं; परंतु तो दुखावला होता, हे नक्की! आशा त्याच्याबाबत म्हणूनच थोडी हळवी झाली. एरवीही ती त्याच्याबरोबर असेच. आता ती त्याच्याबरोबर थोडा जास्त वेळ काढू लागली आणि नारायणसुद्धा आपला सगळा उरलेला वेळ त्याच्यासाठीच खर्च करू लागला.

काशिनाथनं त्या दोघांच्या जिव्हाळ्याला काहीच जबाब दिला नाही. उलट, आपल्याला काही वाटत नाही, अशा बेफिकिरीनं तो वागू लागला आणि त्याच वेळेला जर तो विषमज्वरानं आजारी पडला नसता, तर पुढचं काहीच घडलं नसतं.

आज टेलिफोन करून आधी ठरवून पुण्याहून काशिनाथ अनिरुद्धला भेटायला आला, त्यामुळेच अनिरुद्धच्या मनात एक शंका डोकावत होतीच. ती खरी ठरू नये, अशी त्याची देवाजवळ प्रार्थना होती. नित्यपरिचित खळखळाटानं काशिनाथचं आगमन झालं. इतर चार अरबट-चरबट गप्पा झाल्या अन् तो म्हणाला, ''मला एक अमेरिकन विद्यापीठाची ऑफर आलीय. ती घ्यावी की न घ्यावी, याबद्दल मी विचार करतोय!''

''त्यात विचार काय करायचाय? कोणीही नाकारणार नाही असली ऑफर!''

''तसं नव्हे रे! ही काही वर्षा-दोन वर्षांपुरती अपॉइंटमेंट नाही! जायचं तर मला कायमचं गेलं पाहिजे.''

''कायम म्हणजे, तू तिकडे सेटल् वगैरे होणार की काय?''

"तसा विचार तरी आहे!"

"पण तुझा काय फायदा तिथं जाऊन? आता चांगली विद्यापीठातील नोकरी आहे, चांगलं स्केल आहे! लौकिक आहे. तुझ्या विषयातही लोक तुला मानतात. शिवाय ललित-लेखक म्हणूनसुद्धा तुझा दबदबा आहे. आज ना उद्या तू विद्यापीठात हेड ऑफ द डिपार्टमेंटसुद्धा होणार आहेस. तुझी सगळी पाळंमुळं इथली. तू शाकाहारी! तुला अमेरिकेत काय प्रॉस्पेक्ट्स आहेत?"

"प्रॉस्पेक्ट्सचा प्रश्न नाही. किंबहुना, आय हेट अमेरिका! तिथल्या संस्कृतीला सगळी कीड लागली आहे. तरीसुद्धा मला जायला पाहिजे. कारण काही झालं तरी मला पुणं सोडलं पाहिजे. केवळ मुंबई, दिल्ली अशा ठिकाणी राहूनसुद्धा काही फायदा नाही. मी काही चमत्कारिक अवस्थेत सापडलो आहे. आय वॉन्ट युवर ॲडव्हाईस!"

"अरे, पण तुझा प्रॉब्लेम काय?"

"एक तर तू ढोंगीपणानं हा प्रश्न विचारतोयस किंवा तुझ्या कानांवर जे आलं असेल, ते खरं ठरू नये, अशी तुझी इच्छा असेल."

"खरंच काशिनाथ, माझ्या कानांवर काही आलेलं नाही."

"नशीबवान आहेस! आपण तिघे जानी दोस्त. आपण मैत्री ही सर्वश्रेष्ठ मानली. माझ्या हातून मैत्रीला काळिमा लागेल, असा काही गुन्हा घडलेला आहे. वेल! मला सांगणंसुद्धा कठीण आहे. दोस्ताशीच मी बेइमान झालो..."

"म्हणजे, आशाशी..."

"होय. ते व्हायला नको होतं! माझ्या मनातही नव्हतं. जग एवढं मोठं आहे; भानगडी करायला जगात वाटेल तेवढ्या जागा आहेत. मी ते पथ्य नेहमी पाळत आलो. तुला माहीत आहे—मी काही सरळमार्गी मनुष्य नाही. कॉलेजमध्ये आणि आता विद्यापीठात माझ्या अनेक भानगडी चालू असतात. बट नो इन्व्हॉल्व्हमेंट! मधेच सीतादेवीचं प्रकरण तर तुझ्या कानांवर आलं होतं. आयुष्यात कधी कुणी मला बनवलं नाही, पण तिनं मला साफ बनवलं. मला वेडं केलं. माझी एकच इच्छा होती—तुम्हा दोघांच्या बायकांपेक्षा अधिक चांगली बायको मला मिळाली पाहिजे. सीता कशी आहे हे मी सांगायला पाहिजे, असं नाही. सीता खरोखरच प्रेम करण्याजोगी दुर्मीळ चीज होती. मला वाटलं, तीही माझ्या नादी आहे. पण ते सगळं नाटक होतं.

"सीताच्या बाबतीत माझं काय चुकलं, हे अजूनही मला कळलेलं नाही. ती जितक्या इझीली मला मिळाली तितक्याच इझीली माझ्या हातून निसटून

गेली. कदाचित स्वतःचा अहंकार तृप्त करण्यासाठी मी अधिक बेपर्वाईनं वागलो. परंतु या प्रकरणात मला धक्का बसला. तसा मी भावनाशील वगैरे काही नाही. परंतु माझ्या झालेल्या फसवणुकीनं असेल, पण माझ्या मनावर आणि म्हणून शरीरावरही त्याचा परिणाम झाला असला पाहिजे.

"तुला माहीत आहे, आशा आता विद्यापीठात काम करते आहे. तिची अन् माझी अर्थातच रोज गाठ भेट होणं स्वाभाविक आहे. आधी ती वागायला मनमोकळी आहेच आणि त्या माझ्या मानसिक अवस्थेत तिनं जास्त जिव्हाळा दाखवावा यात काही गैर नव्हतं. नारायणसुद्धा खूप वेळ माझ्याच फ्लॅटमध्ये काढायचा. तरीपण आशा विद्यापीठातच काम करीत असल्यामुळे तिचा आणि माझा संपर्क प्रमाणाबाहेर वाढला. त्यात मी आजारी पडलो, त्या वेळेस माझी सारी सेवाशुश्रूषा तिनं केली, शारीरिक लगटसुद्धा त्या काळात नकळत होत होती. मला स्पंजिंगसुद्धा तीच करायची. मला त्या वेळेस काही गैर वाटलं नाही. आणि गैर वाटण्यासारखं काही नव्हतंही! आशाबद्दल माझ्या मनात चुकूनही अभिलाषा नव्हती आणि तिच्या मनात तरी ती केव्हा निर्माण झाली, हे नेमकं मला सांगता येत नाही. नारायणबद्दलचं तिचं आकर्षण कोणत्या तरी गोष्टीमुळे कमी झालं असावं. त्या दोघांच्यात बेबनाव नसेल, परंतु कुठं तरी असंतोष धगधगत असला पाहिजे. आधीच नारायण आपल्या तिघांच्यात अधिक भाबडा आहे. त्यात आशाच्या व्यक्तिमत्त्वाशी त्याचं व्यक्तिमत्त्व मुळातच जुळणारं नव्हतं. पण प्रारंभिक आकर्षणाच्या वेळेस या गोष्टी कुणी विचारातच घेतल्या नाहीत. कॉलेजच्या वातावरणामध्ये जी काही ऐट त्याच्याजवळ होती, तीही सरकारी नोकरीत हळूहळू ओसरली असली पाहिजे. माझ्या या आजारपणाच्या काळात स्त्री-पुरुष संबंधांतील सारं काही जवळिकीचं नातं हळूहळू आशा निर्माण करू लागली. जणू काही आशा एखाद्या स्फोटक प्रसंगासाठी वाटच पाहत होती! तिच्यात एक आक्रमक लाघव आहे. ती सुंदर आहे यात शंकाच नाही. शिवाय आपलं सौंदर्य फुलवावं कसं, याचं चातुर्य तिच्याजवळ फार आहे. तिचं चालणं, बोलणं, वागणं, कपडे—या प्रत्येक गोष्टीत खिळवून टाकणारं काही आकर्षण आहे. रात्रंदिवस माझ्या सहवासात राहिल्यामुळे तिचे आणखीन अनेक गुण माझ्या लक्षात आले. तेव्हा मी शरीरानं दुबळा होतो आणि मनानं पांगळा होतो. केवळ पवित्र मैत्रीच्या नात्याचा अधिकारानं मी माझ्या मनातली अनेक शल्यं तिला सांगत होतो. थोडंसं वात्सल्य, थोडी करुणा आणि आता म्हणायला हरकत नाही—याच अवस्थेत केव्हा तरी जागं झालेलं आकर्षण यामुळे ती आता

माझ्या घरातली एक अपरिहार्य घटक होऊन बसली. मी जसजसा बरा होत गेलो तसतसं तिचं वागणं वास्तविक नॉर्मल व्हायला हवं होतं. निर्माण झालेली जवळीक तिनंही कमी केली नाही आणि मलाही तेवढं निक्षून सांगणं जमलं नाही.

“आजारातून बरा होऊन मी पहिल्याच दिवशी लेक्चरला गेलो आणि माझ्या लक्षात आलं की, मला हवी तेवढी ताकद अजून आलेली नाही. माझ्या विद्यार्थ्यांनी ताबडतोब मला फ्लॅटवर आणून सोडलं, हे कळताच आशा काम सोडून फ्लॅटवर पोचलीच. थोडंसं रागावलीसुद्धा. प्रकृती बरी होण्यापूर्वी मी कामाला लागलो, याबद्दल तर ती बोलली—अर्थात मायेने. तेव्हा माझ्या लक्षात आलं की, या बोलण्यात केवळ आपल्या नवऱ्याच्या मित्राबद्दलचं कर्तव्य नाही तर त्याहून काही तरी अधिक गुंतागुंत आहे.

त्या दिवशी ती मनातलं काही भडभडून बोलली. खरं-खोटं तपासून पाहणं काही शक्य नव्हतं; पण ती म्हणाली, “खरं म्हणजे आपल्या तिघांत तिला मी आवडलो होतो. पण ते व्यक्त करण्याची वेळच आली नाही. वेगानं गोष्टी घडत गेल्या आणि नारायणशी तिचं लग्नही झालं. का कुणास ठाऊक, तिला हवा होता आक्रमक पुरुष आणि नारायणचा स्वभाव तुला माहीतच आहे. तो भलेपणानं म्हणून तिच्याशी जमवून घ्यायचा. तिनं मुद्दामहून केलेल्या हट्टात पडतं घ्यायचा! पण त्याचा परिणाम उलटच होत गेला. त्याच्या भलेपणाला ती भेकडपणा समजू लागली. आपली लायकी नसताना तिच्यासारख्या स्त्रीशी त्याचं लग्न झालंय म्हणून तो अशी शरणागत भूमिका घेतो, असं एकदा तिनं मनाशी ठरवून टाकल्यामुळे पुढे सगळ्याच गोष्टी दुष्कर होत गेल्या. मी टाळाटाळ केली, समजूत घालायचा प्रयत्न केला; मित्राशी बेइमानी करण्याची आपली क्षमता नसल्याचंसुद्धा सांगितलं. तेवढ्यापुरतं तिचं डोकं थंड झालं– नाही असं नाही. परंतु आत एक बंड निर्माण झालं होतं. ते विझवायला नुसती समजूत पुरेशी नव्हती.

“एखादा पुरुष जेव्हा हवा असतो, तेव्हा त्याच्या सर्व दुर्गुणांबद्दल स्त्री क्षमाशील असते आणि एकदा का तो मनातून उतरला की, मग त्याच्या सर्व चांगलेपणातसुद्धा दोष काढायला ती आरंभ करते. अशाच एकदा शाब्दिक झटापटीत केव्हा तरी तिनं मला सहज पराभूत केलं. कदाचित मीही पाघळलो असेन– नव्हे, पाघळलोच होतो! तिनं जेव्हा आपल्या देहाचा खजिना माझ्यासमोर अवचितपणे खुला केला, तेव्हा सर्व शक्तीनिशी प्रतिकार करून तो मी झिडकारायला हवा होता. इथं मी कमी पडलो. नको ते घडून गेलं. त्याच त्या गोष्टीची पुन:पुन्हा

पुनरावृत्ती व्हायला वेळ लागत नाही. शरीराची आग अशी आहे की, ती जितकी विझवायला जावी तितकी पेटून उठते. एखाद्या भारून टाकलेल्या प्राण्याची कळा येते माणसाला. तिला दोष देण्यात अर्थ नाही. मी जर तिला सावरू शकलो असतो, तर निदान आज तरी घरदार सोडून तिनं अन्य परपुरुषाचा आश्रय घेतला नसता. तेवढं निलाजरं धाडस तिच्याच्यानं झालं नसतं. नारायणचं घर शाबूत राहिलं असतं. त्यातून तिला जर मूल झालं असतं, तर ती संसारात रुळतही गेली असती. आर्थिक परिस्थिती चांगली नाही म्हणून त्यांनी प्रथम नियोजन केलं असेल, पुढे नोकरी लागली ती टिकवायला हवी म्हणून नियोजन केलं असेल; पण नारायणपासून मूल नको म्हणूनसुद्धा तिनं कदाचित नियोजन केलं असेल, असं मला वाटतं. तिच्या म्हणण्याप्रमाणे नारायणपासून तिला मूल होऊ शकणारच नाही. म्हणजे तसा तो सर्वार्थानं पुरुष आहे– नाही असं नाही, पण त्याच्यात काही तरी कमतरता असली पाहिजे. निदान ती तरी असं म्हणते. हे कुणी तपासून पाहिलंय म्हणा! अन् त्याची गरज तरी आता कुठे राहिली आहे? शारीरिक ओढीनं आम्ही अधिक जवळ-जवळ येत गेलो. इतकी अतृप्त स्त्री मीही पूर्वी कधी पाहिली नव्हती. संस्कार, खानदान किंवा भोवतालची परिस्थिती याची बंधनं मग तुटून पडतात. सहजगत्या स्वतंत्रपणे तिची अन्य जगात गाठ पडली असती आणि ती माझ्या मित्राची बायको नसती, तर आयुष्यात चांगली सहचारिणी मिळाली म्हणून मला अभिमान वाटला असता.

"अनिरुद्ध, खरंच सांगतो–'शी इज अ व्हेरी चार्मिंग लेडी'! केवळ सेक्स नाही, पण सहचारित्वाचीसुद्धा तिला जाण आहे. सौंदर्य, संगीत, साहित्य यांचं तिला अप्रूप आहे. केवळ संसारात नाराज झाल्यामुळे ती या संधीवर तुटून पडली, असं मला वाटत नाही. माझ्यासारख्या पुरुषाशी तिची गाठ पडावी, इथंच चुकलंय. सगळंच गणित चुकलंय. नाही म्हटलं तरी आमच्या दोघांच्या वागण्यात आता काही निराळेपणा येत गेला. लोकही कुजबुजू लागले आहेत. शरीराच्या अनावर ओढीत माणसं जगाला क:पदार्थ मानतात. किंबहुना, जगात या कुत्सित नजरांना उत्तर देता-देता माणसं अधिक जवळ येतात. लोकांची कुजबुज सुरू झाली, तेव्हा खरं तर आम्ही सावरायला पाहिजे होतं. संबंध अधिक चोरटे ठेवायला पाहिजे होते. उलट, आशाचं वागणं अधिकच आक्रमक होत गेलं. माझ्यासारख्या माणसालासुद्धा त्यामुळे फार चमत्कारिक वाटायला लागलं आणि गंमतीची गोष्ट अशी की, नारायणला मात्र या गोष्टीची जाणीव नव्हती. त्याच्या चेहऱ्यावर कधी नापसंती, राग—निदान अस्वस्थतासुद्धा दिसलीच

नाही. त्यानं नुसता नापसंतीचा सूर जरी लावला असता, तरी मी शरमून अंगचोरपणा केला असता. गुंतलेले हात-पाय काढून घेण्याचाही प्रयत्न केला असता. नारायण मोठा विचित्रपणे वागतोय, असं वाटलं. खरंच तो भाबडा आहे, का मूर्ख आहे, का अगतिक आहे—काही समजत नाही. या त्याच्या वागण्यामुळे आशा अधिकच संतापायची. त्याचा पाणउतारा करायची! आशा कधी चक्क माझ्याच फ्लॅटवर दोन-दोन दिवस राहायची, याचासुद्धा नारायणला कधी राग आला नाही.

"पण एक दिवस या साऱ्याच गोष्टींचा अंत होण्याची वेळ आली. आशा तिच्या वडिलांकडे निघून गेली. काही तरी कौटुंबिक समारंभ होता. वडिलांच्या कानांवर बहुतेक तिचं अनावर वागणं गेलं असावं. त्यांनी तिला खूप झाडली असावी. तिनं थंड शब्दांत त्यांना सर्व काही सांगितलं. माझी निवड कशी चुकली असंही ती म्हणाली. 'माझ्याशी लग्न करणार' असं सांगायलाही तिनं कमी केलं नाही. तिनं आणखीही त्यांना काही तरी खूप सांगितलं असलं पाहिजे. सगळंच आणि जसंच्या तसं ती मला सांगू शकली नाही. मग तिचे वडील एके दिवशी तावातावानं माझ्याकडे आले. आता मामला गंभीर झाला होता. काही तरी निर्णय घेणं भाग होतं. वास्तविक, त्या वेळेस आशा हजर राहणार नाही, अशी खबरदारी घेऊनच तिचे वडील आले होते. तिच्या वडिलांनी जे काही या संदर्भात सांगणं शक्य आहे, ते सांगितलं. पण त्याहीपेक्षा मी केलेल्या बेइमानीबद्दल ते मला टाकून बोलले. त्याला मी उत्तर तरी काय देणार? गोष्ट खरीच होती. मी बेइमानी केलेलीच होती. यातून मार्ग एकच—तो म्हणजे, आशाच्या आयुष्यातून मी एकदम दूर जाणं! पण हे दूर होणं इतकं सोपं नव्हतं... सोपं नाहीच! कारण झाला होता तो केवळ शरीरसुखाचा खेळ नव्हता. इतकं पुढे आल्यानंतर तिला मधेच सोडून देणं, हेही न्याय्य नव्हतं! 'मला अमेरिकेची ऑफर आली आहे', असं मी नुसतं म्हणालो; त्यावर आशाच्या वडिलांनी जणू काही अकस्मात मार्ग सापडावा असा चेहरा केला आणि ते म्हणाले, 'यू टेक धिस ऑफर! सारेच प्रश्न मिटून जातील!'

"याच वेळेला नेमकी आशा कशी टपकली, कुणास ठाऊक? आम्हा दोघांना एकत्र पाहून ती नुसती हसली—अर्थात कुत्सितपणानं. आणि म्हणाली, 'तुम्ही बहुतेक एक गहन समस्या सोडविण्यासाठी एकत्र आला आहात! आणि तुम्हाला वाटतंय की, काशिनाथला अमेरिकेला जाऊ दिलं की, हे सारं वादळ संपलं! किती सोपे मार्ग काढता तुम्ही लोक.' पुन्हा एकदा ती हसली. या वेळेस

तिचं हसणं कुत्सितपणाचं नव्हतं, तर थोडं वेडसरपणाचं होतं. ती म्हणाली, 'एरवी खरं म्हणजे, ही बातमी आनंदाची म्हणून मीसुद्धा स्वीकारली असती. माझ्यापासून दूर पळून जाण्यासाठी मात्र तुला हा त्रास आता देणार नाही, कारण मी आई होणार आहे. बाबा, तुम्ही आजोबा होणार आहात. हे मूल नारायणचं नाही, हे उघडच आहे– ते काशिनाथचं आहे! आता हवा तो निर्णय तुम्ही घ्या!'

"या तिच्या बॉम्बस्फोटानं साराच मामला आणखीन गुंतागुंतीचा झाला. नारायणला हे ठाऊक असेल का? आणि ठाऊक असलंच, तर त्याची त्यावरील प्रतिक्रिया काय असेल? का हे सर्व घडूनसुद्धा थंडपणानं तो गप्पच राहील! मी आशाला दोन-तीन दिवस माझ्याकडे न फिरकायला बजावलं. शांतपणानं या गोष्टीचा विचार करायचा प्रयत्न केला. काय काय मार्ग निघू शकतील, हेही तपासलं. पहिली गोष्ट—मी जर अमेरिकेला निघून गेलो, तर आहे या स्थितीत आशा आणि नारायण संसार करू शकतील काय? गोष्टी या स्तराला गेल्यामुळे आशानं नारायणशी डायव्होर्स घेतला आणि माझ्याशी लग्न केलं, तर या स्कँडलनंतर पुण्यात राहणंही मला शक्य नाही. दुसरी गोष्ट—आशानं ॲबॉर्शन करून घ्यावं आणि कसा का असेना, आपला संसार पुढे चालू ठेवावा! आणखीही काही पर्याय सुचतायत; नाही असं नाही. पण हट्टाला पेटलेली आशा यातलं काहीही करू देईल, असं वाटत नाही. ती ॲबॉर्शन करून घेणार नाही, नारायणच्या थंड संसारात परतही जाणार नाही. खरं म्हणजे, ती मला कुठल्याही परिस्थितीत सोडणार नाही. आता मी काय करावं, हा माझ्या पुढे प्रश्न आहे."

अनिरुद्ध काहीच बोलला नाही. तो आश्चर्यचकित झाला होता, यात शंकाच नाही. तो एवढंच म्हणाला, "आता तू झोप. उद्या सकाळी शांतपणे आपण त्याचा विचार करू."

- ०-०-०-

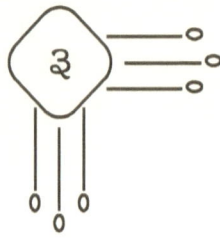

३

पण दुसऱ्या दिवशी काही बोलण्याचाच प्रसंग आला नाही, कारण अनिरुद्ध आणि काशिनाथ उठण्याच्या आतच आशा मुंबईला येऊन थडकली. आशाचं दर्शनच पुष्कळच काही सांगणारं होतं. डेस्परेट असणाऱ्या माणसाच्या चेहऱ्यावर जो एक वेडसर भाव असतो, तो अगदी उघड-उघड दिसत होता. एरवी अनिरुद्धचं घर तसं तिला अपरिचित नव्हतं. अनिरुद्धची बायको शैला हीही तिच्या चांगलीच परिचयाची झालेली होती. खरं पाहता, इतक्या दुरून आल्यानंतर आणि रात्रीचं जाग्रण करून प्रवासाहून आल्यानंतरच औपचारिक गप्पागोष्टी, स्नान-प्रसाधन हे करणं अत्यावश्यकही होतं. तसं तिनं काहीच केलं नाही. हातातली छोटी बॅग आणि पर्स टेबलावर ठेवीत तिनं सरळ मुद्द्यालाच हात घातला, "माझ्याबद्दल चर्चा करायला मला न कळवता इथं येण्याचं कारण काय होतं काशिनाथ?"

खरं म्हणजे, तिचं ते अकस्मात येणं काशिनाथला आवडलं नव्हतं. आणि आत्ताचा तिचा सूर तर त्याला मुळीच आवडला नव्हता. पण तिचा आत्ताचा रागरंग पाहून तिला दुखावेल असं काहीच बोलण्याची सोय नव्हती. गोष्ट खरीच होती की, तिचा मानसिक तोल ढळलेला होता आणि काशिनाथनं तिला सोडून दूर जाण्याचा कोणताही निर्णय तिला परवडण्यासारखाही नव्हता. तिला तसा काही तरी संशय आला होता, म्हणून तर धावाधाव करून तिनं मुंबईला धाव घेतली होती. कोणत्याही गंभीर प्रसंगात काशिनाथचं मन विचलित होत नसे. पण या प्रश्नाचं स्वरूपच असं काही चमत्कारिक आणि गुंतागुंतीचं झालं होतं, की नको त्या ठिकाणी काशिनाथ गुंतला होता. बेइमानी केल्याचा गुन्हा त्यानं केलाच होता, पण आता अंगावर आलेली जबाबदारीही त्याला टाळायची नव्हती. शक्य तितक्या शांत आवाजात तो म्हणाला, "हे पाहा

आशा—वास्तविक थंड डोक्यानं काही विचार करून निर्णय घ्यावा, म्हणून मी इथं आलो आहे. खरं तर मला न विचारता या परिस्थितीत तू पुणं का सोडलंस, हा प्रश्न मीच तुला विचारायला हवा. पण ते जाऊ दे! तू शैलावहिनींकडे आत जा. तुझं सगळं आटप. मग ये.''

''मला माहीत आहे, माझं येणं कदाचित तुम्हाला आवडणार नाही; पण येण्यावाचून मला गत्यंतरच नव्हतं. काल मी नारायणला सगळं सांगून टाकलं— अगदी सगळं! मला दिवस गेलेत, हेसुद्धा! आणि तेसुद्धा तुझ्यापासून म्हणून! काही तरी लवकर निर्णय घ्यावा लागेल. एवढं सगळं घडल्यावर मी तरी आता नारायणबरोबर कशी राहू?''

''अगं, पण तू नारायणला हे सगळं सांगितलंसच का?''

''सांगण्याचा प्रश्नच नव्हता! त्याला मुळात सगळं माहीत होतं. फक्त माझ्या तोंडून मी त्याला सांगितलं, इतकंच!''

''मग तो काय म्हणाला?''

''तो काहीही म्हणाला नाही!''

''तो रागावलाही नाही?''

''निदान माझ्यासमोर तरी तो रागावला नाही. मी घटस्फोटाची भाषा काढली; तेव्हा तो इतकंच म्हणाला, की त्याची काही गरज नाही.''

''म्हणजे माझ्यापासून तुला मूल होतंय, हे कळूनसुद्धा घटस्फोट घ्यावा, असं त्याला वाटलं नाही?''

''नाही! एक तर हे मूल तुझं आहे यावर त्याचा विश्वास नसावा. किंवा निदान त्याचं उणेपण झाकलं जातंय, याचाच त्याला आनंद झाला असावा. त्याच्या दृष्टीनं काही फरक पडलेलाच नाही. मी तसंच त्याच्या घरी राहावं, तुझ्याशी माझे संबंध आहेत त्याच्याबद्दलही त्याचा आक्षेप नसावा.''

''मग ठीकच आहे. म्हणजे, गुंतागुंतीचा प्रश्न तरी संपला.'' अनिरुद्ध मधेच म्हणाला.

''तुम्ही काय मला वेश्या समजता काय भावजी? हे असलं काही माझ्या हातून होणार नाही. मी नारायणबरोबर राहणार नाही. काशिनाथ, तुला तरी कसं समजत नाही?''

''मला सगळं समजतंय. पण नारायणला असा चेष्टेचा विषय होऊ द्यायला मी तयार नाही. लोक काय नाना प्रकारानं बोलतील, याची तुला कल्पना आहे?''

''मला चांगलीच कल्पना आहे. किंबहुना, मी ते अनुभवतेय! तुम्हा पुरुषांचं

ठीक आहे. तुम्हाला काय, सगळंच पराक्रमाचं लक्षण! भोगावं लागतं ते आम्हाला.''

"हा विचार आधीच करायला नको होता काय वहिनी?''

"हो! अगदी पूर्णपणे केला होता. नारायणपासून मला मूल होणं शक्यच नव्हतं! आम्ही एकत्र आल्यावर मूल झालं, यात आश्चर्य वाटण्यासारखं काहीच नाही. किंबहुना, असं काही लवकरात लवकर घडावं, असंच मला वाटत होतं. आणि ज्या दिवशी मला प्रथम तो अनुभव आला, त्या दिवशी खरंच सांगते काशिनाथ—एका घाणेरड्या नरकयातनेतून सुटण्याचा रस्ता मला दिसू लागला.''

"तुला तो सुटण्याचा रस्ता वाटतो, पण मला तर तो सापळा वाटतो.''

"सापळा? म्हणजे तुला यात काही आनंद वाटत नाही? माझ्यावर तुझं प्रेम आहे, असं तू अनेकदा म्हणालास.'' किंचाळून आशा म्हणाली.

"असं म्हणालो असलो तरी...''

"नाहीऽऽ नाही! तू हे अनेकदा म्हणालासच आहेस. माझ्याशी लग्न करण्याची कल्पना तुझ्या मनात आली नाही, असं थोडंच आहे? तुला ते बोलून दाखवण्याचं धारिष्ट्य नव्हतं, एवढंच.''

"असं मुळीच नाही. धारिष्ट्याचा काय संबंध आहे? मला हे बेशरमपणाचं कृत्य वाटतं.''

"पण मित्राच्या बायकोशी मौजमजा करताना तू कधी शरमल्यासारखा वाटला नाहीस!''

"आशा, काही तरी मूर्खासारखं बोलू नकोस! गोष्ट खरी आहे, माझ्याकडून असं व्हायला नको होतं. मला तुझा मोह पडला, ही गोष्ट खरी आहे. या मोहापायी नारायणाशी मला द्रोह करावा लागला आहे. त्याला आयुष्यातून उठवावं लागलं आहे. पण माझ्या बेइमानीचं जाहीर प्रदर्शन करावं लागेल असं मला तेव्हा तरी वाटलं नव्हतं. तुझे-माझे आजपर्यंतचे संबंध गुप्त होते. जरी लोक आपल्याबद्दल काही बरं-वाईट बोलत, तरीसुद्धा त्यात सूक्ष्म मत्सराचाच भाग जास्त होता. पण आता गोष्ट निराळी आहे आणि नारायणसुद्धा ही गोष्ट सहन करू शकेल, असं मला वाटतं नाही.''

"त्यांचं सोडून द्या हो! ते नुसतं मेषपात्र आहेत. त्यांना नाही राग, नाही चीड! आपल्या नावावर मूल झालं, याचाच त्यांना संतोष आहे.''

"आशावहिनी! नाही म्हटलं तरी सात-आठ वर्षं तुम्ही नारायणबरोबर संसार केलायत. लहान-सहान गोष्टींत भागीदारी केलीय. पहिले काही दिवस तरी तुमचे संबंध सुखाचे होते. थोडं समजूतदारपणानं वागलात, तर प्रश्न इतका

गुंतागुंतीचा राहणार नाही...'' अनिरुद्ध.

''समजूतदारपणा म्हणजे—लोकांना फसवीत नारायणबरोबर संसार करीत राहणं, हाच की नाही? आणि गुप्तपणानं काशिनाथची शेज सजवयाला त्यांच्याकडे यायचं? छे:! असलं हे किळसवाणं आयुष्य मला जगता येणार नाही.''

''पण नारायणला काय वाटेल, याचा तरी आपण विचार करायला नको का?''

''मी काय म्हणून नारायणचा विचार करू? त्याच्यात पाणी असतं, तर हा प्रश्न उत्पन्नच झाला नसता. खरं म्हणजे, काशिनाथशी इतक्या मोकळेपणानं वागायला त्यानं कधी संधीच दिली नसती. तो जर खरा पुरुष असता, तर मी आपणहून हे त्याला सारं सांगितल्यावर त्यानं मला फोडून काढायला हवं होतं. माझा जीव घ्यायला हवा होता. त्याचंसुद्धा मला दु:ख झालं नसतं. देवा-ब्राह्मणांसमोर लग्न करून घरात आणलेली स्त्री परपुरुषाशी आणि तेही आपल्या मित्राशी 'लागू' आहे, हे कळल्यावर त्यानं काहीही केलं असतं, तरी ते समर्थनीय होतं! पण त्यानं काही केलंच नाही. तो रागावलाच नाही. उलट, त्याला सूक्ष्म आनंदच झाल्यासारखाच वाटला. एक अडचण दूर झाल्यासारखी वाटली. किळसवाणं आहे हो हे सारं!''

...आणि मग ती रडायला लागली. यानंतर बोलण्यात खरोखरीच काही अर्थ नव्हता.

प्रश्न अशा तऱ्हेनं एकत्र आले की, आता त्यांवर इलाज एकच होता—आणि तो तर काशिनाथला करायचा नव्हता. एरवी इतक्या तेजस्वीपणानं, निर्भयपणे निर्णय घेणारी स्त्री म्हणून आशा याच काशिनाथला आकर्षक वाटली असती.

पण या घटकेला ती एक त्याला तोल सुटलेली अशी हिस्टेरिक स्त्री वाटली. असंच काही तरी अर्धमुर्ध बोलत त्यांनी थोडा वेळ काढला. काशिनाथ आणि अनिरुद्ध मग बरोबरीनं फोर्टमध्ये गेले! नाही तरी अनिरुद्धला कोर्टात जायचंच होतं. त्या प्रश्नावर चर्चा करण्याचं धारिष्ट्य दोघांतही नव्हतं. काशिनाथनं आपल्यापुरता निर्णय घेतला होता—तो परिस्थितीतून पळून जाण्याचा!

काशिनाथ आणि आशा संध्याकाळी परत पुण्याला आली. त्यानं तिला तिच्या घरी सोडलं. परदेशाला जाण्याची त्याची सगळी पूर्वतयारी झालेलीच होती. सामानाचीसुद्धा बांधाबांध त्याला करता आली नाही, कारण त्यामुळे त्याचं परदेशी जाणं आशाच्या लक्षात आलं असतं. तिला पत्र लिहून ठेवलं—तिचा

कायमचा निरोप घेणारं! ...आणि त्यानं हिंदुस्थानचा किनारा सोडला.

त्यानं अशी समजूत करून घेतली होती की, एकदा आपण परदेशात गेलो की, नाइलाजानं का होईना, आशाला नारायणचं घर सोडता येणार नाही. मन रमवण्याचा अन्य काही मार्गच उपलब्ध नसला की, मग मन आपोआप स्थिर राहतं. नारायणबद्दल ती कितीही वाईट बोलत असली, तरी ती केवळ एक प्रतिक्रिया होती. किती झालं तरी नारायण हा खरोखरीच आर्जवी आणि सज्जन असा नवरा होता. तो तिला नक्कीच सांभाळून घेऊ शकेल. शिवाय पोटात गर्भ वाढलेला असताना, मनाला आणि देहाला आपोआपच थोडे परावलंबित्व निर्माण होतं. शेवटी मूल झाल्यावर मुलात– त्यामुळे घरात– आणि त्यामुळे नारायणमध्येसुद्धा तिचा जीव अडकून राहील. ज्या उत्कटतेनं ती काशिनाथच्या प्रेमात पडली—वासनेत अडकत गेली, त्याचीच प्रतिक्रिया म्हणून कदाचित काशिनाथबद्दल तिला रागही येणं शक्य होतं. किंबहुना, आपली फसवणूक झाली म्हणून द्वेषही निर्माण होऊ शकला असता.

काशिनाथचे हे अंदाज सर्वसामान्य स्त्रियांच्या मानसशास्त्रावर अवलंबून होते. त्याच्या मागोमाग ती अमेरिकालाच गेली असती आणि परक्या देशात तिनं तमाशा केला असता, तर काय?—हा विचारही त्याच्या डोक्यात आला नाही. त्याच्या सुदैवानं तिनं त्याचा अमेरिकेत पाठलाग केला नाही. एक तर त्यासाठी लागणारे पैसे तिच्याजवळ नव्हते. एरवी तिला पाच-सात हजार रुपये उभं करणं फारसं कठीण नव्हतं, पण तिचे वडील, तिच्या मैत्रिणी, नारायण—सगळेच तिच्याबाबत सावध होते. पासपोर्टचा तिनं प्रयत्न केला, तोही अनिरुद्धच्या खटपटीनं यशस्वी झाला नाही. मग तिला प्रवास करणं अशक्य व्हावं, अशी स्थिती निर्माण झाली. आता काशिनाथनं जे योजलं होतं तसंच प्रत्यक्षात घडेल, असं सर्व जण गृहीत धरून चाललेले होते. मात्र, जगाचं इतकं ज्ञान आणि अनेक स्त्रियांचं मानसशास्त्र माहीत असूनही काशिनाथचे हे सर्व हिशेब चुकले.

तो अमेरिकेत गेला आणि विद्यापीठाच्या कामात रुळू लागला. त्याला सारं पूर्वायुष्य विसरण्याची इच्छा होती, म्हणून अधिक तळमळीनं त्यानं आपल्या विषयात लक्ष घातलं. एक तर विद्यापीठातील वातावरण ज्ञानसाधनेला अतिशय उत्तेजक होतं. चांगले सहाध्यायी होते. प्रयोगशाळाही अद्ययावत होत्या. हिंदुस्थानात असताना त्यानं ज्या विषयात पीएच. डी. मिळवली होती, त्या 'वनस्पती-भावना' या विषयाचाच आणखी पुढचा अभ्यास करण्याची त्याला संधी लाभलेली होती.

चार-सहा महिन्यांत त्याला भारतातील काही वार्ता नव्हती. अनिरुद्धशिवाय त्याचा अमेरिकेतील पत्ताही फारसा कुणाला माहीत नव्हता. त्याची औपचारिक चार-दोन खुशालीची पत्रं आली. एक-दोन पत्रांत नारायणचा आणि आशाचा औपचारिक उल्लेख होता. हळूहळू घडलं ते सारं विसरून जाण्याची त्याची मन:स्थिती होत आली, तेवढ्यात अनिरुद्धच्या पत्रानं भरत आलेल्या जखमांवरच्या खपल्या परत निघाल्या. काशिनाथ अमेरिकेत निघून गेल्यानंतर आशा नारायणकडेच राहिली होती. तिची डिलिव्हरी सुखरूप झाली होती. एका छानदार मुलाला तिनं जन्म दिला होता. हॉस्पिटलमधून ती तिच्या वडिलांच्या घरी गेली आणि दोन तीन महिने झाल्यानंतर एक दिवस कुणालाही न सांगता तिनं वडिलांचं आणि नारायणचं घर सोडलं होतं. खासगी मार्गानं तिचा खूप शोध घेण्यात आला, पण तिचा पत्ता लागला नाही. आपला शोध करू नये, अशी पत्रं तिनं लिहिलेली होती; तरी पण न राहवून पोलिसांच्या साह्यानं तिचा शोध घेण्यात आला. हा शोध घेतला गेला नसता तर बरं झालं असतं, असंच शेवटी तिच्या वडिलांना वाटलं. कारण ती ज्या फर्ममध्ये दिल्लीला नोकरी करीत होती, ती नावाचीच नोकरी होती. तिचे मालक मोहनलाल कपूर यांची ती खऱ्या अर्थानं रखेलच होती. तिची समजूत घालून तिला परत आणण्याचे नारायण आणि तिच्या वडिलांनी खूप प्रयत्न केले. पण प्रवाहात सापडून भरकटलेली होडी परत किनाऱ्याला आणणं दोघांनाही जमण्यासारखं नव्हतं. तिला मोह पडेल, कर्तव्याची जाणीव होईल, म्हणून त्या दोघांनी तिच्या मुलालाही बरोबर नेलं होतं. पण कशाचाही उपयोग झाला नाही. अनिरुद्धनं पाठवलेल्या त्या पत्रात आशा काम करीत असलेल्या फर्मचा पत्ता होता. खरं तर काशिनाथनं तिला पत्र पाठवायला नको होतं. पण कदाचित तिला सुबुद्धी सुचेल, या विचारानं त्यानं तिला एक पत्र पाठवलं. त्याने विनंती केली, गळ घातली; एवढंच नाही, तर आपल्या मुलाचीही आठवण करून दिली, त्यावर तिनं चार ओळींचं उत्तर लिहिलं. तिनं लिहिल होतं,

'आपलं कळकळीनं भरलेलं पत्र मिळालं. आभारी आहे. पण आपली जबाबदारी टाळणाऱ्या पुरुषानं दुसऱ्याला जबाबदारीची जाणीव करून देऊ नये. माझं जे काही बरं-वाईट आयुष्य मी जगणार आहे, तो पूर्ण विचारांती घेतलेला निर्णय आहे. कृपा करून माझ्या आयुष्यात आपण ढवळाढवळ करू नये. पुन्हा पत्रही पाठवू नये. तुमच्या पत्रांनी माझ्या मालकाच्या मनात मात्र

संशय निर्माण होईल आणि माझं जे काही आयुष्य आज चालू आहे, त्यात निष्कारण व्यत्यय येईल. तुमचं आयुष्य तुम्हाला लखलाभ होवो. त्यात मी लुडबूड करणार नाही आणि तुम्हीही माझ्या आयुष्यात न लुडबुडलात, तर मला आनंद आहे.'

या अलिप्त आणि कोरड्या पत्रानंतर काशिनाथचे हिंदुस्थानातले संबंध खऱ्याखुऱ्या अर्थानं संपुष्टात आले. आपण कधी काळी हिंदुस्थानात परत येऊ, असंही त्याला वाटलं नाही. काशिनाथनं स्वतःला कामात बुडवून घेतलं—इतकं की, स्वतःबद्दल विचार करायलादेखील त्याला फुरसत उरली नाही. अपुरं राहिलेलं संशोधन पुरं करण्याची त्याला संधी मिळाली. एक तर साधनांबाबत कसलीच कमतरता नव्हती. नानाविध ग्रंथालयं, प्रयोगशाळा, हवे तितके मार्गदर्शक उपलब्ध होते. राहायला उत्तम जागा, अन्य ऐहिक सुखस्वास्थ्याच्या उत्तम व्यवस्था, ज्ञानवेड्या माणसांच्या संगतीचा लाभ आणि वात्सल्य यांमुळे तो खरोखरच रमून गेला. मुळात तो असामान्य प्रतिभेचा एक विद्यार्थी होताच. कष्ट कोणीही करू शकतं; परंतु प्रतिभेच्या अभावी हे सारे कष्ट म्हणजे हमाली ठरते. सुदैवानं काशिनाथच्या बाबतीत गोष्ट निराळी होती. त्याच्या मूळच्या भोगवादी प्रवृत्ती एकदम थंड झाल्या. जशी इंद्रियांना भूक असते, तशीच मेंदूलाही भूक असते आणि ती भूक एकदा प्रज्वलित झाली की, मग अन्य भुकाच ती खाऊन टाकते. ज्ञानवेड हेसुद्धा कामवेडासारखंच आहे. ते वेड कधी थांबतच नाही. ती आग कधी विझतच नाही. काय काय शिकू, काय काय नको, कोणते ग्रंथ वाचू, प्रयोगशाळेत सुचलेल्या प्रत्येक कल्पना कशा तपासून पाहू—याचा त्याला नाद लागला.

- ० - ० - ० -

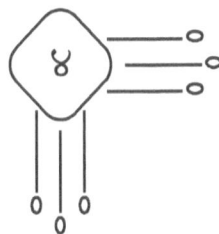

४

वास्तविक, तो ज्ञानाचा परिसर इतका सुखदायी होता की, केवळ ज्ञानातच एवढं घुसमटून जायची गरज नव्हती. सुंदर उपवनं होती. विहारासाठी जलाशय होती, नृत्यालयं होती. मद्यगृहं होती. फावला वेळ तिथं घालवून पुढच्या कामासाठी चैतन्य प्राप्त करून घेणं त्याला शक्य होतं. आपल्या अतिरेकी भोगवादाची प्रतिक्रिया म्हणून काशिनाथनं तिकडे पूर्णपणे पाठ फिरवली. त्याचे मार्गदर्शक प्राध्यापक मोरेन यांना त्याच्या या वृत्तीचं आश्चर्य वाटायचं. त्याच्या परिश्रमांचं आणि बुद्धीचं कौतुक करतानासुद्धा त्यानं इतकं एककल्ली बनावं, हे त्यांना अनुचित वाटे. माणसाचं शरीर हेसुद्धा यंत्र आहे; त्यालाही विश्रांतीची गरज असते— निदान बदलाची! असा एखादा बुद्धिमान विद्यार्थी क्वचितच भेटतो. त्यामुळे वात्सल्यानं त्याची जपणूक करायला हवी, या कल्पनेनं एक दिवस त्यांनी त्याला आपल्या घरी जेवायला बोलावलं.

मोरेन त्या आवारातीलच एका छोट्या बंगलीत राहत असत. एका विश्वविख्यात शास्त्रज्ञाचं घर असूनही घरातला नीटनेटकेपणा, फुललेली बाग, लावलेली पेंटिंग्ज—हे सारं कलावंताला शोभण्याजोगं होतं. पण त्याचं सगळं श्रेय पहिल्या भेटीतच त्यांची मुलगी ज्युलिया हिला काशिनाथनं देऊन टाकलं. प्राध्यापक विधुर होते आणि त्यांनी मग पुन्हा लग्नही केलं नव्हतं. ज्युलियाच त्यांचं घर चालवी. ती काय करते, तिचं शिक्षण काय झालंय व ती इतकी प्रौढ असूनसुद्धा बापाच्याच घरी का राहते, असल्या अनेक शंका काशिनाथच्या मनात निर्माण झाल्या. एरवीच्या त्याच्या स्वभावानुसार खरं तर अगदी बघता-बघता त्यानं ज्युलियासारख्या देखण्या स्त्रीला मोहात पाडलं असतं आणि घटका-दोन घटकांतच परकेपणाचं अंतर दूर केलं असतं.

ज्युलिया लाघवी स्त्री होती. वेगवेगळ्या विषयांवर ती सारखं बोलत

राहायची. तिचं पाककौशल्य तर वादातीत कौतुकास्पद होतं. अमेरिकेत आल्यापासून इतकं चविष्ट अन्न त्यानं खाल्लंच नव्हतं. जेव्हा मोरेन हसून म्हणाले, ‘‘केवळ तुम्ही येणार, म्हणून हा एवढा खास बेत आहे बरं! अनपेक्षितपणे आला असतात, तर माझं कॅलरीचं डाएट तुमच्या पानात पडलं असतं. मग तुम्ही म्हणाला असता की, या मुलीला स्वयंपाकातलं काहीच येत नाही. केवळ तुमच्यामुळे मला आज फार दिवसांनी आमच्या मायदेशातलं अन्न खायला मिळालं.’’

‘‘मायदेशातलं म्हणजे?’’

‘‘आम्ही इटालियन आहोत. तुम्हाला माहीत नाही, आम्ही चांगले खवय्ये लोक! परंतु आता डॉक्टरांनी पुष्कळ बंधनं घातली आहेत, म्हणून आमच्या घरातली ही मालकीण मला नीट खाऊ-पिऊसुद्धा देत नाही!’’

‘‘पपा, तुम्ही काय माझी बदनामी करता?’’

‘‘बदनामी नाही गं, कौतुक करतोय–’’

‘‘हे काय कौतुक आहे!’’

‘‘अगं, जेलरची ड्युटी जेलरनं बजावायला नको का?’’

‘‘म्हणजे, मी जेलर आणि तुम्ही कैदी?’’

‘‘नाही तर काय! बरं का नाथ, आमची ज्युलिया भयंकर कडक आहे. इकडचं तिकडे ठेवलेलं तिला खपत नाही. जेवायची वेळ चुकता कामा नये, पानात काही टाकता कामा नये!’’

जेवणानंतर प्राध्यापक मोरेन त्या दोघांना सोडून आपल्या अभ्यासिकेत निघून गेले. जाताना त्यांनी निरोप घेतला, तेव्हा ते मिश्किलपणानं म्हणालेसुद्धा, ‘‘माझ्यासारख्या म्हाताऱ्यानं तुमचा पुष्कळ वेळ घेतला आहे. दोन थंड दगड एकत्र आले, म्हणजे तरी त्यांना चैतन्य मिळतं का पाहू या!’’

त्यांच्या या उद्‌गारावर दोघांचीही आश्चर्यात्मक प्रतिक्रिया झाली. काशिनाथच्या डोळ्यांतील आश्चर्य पाहून ज्युलिया हसली आणि म्हणाली, ‘‘तुम्ही माझ्या वडिलांच्या बोलण्याकडे लक्ष देऊ नका. त्यांना लोकांची टिंगल करण्याची चांगलीच सवय आहे. कित्येकदा ते असलं काही तरी बोलतात आणि पुष्कळ गैरसमज होतो. मनानं ते एखाद्या लहान मुलासारखे आहेत. पस्तीस-चाळीस वर्षांपूर्वी अशाच एक क्षुल्लक पार्टीत ते मुसोलिनीबद्दल काही तरी चेष्टेचं बोलले आणि मग त्यांना जो त्रास भोगावा लागला, तो बोलून सोय नाही. शेवटी त्यांना परागंदाही व्हावं लागलं. तेव्हा तर ते तरुण होते. पण अजून काही त्यांचा चेष्टेखोर स्वभाव गेलेला नाही.’’

"अगं, पण त्यांनी चेष्टा तरी काय केली, हे मला सांग की!"

उत्तरादाखल ज्युलिया खळाळून हसली—एखाद्या जलप्रपातासारखी! शिष्टाचाराचे सारे संकेत गुंडाळून ठेवून ती जवळपास कोचावर आडवीच झाली. हसण्याचा आवेग थांबल्यावर ती म्हणाली,

"मला वाटलं होतं की, तुम्ही फार बुद्धिमान गृहस्थ आहात!"

"पण माझ्या बुद्धीची शंका येण्याचं कारणच काय?"

मिश्किलपणे डोळे मोडून ज्युलिया म्हणाली, "अहो, तुम्हाला आणि मला ते चक्क 'थंड दगड' म्हणाले!"

"मग त्यांचं काय चूक आहे? माझ्याबद्दल तर ते खरंच आहे! तुझ्याबद्दल मी कसं सांगणार?"

"काय खरं आहे? तुमच्यासारखा तरुण, बुद्धिमान, निरोगी माणूस अगदी थंड गोळा आहे हे कशाच्या बळावर त्यांनी म्हटलं? तुम्ही नाचायला जात नाही, बारमध्ये जात नाही, क्लबमध्ये जात नाही, तुम्हाला एखादी सुंदर मैत्रीण नाही; चोवीस तास तुम्ही आपले लॅबमध्ये किंवा स्टडीमध्ये अडकलेले असता—एवढ्यावरून की नाही? आता नसेल तुम्हाला तुमच्या योग्यतेची एखादी सुंदर मुलगी अमेरिकेत भेटली."

"आत्तापर्यंत कदाचित नसेल, पण याच्यापुढे तरी निदान मला तसं म्हणता येणार नाही. तुझी-माझी ओळख झाली; आता मला सुंदर मुलगी अमेरिकेत दिसलीच नाही, असं मी कसं म्हणू?"

"अरे वा! चांगलीच खुशामत करताय की तुम्ही!"

"खुशामत कसली त्यात? खरंच तू सुंदर आहेस! कुणालाही भुरळ घालण्याइतकी लाघवीही आहेस. सरांचे मला आभार मानले पाहिजेत– तुझ्या भेटीचा योग आला म्हणून!"

"मला तुम्ही सुंदर म्हणताय, यावरून तुमची रसिकता फारशी उच्च दर्जाची नाही, हे उघड आहे. अहो, तीस वर्षांचं माझं वय झालं. आमच्या देशात एव्हाना तरी माझी पाच-पंचवीस प्रेमप्रकरणं व्हायला हवी होती. ज्या अर्थी इथल्या शहाण्या मुलांनी माझ्याकडे दुर्लक्ष केलं, त्यावरून माझी लायकी मला कळायला नको काय?"

"फार तर इथल्या मुलांना तुझ्यासारखं शालीन, निरोगी सौंदर्य आवडत नाही किंवा समजत नाही, असं म्हणता येईल; फार तर आपण त्यांची कीव करू."

ज्युलिया आता एकदम निराळी दिसायला लागली. सौंदर्याचं कौतुक केलं

की, नाही तरी स्त्रीचं रूप पालटतंच! रूढार्थानं असलेल्या फूटपट्ट्याच लावल्या, तर ज्युलिया सुंदर नव्हतीच. नीटनेटकेपणानं, निळसर स्नेहाळ डोळ्यांची ओळख होताच तिची पुन:पुन्हा आठवण व्हावी—असं काही ना काही तरी आकर्षकत्व तिच्यात होतं. इतर अमेरिकन स्त्रियांप्रमाणे माजाला आलेल्या स्त्रीचं आक्रमक रूप तिच्याजवळ नव्हतं. तिचा वर्णही गोरा पिट्ट नव्हता. कदाचित त्याला तिचा मूळचा इटालियन वंश कारणीभूत असेल. तिचं एक प्रौढ असं व्यक्तिमत्त्व होतं आणि कदाचित त्यामुळेच तिच्या वयापेक्षा ती जास्त प्रौढ वाटत होती. तिची लकब थोडी पुरुषी होती, पण वागणं मात्र लहान मुलीसारखं निष्पाप होतं.

ती म्हणाली, ''एवढ्या या विश्वविद्यालयाच्या परिसरात मला एकसुद्धा चाहता मिळाला नाही!''

''कुणास ठाऊक— तू खरं सांगतेस की खोटं! तुझ्याइतकी राहोच, पण तुझ्यापेक्षा किती तरी सुमार रूपाच्या मुलींना प्रियकर भेटतात, त्यांची लग्ने होतात. मला वाटतं, तुला स्त्री-पुरुष संबंधांत काही रस नसला पाहिजे. जवळ येणाऱ्याला तू फटकारून लावत असली पाहिजेस. वेल! तुझ्या खासगी आयुष्यात मी लुडबुडणं बरं नव्हे. अजून तुझी-माझी नीटशी ओळखसुद्धा झाली नाही.''

''आणि होणार नाही!''

आश्चर्यानं काशिनाथ म्हणाला, ''का?''

''गोष्ट साधी आहे! तुम्ही आपणहून माझी गाठ-भेट घेणार नाही. तुमच्या कामात तुम्ही इतके बुडालेले आहात की, त्यामुळे तुम्हाला मित्रासाठी द्यायला वेळ तरी कुठे आहे?''

''असंच काही नाही. समजदार मित्र मिळाला, तर कुणाला नको असतो? मागणाऱ्या मित्रापेक्षा देणारा मित्र सहजासहजी मिळत नाही. शिवाय मघाशी तुझ्या डॅडींनी काय सांगितलं? त्यांचा पराभव करण्यासाठी तरी दोन थंड दगडांना भेटलंच पाहिजे!''

''वाऽ वाऽ! म्हणजे त्यांचा पराभव करण्यासाठी आपण स्नेह करायचा? म्हणजे, आपल्या इच्छांचा काही संबंधच नाही म्हणता? असली मैत्री मला नको. माझे मला खूप उद्योग आहेत. पुरुषांबद्दल माझ्या मनात भीती आहे; तेव्हा त्यांच्याशिवाय आपल्याला जगता येतं, हे दाखवून देण्यासाठी तर मी इतके उद्योग करते. खरोखरीच आजपर्यंत तरी मला माझ्या आयुष्यात काही उणीवच जाणवली नाही. मला कुणी मित्र नव्हते, असे नाही. पण का कुणास ठाऊक; पोरकट अन् उतावळी माणसं मला आवडत नाहीत.''

"कदाचित तुझं आयुष्य प्रौढ माणसांच्या संगतीत गेलं असेल आणि त्यामुळे तरुणीच्या उच्छृंखल जीवनपद्धतीबद्दल कुठं तरी मनात सल निर्माण झाला असेल. पण ज्युलिया, लेट मी हेल्प यू! धिस इज नॉट अ नॉर्मल बिहेवीअर! मानसशास्त्रामध्ये अशा वृत्तीला 'विकृती' म्हणतात.''

"यू आर राईट! मलाही असंच वाटायला लागलं आहे. डॅडी तर माझी नेहमी टिंगल करतात. खरं म्हणजे, घर सांभाळायला डॅडींना माझी मदत होते आणि उद्या मी लग्न होऊन गेले, तर त्यांचे हाल होतील. कारण त्यांची देखभाल करणं वाटतं तितकं सोपं नाही. पण तरीसुद्धा माझं हे एकटं राहणं त्यांना खुपतं. वेल—आय कान्ट हेल्प इट! मी इथं सुखी आहे. आय हॅव माय ओन हॉबीज! आणि वेळ कसा जातो, हेसुद्धा मला कळत नाही.''

"म्हणजे मग तुझे वडील म्हणतात तेच खरं!''

"काय?''

"की, दोन थंड माणसं एकत्र आणण्याचा त्यांचा हा उद्योग फारसा यशस्वी होण्यासारखा नाही.''

एकदम अजीजीच्या स्वरात ज्युलिया म्हणाली, "नाही—नाहीऽऽ तसं मुळीच नाही! तुम्ही इथं येत जा. नाही—नाही तर असंच करा नं—तुमचे जेवणाचे हाल होतात, हे मला माहीत आहे. तुम्ही रोज रात्री आमच्याकडे जेवायला का येत नाही? अगदी तुमच्या पतिव्रता हिंदू बायकोप्रमाणे मी तुम्हाला जेवू घालीन. जेवायला बसलात, म्हणजे पंखासुद्धा वारीन!''

"अरे वा! तुला आमच्या हिंदू रिवाजांची बरीच माहिती दिसते?''

"तो माझ्या अभ्यासाचाच विषय आहे. वंशशास्त्रात मी पीएच. डी. करत होते, परंतु मध्येच अभ्यास सोडून दिला. पण अजूनही त्या विषयाचं माझं वाचन चालू असतं. हिंदुस्थानात पुरातन संस्कृती आहे—अगदी आमच्या रोमन संस्कृतीसारखीच! मला त्या तुमच्या जुन्या संस्कृतीचा अभ्यास करण्याची इच्छा आहे.''

"मग तुझी निवड चुकली, असं म्हटलं पाहिजे. कारण भारतीय संस्कृतीचे काही म्हणजे काहीही माझ्याजवळ उरलेलं नाही. मी नावाचा भारतीय आहे; बाकी सारा अंतर्बाह्य मी पाश्चिमात्य झालोय!''

"मला नाही तसं वाटत. कपडे हे माणसाचे मुखवटे असतात. काही सवयी, लकबी किंवा सोईसाठी वापरली जाणारी आधुनिक उपकरणं यांनी वंशशास्त्रामुळे येणारे रक्ताचे गुणधर्म लपत नाहीत. माझा जन्म अमेरिकेत झाला.

अमेरिकन संस्कृतीत मी वाढले. तसं माझं आमच्या मायभूमीशी आता कसलं नातं नाही. इटली हा देश मी अजून पाहिलेलासुद्धा नाही. पण माझी खात्री आहे की, महत्त्वाच्या प्रसंगी माझं इटालियन रक्त जागं झाल्याशिवाय राहत नाही. मनुष्यानं कितीही बढाया मारल्या, तरी रक्तातले अणू-रेणू त्याच्यावर स्वामित्व गाजवतात. तू अमेरिकेत आलेला आहेस. पाश्चिमात्य शिक्षण घेतलं आहेस. कपडे, आहार हेसुद्धा अमेरिकनाइज्ड होत चालले आहेत. पण आयुष्यातल्या किती तरी गोष्टींकडे तुला अमेरिकन नजरेनं पाहता येणार नाही. स्त्रियांना तू मालमत्ताच मानशील; कारण तुमच्या संस्कृतीनं स्त्रीला एक मालमत्ताच ठरवली आहे. तिला बरं वाटावं म्हणून तुम्ही तिला देवता म्हणता, स्वामिनी म्हणता; संसाररथाचं चाक म्हणता. पण अखेरीस स्त्री तुमच्या समाजात कोणत्याही कालखंडात पुरुषाच्या बरोबरीची मानली गेली नाही आणि जाणारही नाही.''

''आमच्या देशाची पंतप्रधान एक स्त्री झाली, तरीसुद्धा?''

''त्यानं काहीच सिद्ध होत नाही. स्त्रीत्व गमावलेल्या पुरुषी स्त्रीकडे पाहण्याचा तुमचा दृष्टिकोन निराळा आहे. जाऊ दे झालं. आपण गंभीर गोष्टी काय म्हणून बोलत बसलो आहोत? या असल्याच वंशशास्त्रातल्या गोष्टी बोलायच्या असतील, तर प्रोफेसर मॅथ्यूज किंवा कॅलन यांनाही तुम्हाला भेटता येईल; नाही का!''

''असं मुळीच नाही. ऐकत राहावं, असंच तू बोलत आहेस.''

''ऐकण्यासारखं की पाहण्यासारखं–''

काशिनाथ हसला आणि म्हणाला, ''एकाच वेळेला जर कान, डोळे आणि मेंदू यांना समाधान मिळत असेल; तर कुणीही असलं संभाषण ऐकत बसेल. तू बोलत आहेस, त्यात कुठे आवेश नसतो. एखादा ग्रंथ बोलतोय इतका अलिप्तपणा असतो. भाषणालासुद्धा मेलडीचं रूप देण्याचं सामर्थ्य तुझ्याजवळ आहे.''

''एखाद्या पुरुषाला एखादी स्त्री आवडली की, तिच्या दुर्गुणांचं तो सद्गुणांत रूपांतर करतो. मी मधे गाण्याचे लेसन्स घेण्यासाठी प्रयत्न केला, तेव्हा माझ्या शिक्षकांनी मला सरळ हाकलून दिलं. ते म्हणाले, गाणं पुढच्या जन्मासाठी ठेवा!''

''काय अरसिक असला पाहिजे हा माणूस!''

''—आणि शहाणासुद्धा!''

आणि त्यावर दोघेही मनमोकळेपणानं हसले. असंच काही तरी हलकं-फुलकं लागट बोलत ते किती तरी वेळ बसले. कालमापनाचं यंत्र कुठे तरी

हरवलं. खिडकीतनं सुंदर चांदणं दोघांनाही भिजवत होतं. शब्दांतून शब्द, वाक्यांतून वाक्यं यांचा एक पूल तयार होत होता. त्या पुलावरून संथपणानं, हातात हात न घालताही अगदी निकट येऊन ते चालले होते. तेवढ्यात दरवाजा उघडून ज्युलियाचे वडील बाहेर आले. त्या दोघांना अजूनही बोलताना पाहून ते हसून म्हणाले, ''ओहऽ ओह! माझी मुलगी अजून तरुण आहे; अगदीच काही थंड गोळा झालेली नाही, तर!''

''अशी प्रेमळ आणि आज्ञाधारक मुलगी मिळल्याबद्दल तुम्ही देवाचे आभारच मानले पाहिजेत.''

''मिळाली आहे याबद्दल आभार मानून झाले आहेत; आता ती नवऱ्याच्या घरी जाईल तेव्हा सुटकेचा नि:श्वास टाकीन म्हणतो! पण देवाला कुठं आहे दया! एखाद्या मानवानंच माझी मुक्तता करायची ठरवली तर–''

''पप्पा! अहो, तुम्ही मला इतक्यात कंटाळलात?''

''छे गं, नाही! कंटाळतोय कुठला. पण तुला काही आता मांडीवर घेऊन बसता येत नाही किंवा खेळवताही येत नाही. त्यासाठी मला आजोबा व्हायला पाहिजे—अर्थात तू मनावर घेतलंस, तरच!''

''प्रयत्न करतेय ना बाबा मी!'' काशिनाथकडे मिश्किलपणे पाहून ज्युलिया म्हणाली. ज्युलिया जेव्हा त्याला निरोप देण्यासाठी बंगलीबाहेर आली, तेव्हा काशिनाथनं तिला चक्क भारतीय पद्धतीप्रमाणे हात जोडून नमस्कार केला. ती हसली. काशिनाथ म्हणाला, ''हसायला काय झालं?''

ती म्हणाली, ''बघितलंस! मघाशी मी म्हणाले नव्हते— तू वर वर जरी पाश्चिमात्य संस्कार शिकलास, तरी तुझं भारतीयपण जाणार नाही. आमच्या देशामध्ये माणसं एकमेकांचा निरोप असा घेत नाहीत, ते आपली ओशट आठवण मागं ठेवून जातात.''

''पण एवढ्याशा ओळखीवर एखाद्या तरुण स्त्रीचं...''

''अरे, निरोप घेतात तेव्हा दोन व्यक्ती केवळ मित्र असतात.''

''असं म्हणतेस होय!''

ज्युलियाला त्यानं हलक्या हातानं जवळ घेतलं. तिच्या डोळ्यांत क्षणभर निरखून पाहिलं. आव्हानाला प्रत्युत्तर देण्यासाठी त्यानं आपल्या सर्व सावजशक्ती गोळा केल्या. पण त्यानं काही निर्णय घेण्यापूर्वीच ज्युलियानं अंतर तोडलं आणि त्याच्या ओठांत ओठ मिसळून टाकले. अनेक दिवस स्त्रीस्पर्शाला वंचित असलेल्या काशिनाथनं तिला इतक्या आवेगानं कुस्करून टाकलं की, तिचा श्वास कोंडला

आणि मग एकदम तिची मिठी सोडून तो आपल्या घरी जाण्यासाठी परत वळला. ज्युलियाचं हसणं तेवढं त्याला ऐकू आलं.

त्याच्या आयुष्यात अनपेक्षितपणे शिरलेल्या ज्युलियाने त्याचे पुष्कळ प्रश्न सोडवून टाकले. खरं तर तो परदेशात अगदी एकाकी अवस्थेत वावरत होता. त्याला हवा होता निकोप स्नेह, आर्जवी, समजूतदार आणि भारतीय संस्कृतीशी जवळीक असणाऱ्या ज्युलियानं त्याच्या आयुष्यातील पोकळी भरून काढली. एक तर आशाच्या बाबतीत त्याच्याकडून जे घडलं, त्याच्या परिणामानं तो अंतर्यामी खूप दुखावला होता. आपण समर्थ आहोत, लहान-सहान भावनांची आपण कदर करत नाही, असा जरी देखावा बाह्यत: उभा केला तरी आपलं मन आतून जळतच राहतं! काशिनाथ हा तसा हट्टी आणि जिद्दी माणूस. पण त्याच्याही मनाचं स्थित्यंतर व्हायला काही निमित्त हवं होतं. त्याच्या जिवलग मित्राची बायको आशा हिनं ते दिलं. काही बेइमानी, काही बेजबाबदारी यांमुळे कधी नव्हे तो आयुष्यात पळपुटेपणा करावा लागला. त्याची प्रतिक्रिया म्हणून गेले सात-आठ महिने तो राब-राब राबला. देहाला आता विसावा हवाच होता आणि ज्युलियानं तो पुरवला. शिवाय तिथं काही मागणी नव्हती. कसलंही आव्हान नव्हतं. उगाचच कोवळ्या भावनांची गुंतागुंतही नव्हती. फक्त एवढंच झालं की, विझवून टाकलेल्या वासनेला आव्हान मिळू लागलं.

ज्युलिया भेटली नि अनेक दिवस लगाम घातलेली त्याची वासना प्रज्वलित झाली. पुढाकार घेतलाच, तर ती नाही म्हणेल अशी भीतीही नव्हती. पुढारलेल्या समाजात ती वावरत होती. स्त्री-पुरुष संबंध तिला कदाचित नवे नसतील; परंतु त्याच्याच्यानं पुढाकार घेववला नव्हता. तो निर्णयाच्या कड्यापर्यंत येई, पण कड्यावरून उडी मारण्याची हिंमत मात्र त्याला होत नव्हती. अशाच एका रात्री ऑपेराहून परत आल्यावर घरापाशी तिला सोडताना आणि निरोप घेताना ती म्हणाली, "मी इतकी कुरूप आहे का रे?" तो चमकला आणि म्हणाला, "मी नाही समजलो?"

"इतके दिवस आपण भेटत आहोत, अंगचटीला जात आहोत, वाटेल त्या विषयावर बोलतो आहोत; पण अजून एकदासुद्धा तुझ्या डोळ्यांमध्ये मला आग पेटलेली दिसली नाही. मी तुला कधीच हवीशी वाटले नाही?"

"असं कसं? नेहमीच वाटतं, पण हिंमत होत नाही."

"का? हिंमत न व्हायला काय झालं? मी काय जंगली श्वापद आहे?"

"नाही—नाही! तशा अर्थानं मी म्हणालो नाही. पण या घटकेला तरी

सेक्स ही माझ्यालेखी लक्झरी आहे. मला ती परवडण्यासारखी नाही. अगोदरच मी खूप-खूप पोळलेलो आहे. आयुष्यात असंच बेहोष आणि धुंदीचं बेजबाबदार तत्त्वज्ञान मी आचरणात आणलं. मला तो पुरुषार्थ वाटायचा; पण त्याची किंमत मला खूप द्यायला लागली.''

''तुझं खरं पूर्वीचं आयुष्य मी विचारलं नाही आणि तूही सांगितलं नाहीस! बाकी, मी तरी तुला माझं कुठं सांगितलंय? आणि खरोखरच त्याची काही गरज आहे का? भूतकाळ बंद पेटीमध्ये गाडून टाकून वर्तमान जगता येणार नाही काय?''

''कुणास ठाऊक! निदान मला तरी तसं जगता येणार नाही. थोडा संस्कारांचाही प्रश्न आहे.''

''खुळा आहेस, झालं! कसलीही इनव्हॉल्व्हमेंट नसली, जबाबदारीची गरज नसली; तरी केवळ गरज म्हणूनसुद्धा तुला स्त्री हवीशी वाटली नाही? अरे, ही तर बायॉलॉजिकल नेसेसिटी! तू तसा जगू कसा शकतोस?''

''मग तू कशी अशी एकटी जगतेस?''

''मी एकटी असेन; पण तुला कुणी सांगितलं की, मी कुमारिका आहे म्हणून! लग्न, कुटुंब, मुलं, घरकाम— हा सारा जंजाळ निराळा आणि सेक्स लाईफ निराळं! तू असं का गृहीत धरतोस की, मी एकटी राहते म्हणून माझी सेक्शुअल अर्ज मी मारून टाकलीय, म्हणून?''

''पण एकमेकांचं प्रेम असल्याशिवाय...''

''प्रेमाचा काय संबंध आहे त्याच्याशी? प्रेम असलंच तर चांगलं, पण नसलं तरी काही अडचण होत नाही. एखाद्या हॉटेलात आपण जेवायला जातो, तेव्हा त्या पदार्थांची चव हॉटेलमालकाच्या स्नेहामुळे बदलते काय? सगळ्याच बाबतीत असं नाही काय! वातावरणासाठी हव्या असणाऱ्या गोष्टी आणि प्रत्यक्ष आस्वाद यांचा थोडाफार संबंध असेल, नाही असं नाही. परंतु, दोन्ही गोष्टींची सांगड असलीच पाहिजे, असं नाही.''

''त्यामुळे आपलं जीवन अधिक रुक्ष होईल, असं मला वाटतं.''

''पण आपलं जीवन घाई-गर्दीशिवाय जगणं अशक्य असतं, त्याचं काय? शेवटी माणूस सारं काही जगण्याच्या धडपडीनं करत असतो. स्वत:च्या सोईनं परिस्थिती बेततो. माध्यमिक गरजांना उदात्त तत्त्वज्ञानाची बैठक देतो. पण हा सारा खोटा प्रवास असतो. भूक लागली की माणसानं जेवलं पाहिजे, प्रसंगी चोरी करूनही जेवलं पाहिजे. शक्य असेल, तर दुसऱ्यापुढचं ताट ओढून

जेवलं पाहिजे. ती भूक कसलीही असो, तिचा वेळच्या वेळी उपशम केला नाही, तर माणसाचं माणूसपणच बदलायला लागतं. एखाद्या समाजाची अशी भूक भागेनाशी झाली की, तो सारा पराक्रम घालवून बसतो.''

''तू काय मला तत्त्वज्ञानाचा डोस देण्यासाठी इथं थांबवून घेतलंस? मला वाटतं, त्यापेक्षा आपण कृती केलेली बरी!''

पण दुर्दैवानं संधी मिळून, तिनं पुढाकार घेऊन किंवा हवं ते सहकार्य देऊनसुद्धा काशिनाथ ज्युलियाशी एकरूप होऊ शकला नाही. नग्न झालेल्या ज्युलियाचं दर्शन झाल्याबरोबर त्याचा सारा पुरुषार्थ गळून गेला. काय होतंय, तेच त्याला कळेना. आपला संयम ही आपल्या शरीराची अगतिकता होती, हे लक्षात येऊन तो भेदरून गेला. त्याच्या डोळ्यांतला तो पराभूत भाव पाहून ज्युलिया क्षणभर आश्चर्यचकित झाली आणि लगेच सावध झाली. ती त्याला एवढंच म्हणाली, ''काही तरी चोरून ठेवतोयस तू! आणि, त्याचं दडपण तुझ्या मनावर आलंय. मन मोकळं कर आणि मला एकदा तुझं सगळं आयुष्य समजावून सांग.''

''माझी तुला किळस वाटत नाही? संताप येत नाही?''

''त्यात संतापण्यासारखं काय आहे? मला धक्का जरूर बसलाय; थोडा अपेक्षाभंगही झालाय. किती तरी दिवस माझी वासना मी गोठवून टाकली होती. मला हवा तसा पुरुष मिळालाच नव्हता. मला माहीत आहे— माझ्यासमोर आत्ता उभा आहे तो एक समर्थ आणि सहृदय पुरुष आहे. मला त्याला सांभाळून घेतलं पाहिजे. त्याच्या आजारावर काही उपचार असतील, तर केले पाहिजेत. मला तू हवा आहेस; मन:पूर्वक हवा आहेस. मी थांबायला तयार आहे. पण लक्षात ठेव, तुझ्यात काही विकृती नाही. काही तरी अपघातानं तुझं मन आणि देह यांची फारकत झालीय! तू कमीपणा वाटून घेऊ नकोस. कारण तुला तसं वाटायला लागलं, तर तू आजारातून बराच होणार नाहीस. पहिल्या प्रथम तुझा आत्मविश्वास तुला मिळायला पाहिजे. स्वत:वर ताबा आणण्याचं धैर्य तू दाखवलं पाहिजेस. हा थोड्या काळाचा प्रश्न आहे, एवढंच. बाकी काही नाही.''

काशिनाथ काहीच बोलू शकत नव्हता. तो लज्जित झाला होता. उदारपणानं ज्युलियानं याही अवस्थेत आपला स्वीकार केला; एवढंच नव्हे, तर सहानुभूती कायम ठेवली, यामुळे मनातून तो खंतावला होता. तिनं त्याला सरळ-सरळ धिक्कारला असता, त्याची अवहेलना केली असती; तर एक प्रश्न संपला असता, म्हणून तो मुक्त तरी झाला असता. कधीच न जाणवलेलं शरीराचं

दुबळेपण आणि लाज वाटणारं पौरुषहीनत्व भलत्याच वेळेला त्याच्या लक्षात आलं. अगदी निराळ्याच वातावरणात अनपेक्षितपणे पदरी आलेलं अपमानित जिणं केव्हा संपेल, हे त्याला समजेना.

तरीही ज्युलिया हसत होती. कुठे तरी वात्सल्य, कुठे तरी सहभाव तिच्या डोळ्यांत तरळत होता. त्याच्या किळसवाण्या देहाचं तरीही ती कौतुक करीत होती. त्याच्यावर चुंबनांचा वर्षाव करीत होती. खरं तर एरवी तिच्या या आक्रमक स्त्रीत्वानं काशिनाथ किती सुखावला असता, तिच्या एखाद्या नाजूक कटाक्षानंसुद्धा. तिच्या रसरसत्या तारुण्याचं त्यानं कोडकौतुक केलं असतं. पण आता त्या कोडकौतुकाला काही अर्थच नव्हता. जे तिचे उन्नत स्तन एरवी त्याच्या रतिरंगाचे पहारेकरी झाले असते, तेच आता त्याचा विसावा झाले होते. एखाद्या लहान मुलाच्या आपुलकीनं त्यानं तिच्या वक्षांचा आधार घेतला. तिलाही ते सारं समजत होतं. ती त्याला दिलासा देत होती. त्याच्या डोळ्यांतील कणव पुसून टाकण्याच्याही तिचा यत्न होता आणि तिच्याच मिठीत एखादं अपंग मूल निद्रिस्त व्हावं, तसा तो अखेरीस निर्धास्तपणे झोपी गेला.

दुसऱ्या दिवसापासून जेवढे उपचार शक्य होते तेवढे करण्याचा तिचा आटोकाट प्रयत्न सुरू झाला. विद्यापीठाच्या आवारात त्याच्या या कमकुवतपणाचा बभ्रा होऊ नये, म्हणून तिनं त्याला जवळच्या शहरी नेलं. सारी कहाणी तिनं पुन:पुन्हा टेप केली. मानसोपचार तज्ज्ञांच्या आणि त्याच्या मुलाखती घडवून आणल्या. नाना तऱ्हेची औषधं, व्यायामाचे प्रकार तिनं करून पाहिले आणि दर खेपेला अपयशच पदरी घेऊनसुद्धा तिचा उत्साह कमी झालेला नव्हता. जणू काही तिच्या आयुष्यात आता एकमेव उद्दिष्ट उरलेलं होतं. तिच्यात एक आमूलाग्र बदल झालेला त्याला दिसला. एवढ्या विलक्षण परिश्रमानंतरसुद्धा त्याच्यात काहीही बदल होत नाही, हे पाहून खरं म्हणजे तिनं त्याचा नाद सोडून दिला पाहिजे होता. ही असली भलतीच जबाबदारी घेण्याची तिला काहीही जरूरी नव्हती. वैतागून त्यानंसुद्धा तिला हे सुचवून पाहिलं. पण ती अविचल होती. एवढंच नव्हे, तर ती म्हणाली, ''या परक्या वातावरणापेक्षा तुझ्या देशाच्या परिचित वातावरणात कदाचित तुझ्या मनावरचा ताण कमी होईल.''

त्याचं स्वत:चं आपल्या कामाकडेही दुर्लक्ष होत होतं. त्याच्या शारीरिक प्रकृतीमध्ये जाणवण्यासारखा बदल होत होता. म्हणूनच स्वत:ची अनिच्छा असतानासुद्धा भारतात परतण्याचा विचार त्याच्या मनात बळावला. या स्थितीत ज्युलिया त्याला एकटाही पाठवायला तयार नव्हती. अनेक तऱ्हेनं तिची समजूत

घालण्याचा प्रयत्न करूनसुद्धा शेवटी तिला घेऊनच तो हिंदुस्थानात परतला.

ज्युलियाने आपल्या वडिलांना काय सांगितलं असेल किंवा ती या घटकेला नेमक्या कोणत्या मन:स्थितीत असेल, हा विचारसुद्धा त्याला असह्य वाटत होता. हिंदुस्थानात त्याच्याबरोबर येण्याचा निर्णय तिनं जाहीर केला, तेव्हा तो एवढंच म्हणाला, "तिथं जाऊन असा काय फरक पडणार आहे?"

"खूप पडेल! आपल्याला वाटतं तितके आपण स्वतंत्र नसतो. ज्या मातीत आपण जन्मलो, त्या मातीचं आणि रक्ताचं नात अतूट असतं! जरी माणसाचं बीज परंपरेनं वाहत आलेलं असलं आणि स्वत:चे गुणधर्म ते बरोबर बाळगत असलं; तरी पाणी, अन्न, हवा, परिचित वातावरण— एवढंच नव्हे, तर ओळखीचे सूर, आपली भाषा या साऱ्या गोष्टींचा आपल्या रक्तपेशींवर परिणाम होत असतो. या देशात तुला कितीही म्हटलं तरी एकटं वाटत असेल. आपण जाऊन तर पाहू. आणखी एक तुला सांगू? मी कोणत्या नात्यानं तुझ्याबरोबर येणार, हा प्रश्न तुला अडचणीचा वाटत असेल. पण बावचळून जाऊ नकोस. हिंदुस्थानात पोचल्याबरोबर मी तुझ्याशी लग्न करेन!"

किंचित वेडसर आवाजात काशिनाथ म्हणाला, "खरं! आणि ते कशासाठी?"

"अरे, लग्न कशासाठी करतात? सहवासासाठी—सहजीवनासाठी! सर्वांना अभिप्रेत असणारं शरीरसुख मिळवण्याचा खात्रीचा आणि स्वस्तातला भाग म्हणून मी लग्नाकडे पाहत नाही. लक्षात ठेव— समजा, दुर्दैवाने मी तुला तंदुरुस्त करण्याच्या कामात अयशस्वी झाले, तर मी तुझी मानहानी करणार नाही. मी जाणूनबुजून तुझ्याशी लग्न करणार आहे. एक तर त्यामुळे तुझा विश्वास जागृत होईल. तुला उगाचच जो कमीपणा वाटतोय, तो काही अंशी दूर होईल. डॅडी माझी टिंगल करतात की, मी थंड आहे म्हणून! खरीच गोष्ट आहे ती. मला सेक्स कधीच महत्त्वाचा वाटला नाही. आहेच मी थंड. तू भेटलास आणि वाटलं... वाटलं कसलं; माझ्या निद्रिस्त असलेल्या वासना जाग्या झाल्या. तुझ्यामुळे जर मी स्त्री झाले असेन, तर त्याची परतफेड मी नको का करायला? लक्षात ठेव— मी काही त्याग किंवा उपकार करीत नाही, तुझ्याशी लग्न करून जमलं तर कर्जाची फेड मी करेन!"

काशिनाथच्या डोळ्यांत कधी नव्हे ते अश्रू आले.

"एवढी एकच गोष्ट मला आवडत नाही. तुझ्या डोळ्यांत मला पुन्हा अश्रू दिसत आहेत. पुरुषांच्या डोळ्यांतले अश्रू मला अजिबात आवडत नाहीत. लक्षात ठेव, मी तुझ्याशी लग्न करतेय ना आपणहून; मग माझा आदर करण्यासाठी

तरी तुझ्यातला अहंकार जागा कर! ट्रीट मी लाईक ॲन इंडियन वाईफ! मी तुझी मालमत्ताच आहे, असं समज!''

या प्रसंगानंतर काशिनाथ पुष्कळच बदलला. आपल्यात काही तरी बदल होतोय, हे त्याला जाणवलं. बोलून-चालून हा एक प्रयोगच होता. फसला तरी फारसं बिघडणार नव्हतं. गमावली तर ज्युलिया गमावणार होती. तिचं मन समजून घ्यायचा प्रयत्न केला, तरी ते त्याला समजू शकत नव्हतं. त्यानंही विचार करायचा सोडून दिला.

दोघेही हिंदुस्थानात आले. आधी त्यांनी अनिरुद्धला केबल केली. अनिरुद्ध बायकोसकट विमानतळावर आला. आपला मित्र पूर्णत: बदललेला आहे, एवढंच त्याच्या डोक्यात चट्कन शिरलं. पण त्याचं निराकरण त्यानं परकीय मुलीशी लग्न होतेय, या कारणाशी जोडून घेतलं. लग्न केव्हा करायचं, असा सरळ सरळ प्रस्ताव अनिरुद्धच्या घरी दोघे जण आले, त्या रात्री ज्युलियानं मांडला. अनिरुद्ध आणि ज्युलिया लग्नाचे बेत करू लागले. आपोआपच काशिनाथ आणि शैला दोघे गप्पा मारत बसले. अधून-मधून ती अनिरुद्धच्या आणि ज्युलियाच्या संभाषणात भाग घेत होती; नाही असे नाही. एवढ्यात एकदम ज्युलिया म्हणाली, ''माझी एक विनंती आहे तुम्हांला!'' अनिरुद्धचं नाव तिला नीट उच्चारता येत नव्हतं आणि तिनं जो 'हनी' असा त्याच्या नावाचा सोपा उच्चार केला, त्यामुळे सगळेच खळाळून हसले. हसणं थांबण्यापूर्वी अनिरुद्ध म्हणाला, ''विनंती करण्याचं काही कारण नाही, तुम्ही आज्ञा करू शकता. काशिनाथचं आणि माझं नातं तुम्हाला माहीतच आहे. काहीही मागण्याचा तुम्हाला अधिकार आहे.''

''माझी विनंती तुम्हाला अडचणीची वाटेल... परंतु तिला भेटलंच पाहिजे— तिला म्हणजे, आशाला! आणि शक्य झालं तर तुमच्या मित्रालाही—नारायणला!''

तिच्या या विनंतीबरोबर एकदम स्तब्धता पसरली. कारण नारायणला काय किंवा आशाला काय, ज्युलियानं भेटणं म्हणजे काशिनाथच्या आयुष्यात घडलेल्या पूर्वेतिहासाला सामोरे जाणं. नाही म्हटलं तरी काशिनाथची या साऱ्या प्रकरणात कुचंबणा झाली असती, असं अनिरुद्धला वाटले. पण तो काही बोलायच्या आतच काशिनाथ म्हणाला, ''जे काही घडलंय, ते मी तिला सगळं समजावून सांगितलं आहे. काही लपविलं नाही. किंबहुना, मला समजून घेण्यासाठीच तिची ही धडपड चालू असावी. नाही तरी ती आणि मी आता वेगळे नाहीत. आमचं लग्न होण्याच्या आधीच तिला सारं कळलं पाहिजे.''

आणि मग चौघे जण गाडीनं पुण्याला आले. नारायणला कळवायला

वेळ नव्हता. येताक्षणीच त्याच्याकडे जावं की हॉटेलमध्ये मुक्काम करून मग त्याच्याकडे जावं असा विचार होत असतानाच ज्युलियाच्या आग्रहामुळे ते सरळ तडक त्याच्या घरीच गेले. त्या चौघांना पाहून नारायण तर आश्चर्यचकित झालाच; पण त्याच्या घरात वावरणारी व या चौघांच्याही ओळखीची नसणारी एक अनोळखी मुलगी तर अधिकच अस्वस्थ झाली. ओळखीचा औपचारिक व्यवहार होताक्षणीच नारायणनं अनिरुद्धला बाजूला घेऊन सांगितलं. ''या मुलीशी मी लग्न करणार आहे. अजून डायव्होर्स पक्का व्हायचाय; पण चार-आठ दिवसांत तो होईल.''

अनिरुद्धनं ही बातमी खासगी ठेवलीच नाही, ती त्यानं सर्वांना लगेच सांगून टाकली. ती मुलगी अगतिकतेनं हसली. काशिनाथलाही हसण्यावाचून गत्यंतर नव्हतं. इतक्या साध्या, अरूप मुलीशी नारायण लग्न करतोय—याचं आश्चर्य त्याच्या हसण्यात जरूर होतं. परंतु आपल्या अपराधीवृत्तीचा थोडा तरी उपशम परस्पर होतोय, हे समाधानही त्या हसण्यात होतं. सगळंच काही सलगपणे नारायणनं सांगितलं नाही. पण दोन-तीन तासांच्या गप्पागोष्टींत पुष्कळसं काही कळून आलं.

पाश्चिमात्य रीतिरिवाजांत मुरलेली ज्युलिया जेव्हा त्या छोट्याशा घरात राहायला तयार झाली, तेव्हा इच्छा नसूनसुद्धा या चौघांना तिथंच मुक्काम करावा लागला. तिथं असणाऱ्या अनेक गैरसोई ती सहजगत्या स्वीकारत होती— जणू काही तिला हे सारं वातावरण परिचित होतं.

ज्युलियानं आपल्या वागण्यानं त्या चौघांना धक्का दिला. कारण आपण भिन्न संस्कृतीत वाढलेलो आहोत, हे तिनं फारसं जाणवू दिलं नाही. तिला अर्थात इंग्रजीशिवाय अन्य भाषा समजण्यासारखी नव्हती. नारायण जिच्याशी लग्न करणार होता, ती काळीसावळी मुलगी बोलत नाही, असं पाहून तिला उद्देशून ज्युलिया काही तरी म्हणाली. मग दोघींचं म्हणणं एकमेकींना समजावून सांगण्याचा जो उद्योग सर्वांना करावा लागला, त्यामुळे मात्र खूप गैरसमज आणि मौज निर्माण झाली. नंतर जेव्हा काशिनाथनं अजून या मुलीचं आणि नारायणचं लग्न झालेलं नाही, आशाशी डायव्होर्स मिळाल्यानंतर तो लग्न करणार आहे; लग्नाशिवाय ती तशीच राहताहेत, ही मुलगी परजातीतली आहे— अशा अनेक गोष्टी सांगितल्यावर ज्युलिया तिच्याशी जास्त प्रेमानं वागू लागली. कारण तिच्या लक्षात आलं— आपण जसे काशिनाथला सांभाळतो आहोत, तसंच ही साधी-भोळी मुलगी नारायणाचाही गेलेला आत्मविश्वास त्याला परत मिळवून देण्याच्या

उद्योगात आहे. वास्तविक, ज्युलियाला इथं राहणं किती तरी पटीनं गैरसोईचं होतं. तिला बसायला खुर्ची दिली तरी ती हट्टानं इतरांबरोबर खाली बसायचा प्रयत्न करी. बाथरूम, डब्ल्यू. सी. या बाबतींत तर तिचे हाल नको तितके झाले. पण तिच्या चेहऱ्यावर कधी नापसंती दिसली नाही किंवा ती अवघडल्यासारखीही झाली नाही. ते तिघंही मित्र तिच्याशी आपुलकीनं वागून तिच्या मनात कोठे तरी आदर निर्माण करत होते.

नारायणच्या होऊ पाहाणाऱ्या त्या साध्या भोळ्या, कृष्णवर्णीय मुलीची—कृष्णाची—सर्वांना खूश करण्याची धडपड ती डोळ्यांत साठवून घेत होती. अशा तऱ्हेचं कौटुंबिक जीवन तिला थोडं अपरिचित होतं. इतर लोकांच्या मानानं इटालियन माणसं जास्त कुटुंबवत्सल असतात; परंतु या देशातल्या कुटुंबसंस्थेचे स्वरूप तिला अनेक तऱ्हेनं कुतूहलाचं वाटलं. आयुष्यात सुख कशानं लाभतं? वैज्ञानिक उपकरणं, उत्तम सजवलेली घरं, खाणं-पिणं, कपडेलत्ते यांची श्रीमंती; का माणसांनी माणसांशी गुंतणं महत्त्वाचं? तिनं भारतातल्या दारिद्र्याबद्दल खूप ऐकलं होतं; परंतु दरिद्री असूनसुद्धा हा देश कौटुंबिक सुखाच्या बाबतीत जास्त श्रीमंत असला पाहिजे, असं तिला वाटलं.

या घरगुती वातावरणात काशिनाथ पूर्ववत् होईल, याबद्दल तिच्या मनात मुळीच शंका राहिली नाही.

दुसऱ्या दिवशी आशाचा मुलगा विजय तिला पाहायला मिळाला. आशाचा मुलगा म्हणजे काशिनाथचा मुलगा—हे लक्षात येताच तिच्या अंत:करणात एक उमाळा दाटून आला. तिच्यापासून लपवण्यासारखं काहीच नव्हतं, म्हणून काशिनाथलाही आपल्या भावना चोरून ठेवण्याचं कारण नव्हतं. त्या लाघवी मुलाला आंजारता-गोंजारता सर्वांनाच मन:पूर्वक आनंद होत होता—अगदी नारायणला आणि कृष्णालासुद्धा. एरवी नारायणचा हा मुलगा आशाच्या वडिलांकडेच राहत असे आणि खूप आग्रह करूनसुद्धा आशाच्या वडिलांनी त्याचा प्रतिपाळ करण्याची जबाबदारी नारायणला घेऊ दिली नव्हती. आपल्या मुलीच्या मूर्खपणामुळे व काशिनाथच्याही बेजाबदारपणामुळे नारायणचं आयुष्य उद्ध्वस्त झालं होतं हे त्यांनी डोळ्यांनी पाहिले. आपल्याला योग्य अशा एका साध्याभोळ्या मुलीशी लग्न करून नारायण पुन्हा आयुष्यात स्थिर होऊ पाहत होता म्हणून विजयचा व्यत्यय त्यांच्या नव्या सांसारिक जीवनात होऊ नये, अशी त्यांची इच्छा होती. आता आणखीनच एक गुंता होऊ पाहत होता. विजयवर हक्क कोणाचा? लौकिक दृष्ट्या तो नारायणचा मुलगा. पण त्याचं खरं पितृत्व सांगायला काशिनाथही

आता त्या स्थितीत आलेला होता. गमतीची गोष्ट अशी की, ज्या दोन स्त्रियांचा या मुलाशी काडीचाही संबंध नाही, त्या कृष्णाला आणि ज्युलियालाही या मुलावाचून पर्याय नव्हता. पण अखेरीस हा प्रश्न सुटेल तसा सुटेल, यावर सर्वांचे एकमत झाले. एकमेकांना सांभाळून घेण्यासाठी विचित्र प्रसंगात अडकलेली ही माणसं अडचणींवर मात करण्यासाठी एकत्र जमली होती; नव्या अडचणी निर्माण करण्यासाठी नव्हेत.

एक तर अनिरुद्धला व्यवसाय सोडून पुण्यात दीर्घकाळ राहणे शक्य नव्हते. ज्युलियालाही मुख्यत्वेकरून ती ज्या कामासाठी येथे आली, ते लवकरच संपवणं भाग होतं; म्हणजेच तिला आशाला भेटणं भाग होतं. आशाला भेटून तिला नेमकं काय साधायचंय, याचा बोध मात्र कोणाला होत नव्हता. नारायणमुळे प्रथम काशिनाथच्या मनात जी अपराधी जाणीव होती, तिच्यापेक्षा आशाबाबतच्या काशिनाथच्या अपराधी जाणिवेमुळे त्याची खरी रुग्णावस्था निर्माण झाली होती असं ज्युलियानं मनाशी पक्कं ठरवलं होतं.

अर्थात, तेवढ्यासाठीच दिल्लीला जाणं भाग होतं. काशिनाथ मनातून दिल्लीला जायला फारसा उत्सुक नव्हता, कारण कोणत्या तोंडानं तो आशाला सामोरा जाणार होता? आधीच तिचा तोल ढळलेला होता आणि आपण तिथं जाऊन तिचं मन:स्वास्थ्य अधिकच बिघडवा अशी त्याची मुळीच इच्छा नव्हती. पण ज्युलियाची तळमळ त्याला समजू शकत होती. मोठ्या नाखुशीनंच तो तिच्याबरोबर दिल्लीला जायला निघाला. पुण्यातील आपल्या छोट्या वास्तवातून खरं तर ज्युलियाचा पाय निघत नव्हता. तिला ते छोटंसं घर, नारायणसारखा काशिनाथचा भाबडा मित्र, त्याची खाली मान घालणारी मुग्ध मैत्रीण कृष्णा, तिचा धिटाईखोर जीवनक्रम आणि त्या सर्वांपेक्षाही तिथं वावरणारा चिमुकला विजय—या सर्वांनीच तिच्या अंत:करणात एक हुरहूर निर्माण केली होती. तिला एकदा वाटलंसुद्धा करायचाय काय तो वंशशास्त्राचा अभ्यास? त्यापेक्षा इथंच एखादं असं छोटंसं घरकुल उभं करावं आणि आपलाच वारसा सांगणारा वंश निर्माण करावा. आपल्याला आवडलेल्या पुरुषाचं बीज वाढवणं हे खरं किती भाग्याचं आहे! अहंकाराची तृप्ती आणि त्याचबरोबर शरीरभावाची तृप्ती एकाच वेळी होण्यासाठी मातृत्वासारखी सुंदर गोष्ट नाही. हे असले चमत्कारिक विचार आपल्या मनात प्रथमच निर्माण होत आहेत, याची तिला जाणीव झाली. आपण हिंदुस्थानात आलो, इथल्या वातावरणामुळे हे विचार आपल्या मनात आले; का आपल्या मूळच्या इटालियन रक्ताचेच हे गुणधर्म आहेत? अनेक वर्षं अमेरिकन

संस्कृतीत जन्म घालवूनसुद्धा आपल्या मनात हे विचार निर्माण कसे झाले? पुरुषाबद्दलचं तर साधं आकर्षणसुद्धा आपल्याला कधी निर्माण झालं नाही; आणि आता तर सर्वस्वी अपरिचित असा मातृत्वाचा अनुभव घेण्याची ऊर्मी आपल्या मनात कोठून आली? का ही स्त्रीची नैसर्गिक प्रेरणा आहे? ही प्रेरणा नानाविध उपायांनी दडपण्याचा जरी प्रयत्न केला तरी ती पुन:पुन्हा वर येणार. केवळ वासनातृप्तीसाठीच स्त्री-पुरुष एकत्र येतात, त्यातून सहजगत्या मूल निर्माण होतं. मूल स्त्रीचं रूप हिरावतं, अनेक सुखांवर आणि स्वातंत्र्यावर बंधनं घालतं, अनेक जबाबदाऱ्या निर्माण करतं; मग ही संतानाची ओढ कुठून निर्माण झाली? का, ही आपल्या रक्तपेशींचीच ओढ आहे? एकाचे दोन, दोनाचे चार असं वाढत राहण्यावाचून या रक्तपेशींचं भागत नसलं पाहिजे. जग चालावं म्हणून, त्याचं सातत्य टिकावं म्हणून नियंत्यानं ही रचना केली असेलही; पण माणसानं नीती, धर्म, कुटुंबव्यवस्था या साऱ्यांमुळे संतान ही स्त्रीची एक नैसर्गिक गरज आहे, इकडेच दुर्लक्ष केलं. मूल वाढवायचं की नाही, हा प्रश्न नव्हे; पण मूल होणं महत्त्वाचं आहे. रक्तपेशींना अमुक्त ठेवता येत नाही.

परंतु, पाश्चात्त्य जीवनात या प्रेरणाच कुठे तरी बदलल्या आहेत. स्त्री आणि पुरुष यांचं एकत्र येणं, साऱ्या जीवनधर्मातून वेगळं काढलं जातं आहे. माणूस— त्यातही स्त्री—या नैसर्गिक प्रेरणेपासून कुठे तरी मुक्त होते आहे. स्त्री आणि पुरुष यांचं वेगळेपण हरवलं आहे. कोण लहान, कोण मोठं— हा प्रश्न फिजूल आहे. पण कोणाच्या गरजा काय असाव्यात, यात कृत्रिम जबरदस्तीचा वापर होतो आहे. स्त्री पुरुषापेक्षा कोणत्याही तऱ्हेने कमी नाही. किंबहुना, असलीच तर ती थोडी जास्त श्रेष्ठ आहे; कारण तिच्याजवळ सृजनधर्म आहे. काही तरी नवं निर्माण करून दाखवण्याची अद्भुत किमया निसर्गानं तिला दिली आहे. वाटल्यास तिनं पराक्रम करावा, बुद्धीचे आणि प्रतिभेचे दरवाजेही ठोठवावेत; कारण त्या कोणत्याही गोष्टींत ती उणी पडणार नाही. परंतु कर्तृत्वाबरोबरच निर्मिती, कठोर व्यवहाराबरोबर समजूतदारपणा, बुद्धिचापल्याबरोबर हळुवारपणा या परस्परविरोधी गोष्टी ती एकाच वेळेस मनात जागवू शकते.

वासनेनं, भुकेनं, अपेक्षेनं पुरुष क्षणमात्र वाटेल त्या भावनात्मक पातळीवर येऊ शकतो; पण क्षुधांची तृप्ती झाली की, तो लगोलग पूर्वस्थितीला जातो. सर्व तऱ्हेची तृप्ती होऊनसुद्धा स्त्री मात्र सर्व कल्लोळात गुंतून राहते. एवढ्यासाठी तरी तिची सृजनशक्ती जागी व्हायला हवी.

कधी नव्हे ती काशिनाथची अनावर ओढ तिच्या अंत:करणात उत्पन्न

झाली. प्रथम ती त्याच्या रूपावर, मग व्यक्तिमत्त्वावर आणि अखेरीस बुद्धिमत्तेवर खूश झाली. पण आता तिला काशिनाथ हवा होता तो सर्वार्थानं. आणि काशिनाथला सर्वार्थानं अंकित करणं याचा अर्थच काशिनाथची प्रतिमा सदैव बाळगणं किंवा तशीच जीवनप्रतिमा निर्माण करणं. म्हणून तिला दिल्लीला जाणंच भाग होतं. आशाला भेटणंच भाग होतं. आशाच्या ठिकाणी गहाण पडलेला काशिनाथचा देह तिला सोडवून आणणंच भाग होतं.

दोघे जण दिल्लीला गेले आणि अशोका हॉटेलमध्ये उतरले. तिनं आशाला भेटण्याची घिसाडघाई केली नाही. दिल्लीतील नानाविध प्रेक्षणीय स्थळं दोघं पाहत राहिले. दोघांचं सहजीवन आता एका उत्कट अवस्थेला पोहोचलं होतं. अलाहाबाद विद्यापीठात काशिनाथच्या व्याख्यानांचं आयोजन केलेलं तिला कळलं, तेव्हा ती प्रथम त्याच्याबरोबर अलाहाबादला जाणार होती; पण आयत्या वेळेला प्रकृतीची सबब सांगून ती दिल्लीतच मागं राहिली. काशिनाथच्या ध्यानात तिचा आजार आला. त्याला ठाऊक होतं, तिला आशाला भेटायचे आहे. त्यालाही तो प्रसंग टाळायचाच होता. ज्युलियाला आशाचा पत्ता माहीत होता. आपल्या गैरहजेरीत ती आशाला भेटेल, याबद्दल त्याच्या मनात मुळीच शंका राहिली नाही. निश्चिंत मनानं तो अलाहाबादला निघून गेला.

"माझं नाव ज्युलिया मोरेन. मी अमेरिकेहून आले आहे. माझं तुमच्याशी थोडं खासगी काम आहे. माझी-तुमची ओळख नाही. पण मला तुम्हाला भेटायचं आहे.''

"पण कामाचं स्वरूप तरी सांगा ना.''

"काम थोडं खासगी आहे. समक्षच सांगेन हवं तर. तुम्ही म्हणाल त्या ठिकाणी मी येते किंवा तुम्हीच जर अशोका हॉटेलमध्ये आलात, तर फारच सोईस्कर होईल. एक तर मी इथं परकी आहे. इथले रस्तेसुद्धा मला माहीत नाहीत.''

"ठीक आहे, मग मीच येईन. केव्हा येऊ?''

"तुम्हाला कोणती वेळ सोईची आहे? दुपारी लंचला येता?''

"येते. एक वाजता सोईस्कर आहे.''

"अगदी उत्तम. मला काय, कोणतीही वेळ सोईची आहे. माझं नाव नीट लिहून घ्या हं— ज्युलिया मोरेन, अशोका हॉटेल, खोली नं. ३२०. तुम्हाला थोडा जास्त वेळ असेल, तर आधी खोलीत गप्पा मारू; मग डायनिंग रूममध्ये

जाऊ. नाही तर खोलीमध्येच जेवण घेऊ.''

हे सारं संभाषण अपरिहार्य होतं आणि अशा संभाषणातून कोणता पवित्रा घ्यायचा, हे परस्पर ठरवत असत. आशासारख्या अपरिचित स्त्रीकडून आपल्याला नेमकं काय हवं आहे हे तरी ज्युलियाचं कुठे ठरलेलं होतं. तिची एक समजूत होती की, काशिनाथच्या मनामध्ये दडपण आहे, त्याचा कुठे ना कुठे तरी आशाशी संबंध असलाच पाहिजे. आज आशा जगत असलेलं जीवन, कदाचित तिच्या भोगाला आलेला नशिबाचा वाटा—याच्याशी जर काशिनाथचा संबंध असेल, तर मग काशिनाथच्याही भवितव्याशी तिचं भवितव्य निगडित असलंच पाहिजे. तिला तसा स्त्री-पुरुषांचा म्हणण्यासारखा अनुभव नव्हता, ही गोष्ट खरी. मानसशास्त्राचंही आपलं ज्ञान तोकडं आहे याची तिला जाणीव होती. तरीही ही भेट अपरिहार्य आहे असं ती मनोमन धरून चालली होती.

काशिनाथसारख्या पुरुषाशी तिची भावनात्मक गुंतागुंत झाली होती. याहीपेक्षा स्त्री-पुरुषांचं परस्परांविषयीचं प्रेम, यातून उद्‌भवणारे मत्सर, द्वेष आदी विकारांचे मोहोळ आणि त्याहीपेक्षा चुकीच्या श्रद्धांमुळे माणसं अकारण जे प्रश्न निर्माण करतात त्यांचं कुतूहल, या साऱ्यांमुळे तिच्या मनातलं कुतूहल जागं झालं. या चर्चेतून निष्पन्न काही झालं नाही, तरी त्याला तिची तयारी होती. आपल्यापेक्षा भारतीय स्त्रीचं मन वेगळ्या तऱ्हेनं वाटचाल करतं हे ती गृहीत धरून चाललेली होती. नाही म्हटलं तरी आपल्या प्रियकराची ही एके काळची प्रेयसी आहे. त्याच्यासाठी तिचा जीव झुरलेला होता. एवढेच नव्हे, तर त्याच्या अपत्यालाही तिनं जन्म दिलेला होता. या गोष्टींचा विसर कधी पडून देऊन चालणार नाही, असं तिनं पक्कं ठरवलेलं होतं. म्हणून ती येताच मोकळेपणानं आणि जिव्हाळ्यानं तिचं स्वागत करताना थोडी शंका, थोडी भीती आणि थोडं कुतूहल तिच्या चेहऱ्यावर प्रकटलेलं होतं. काही तरी खूप गूढ, पुराणं नातं अस्तित्वात असल्याप्रमाणे तिचा हात हातात घट्ट घेऊन ती तिच्याकडे खिळून पाहिल्यागत बघत राहिली. आशाच्या सौष्ठवाला, सौंदर्याला, वस्त्राच्या रंगसंगतीला बघून ती अवाक्‌ झाली होती, ही गोष्ट खरी. पण त्याहीपेक्षा आशाच्या काळ्याभोर चमकदार, पण तरीही गूढ डोळ्यांनी तिला प्रभावित केलं होतं.

''तू इतकी सुंदर असशील, अशी मला कल्पना नव्हती. काशिनाथला कायमचं मारून टाकण्यासारखं तुझं सौंदर्य आणि व्यक्तिमत्त्व आकर्षक आहे, यात शंकाच नाही.''

''काशिनाथचा यात संबंध कुठे येतो? आणि काशिनाथसंबंधीच बोलायचं

असेल, तर संभाषण करण्याची माझी मुळीच इच्छा नाही.''

"मला माहीत आहे, काशिनाथबद्दल तुझं काय मत आहे ते.''

"छे—छे, तसं काहीच नाही. प्रेम असलं तर राग निर्माण होतो. त्याला मी केव्हाच विसरून गेले आहे; माझ्या दृष्टीनं त्याचं अस्तित्वच नाही.''

"आय नो—आय नो. तुझी त्याच्याबद्दलची सारी भावना मी समजू शकते. तुझं काही चुकलं आहे, असंही मला वाटत नाही.''

"पण आपण ही चर्चा कशासाठी करता आहात?''

"सांगते. कारण माझा काशिनाथशी संबंध आलेला आहे.''

"तुमचा? म्हणजे अमेरिकेत त्यानं तुम्हालाही फशी पाडलं?''

"नाही. त्यानं मला फशी पाडलेलं नाही. एवढंच नव्हे, माझ्याकडून त्यानं कसल्या अपेक्षाही केल्या नाहीत. माझ्या वडिलांच्या हाताखाली तो काम करत होता. माझे वडीलही प्राध्यापक आहेत. परंतु, अमेरिकेत आल्यापासून मी पाहतेय— तो अबोल, एकलकोंडा, जीवनातला आनंद गमावलेला असा एक विचित्र पुरुष आहे. त्याला कुणी मित्र नाहीत, मैत्रिणी नाहीत. तो प्रयोगशाळेत किंवा शिकवण्यात चोवीस तास गुंतलेला असे. एखाद्या यंत्राप्रमाणे तो निर्जीव होत चालला आहे.''

"पण हे तुम्ही मला कशासाठी सांगता आहात? मी त्याच्यासाठी काही करू शकणार नाही. माझ्या लेखी तो संपलेला आहे.''

"मला कल्पना आहे. तुझ्या सत्य भावना मी समजू शकते; निदान समजण्याचा प्रयत्न करीन. तुझे-त्याचे सगळे सगळे संबंध मला माहीत आहेत. तो तुला टाळण्यासाठी अमेरिकेत पळून आला, हेसुद्धा मला माहीत आहे. तुला त्याच्यापासून मूल झाले—नशिबवान आहेस!''

"मी नशिबवान? काय बोलताय काय? तुमच्या समाजात असं चालत असेल कदाचित... पण मूल एकाचं, संसार दुसऱ्याचा— हे सारं किळसवाणं आहे असं नाही तुम्हाला वाटत?''

"वाटतं. आमच्या देशातसुद्धा हा प्रसंग काही सन्मानाचा मानत नाहीत. माणसं इथून-तिथून सारखीच असतात. नीती, चारित्र्य, जबाबदारी यांची मूल्यं सगळीकडे सारखीच असतात. मी तुझ्या जागी असते, तरी जबाबदारी टाळणाऱ्या पुरुषाबद्दल मला अशीच घृणा निर्माण झाली असती. पण ती फसवणाऱ्या पुरुषाबद्दल; त्याच्यापासून झालेल्या मुलाबद्दल नाही.''

"म्हणजे, मी नाही समजले?'

"हे पाहा—तुम्ही दोघे एकत्र आलात, ते तरी एकमेकांच्या ओढीनं आनंद

मिळवण्यासाठी. त्या वेळेला तरी तुम्हाला एकमेकांबद्दल विलक्षण आकर्षण होतंच की नाही? आपल्या जोडीदाराला काय काय देऊ आणि काय काय नको— असं तेव्हा झालंच होतं की नाही? भरपूर उन्मुक्त सुख त्या वेळेस तुम्ही मिळवलंच असेल. मग त्या सुखाची काही किंमत असेल की नाही?''

''म्हणजे मी त्या सुखाची किंमत दिली नाही, असं म्हणता? त्या अनौरस मुलाला मी जन्म दिला... त्याच्यासाठी नको असलेल्या त्या घरात वर्षभर राहिले. अपमान सहन केले. भोवतालचे लोक माझ्या या दुर्दैवाबद्दल माझी हेटाळणी करीत, तीसुद्धा सहन केली. आई-वडिलांचं घर सोडलं. पाच-सात वर्षांचं वैवाहिक आयुष्य संपवलं आणि निराधार, निष्कांचन अवस्थेत या परक्या गावात येऊन एकाकी आयुष्य स्वीकारलं. ही त्या सुखाची किंमत नाही?''

''ही त्या सुखाची किंमत नाही. तुझे हिशेब चुकताहेत. आज तू जी किंमत देते आहेस, ती तुझ्या स्वाभिमानाची. त्या सुखाची किंमत मात्र आणखी वेगळीच होती. अहंकारानं तू आंधळी झालीस, म्हणून तुझी जबाबदारी तुझ्या लक्षात आली नाही.''

''तुमच्या लेखी ती किंमत तरी काय होती?''

''आशा, माझं चुकत असेल कदाचित— पण तुझ्या पोटी जन्मलेल्या मुलाचा या साऱ्या घटनांत काय दोष आहे? तो जीव तर तुमच्या मागं लागला नव्हता ना, की मला जन्माला घाला म्हणून! त्याला असं वाऱ्यावर सोडण्याचा तुला काय अधिकार आहे?''

''तुम्ही—एक अमेरिकन स्त्री—मला असला उपदेश करता आहात?''

''एक तर मी अमेरिकन नाही, मी इटालियन आहे. पण तोही महत्त्वाचा मुद्दा नाही. मुलाची जबाबदारी कुणी घ्यायची? तुझ्या आई-वडिलांनी का म्हणून त्याला सांभाळायचं? ज्याचं ते मूल नाही, त्या नारायणानं त्याचा काय म्हणून सांभाळ करायचा? एक तर तू किंवा काशिनाथ यांपैकी कोणी तरी नको का त्या मुलाची जबाबदारी घ्यायला?''

''पण मी एकाकी स्त्री अन् अशी जबाबदारी घेणं या देशात तरी अशक्य आहे. धड मला नोकरीही करता येणार नाही आणि त्या मुलाचा प्रतिपाळही. उलट, माझ्याजवळ राहिला तर त्या मुलाच्या आयुष्याचं मातेरं होईल. त्यापेक्षा त्याचे आजोबा-आजी किंवा माझा नवरा त्याचं जास्त संरक्षण करू शकतील.''

''तुला तुझ्या आई-वडिलांची आणि नारायणची एवढी खात्री वाटते?''

''प्रश्नच नाही. जे काही सारं घडलं ते माझ्या वडिलांना मुळीच आवडलेलं

नाही; पण तरीसुद्धा ते नातवाची जबाबदारी अवश्य पार पाडतील. पण त्याहीपेक्षा नारायणसुद्धा कुठे कमी पडणार नाही.''

"नारायणबद्दल तुला इतकी खात्री वाटते?''

"नक्कीच. तो सज्जन आहे, पापभीरू आहे. खरं सांगू? माझ्या प्रवृत्तीच्या मानानं तो अगदी थंड आणि मिळमिळीत आहे. एवढं जर सोडलं, तर तक्रार करायला काही जागाच नाही त्याच्यामध्ये. माझ्या आयुष्यात जर काशिनाथ आलाच नसता, तर कदाचित मिळमिळीत का होईना पण संसार करत राहिले असते. पण तो मला मूल देऊ शकत नव्हता. त्याच्यात काही तरी कमी होतं.''

"त्याच्यापासून मूल होऊ शकत नाही म्हणून तू काशिनाथच्या प्रेमात पडलीस, आणि त्याच्यापासून मूल होऊन तरी विशेष काय घडलं? मला वाटतं, तुला नारायणमध्ये काही तरी दोष शोधायचा होता आणि तो मिळाल्याबरोबर त्याचा त्याग करायला तुला निमित्त मिळालं.''

"नाही हो, खरंच नाही. माझ्याबद्दल तुमचा कोणी गैरसमज करून दिलाय.''

"नाही, मुळीच नाही. तुझ्याबद्दल माझा कोणीही गैरसमज करून दिलेला नाही; उलटपक्षी सारेच जण—काशिनाथ आणि नारायणसुद्धा—तुझ्याबद्दल चांगले बोलतात.''

"मी ही अशी एका दुसऱ्या पुरुषाबरोबर राहत आहे, हे माहीत असूनसुद्धा?''

"हो, माहीत असूनसुद्धा. कारण त्या दोघांनाही असं वाटतं की आपल्या काही तरी चुकीनं तुला दुःख भोगायला लागले. पण एवढी गोष्ट खरी की—माणसात उणिवा असतात, त्याच्या हातून चुकाही होतात; पण माणूस उणिवांवर मात करतो, चुकांची दुरुस्ती करतो. तू मात्र यातले काहीच केलं नाहीस. तू आणखीन एक नवी चूक करायला निघालीस.''

"मी? आणखीन नवी चूक! मग मी करायला तरी काय हवं होतं?''

"मला वाटतं, मी हा उपदेश करायला लायक नाही. तडकाफडकी तू जे आयुष्याचे निर्णय घेऊन टाकलेस, त्यामुळे तू कोणालाही संधीच दिली नाहीस. हे पाहा, तू समजतेस तशी नारायणमध्ये काही कमतरता नाही; वैद्यकीय दृष्टीनं तर काहीच कमतरता नाही. आपल्याला शोभेल आणि झेपेल अशा एका साध्या-भोळ्या मुलीशी नारायण आता लग्न करणार आहे आणि माझी खात्री आहे, तुझ्या व्यक्तिमत्त्वामुळे दबून गेल्यामुळे असेल किंवा कदाचित तुझं अन् त्याचं जीवनरसायन मिळतं-जुळतं नसेल, पण आता योग्य त्या परिस्थितीत नारायण गमावलेलं सारं मिळवू शकेल. मातृत्व देणं त्याला अशक्य होईल, असं मला

वाटत नाही. नको तितक्या दबल्या अवस्थेत त्याचा कोंडमारा झाला म्हणून असेल, म्हणूनच तुम्हाला मूल झालं नाही.''

''खरंच नारायण लग्न करतो आहे?''

''होय, करतोय. मी त्याच्या भावी पत्नीला—कृष्णाला—भेटले आहे.''

''पण हा धोका ती बिचारी मुलगी का पत्करते आहे? तिलाही मूल नाही झालं तर?''

''जाणूनबुजून तिनं नारायणचा स्वीकार केलेला आहे. आणि असा धोका कोण पत्करत नाही? सारेच जण पत्करतात. मी नाही का पत्करला?''

''तुम्ही? तो कसा काय?''

''मी काशिनाथशी लग्न करते आहे. ज्यासाठी लोक लग्न करतात, त्यांपैकी काहीही मला मिळणार नाही, हे मला माहीत असूनही.''

''म्हणजे, मी नाही समजले?''

''नाही तरी न समजण्यासारखंच आहे हे.''

''प्लीज— टेल मी व्हॉट्स द मॅटर?''

''खरं म्हणजे, मला पुरुषाविषयी कसलीही ओढ नाही. लग्न करावं, असं कधी वाटलंच नाही. खरंच मी एक अगदी थंड मुलगी आहे. थोडी विकृतच म्हणेनास. पण काशिनाथ आमच्याकडे येऊ लागला. त्याचं ते तुटक वागणं, अलिप्तपणा, माझ्यासारख्या स्त्रीकडे केलेले दुर्लक्ष यांमुळे माझं कुतूहल चाळवलं. असला विक्षिप्त पुरुष मला भेटलाच नव्हता. मला ते आव्हान वाटलं आणि निद्रिस्त असलेलं माझं स्त्रीत्व जागं व्हायला लागलं. आम्ही भेटू लागलो, हिंडू-फिरू लागलो, एकत्र वावरू लागलो; पण त्यानं चुकूनसुद्धा माझ्याबद्दल कुतूहल दाखवलं नाही. एक दिवस निर्लज्जपणानं मीच त्याला मिठीत घेतलं आणि सरळ-सरळ त्याच्या शरीराची मागणी केली.''

''आणि मग—?''

''ही मागणी तो कधीच पुरवू शकला नाही. त्याच्यावर खूप उपचार केले, मानसोपचार तज्ज्ञांना दाखवले; पण त्याच्यातला पुरुष कधी जागाच झाला नाही. एखाद्या सिंहासारखा पराक्रमी, यक्षासारखा देखणा असा हा पुरुष—पुरुष राहिला नाही.''

''इंपॉसिबल! अशक्य! मी त्याला चांगली ओळखते. तुम्ही सांगता ते काही तरी बनावट खोटे–''

ज्युलियाच्या डोळ्यांत एकदम पाणी तरारलं. ती काही बोललीच नाही.

तिनं डोळ्यांतलं पाणी पुसण्याचासुद्धा प्रयत्न केला नाही.

"बरोबर आहे तुमचं. तुम्हाला ते खरंही वाटणार नाही. कोणालाच वाटणं शक्य नाही. पण त्याच्यापासून झालेला मुलगा मी डोळ्यांनी पुण्यात पाहिला. माझा तरी कसा विश्वास बसला? तुमचा तर मुळीच बसणार नाही. जेव्हा त्याच्या ध्यानात आपली कमतरता आली, तेव्हा शरमेनं त्यानं मान खाली घातली. त्याला त्या अपमानित स्थितीत पाहणं सुद्धा असह्य आहे. पण तरीसुद्धा मी त्याचा स्वीकार करणार आहे. त्याच्याशी मी लग्न करणार आहे. मघाशीच मी तुम्हाला सांगितलं की, स्त्री असूनसुद्धा मला रतिसुखाबद्दल काही आकर्षण नाही. मी त्याला सन्मानानं सांभाळू शकेन. पण तुमच्याजवळ एक भीक मागायची आहे—तुमचं मूलं नाही तरी अनाथच आहे, ते कोणालाच नको आहे. तुम्ही ते मला आणि काशिनाथला द्या. आम्ही त्याचा प्रेमानं प्रतिपाळ करू."

"पण–?"

"मला माहीत आहे, तुमच्या मनात नानाविध शंका येतील. तुम्हाला ते खरंही वाटणार नाही. पण माझ्यावर विश्वास ठेवा— मी सांगते यात काहीही खोटं नाही. काशिनाथ इथं असता तर त्याच्यासमोरसुद्धा मी हे सारं सांगितलं असतं. काशिनाथ अलाहाबादला गेला आहे. तो परत आला–"

"म्हणजे काशिनाथ हिंदुस्थानात आहे?"

"हो. आम्ही बरोबरच आलो. आज तो लेक्चरसाठी अलाहाबादला गेला आहे. तो परवा परत येईल. परत आला की, तुमची गाठ घ्यायला त्याला सांगेन."

"नको—नको. प्लीज, या अवस्थेत तर त्याची माझी गाठ पडणं अगदी चूक ठरेल."

"नाही—नाही. तुमची-त्याची गाठ पडायलाच हवी. तुमचाच त्याच्यावर सर्वांत जास्त अधिकार आहे."

"पण–"

"खरंच सांगते, तुमच्याइतकं त्याच्या मनावर आणि देहावर कोणाचंही स्वामित्व नाही."

"पण मला हे समजत नाही की, नवरा म्हणून तुम्हाला त्याचा काही उपयोग नाही. साधी प्राथमिक कर्तव्यंसुद्धा तो पार पाडू शकणार नाही आणि तरीसुद्धा तुम्ही त्याच्याशी लग्न करायला निघालात? कशासाठी? नारायण निदान पुरुष तरी होता. त्याच्यापासून मला शरीरसुख तरी मिळत होतं. तरीसुद्धा त्याच्यावरचं प्रेम मला टिकवता आलं नाही. एका पूर्ण पुरुषाच्या शोधात मी

निघाले आणि तोही मला मिळू शकला नाही. आणि, तुम्ही तर काशिनाथ काही देऊ शकत नसताना त्याच्याशी लग्न करणार?''

''होय. एक तर तुझ्याशी प्रतारणा केली म्हणून, मित्राशी प्रतारणा केली म्हणून त्याचं मन त्याला खात आहे. त्याच्यासारख्या बुद्धिमान, कर्तबगार संशोधकाचं आयुष्य त्यामुळे नष्ट होण्याचं संकट निर्माण झालं आहे. मला त्याला वाचवायचं आहे. काय वाट्टेल त्या उपायाने त्याचा आत्मविश्वास मला जागता ठेवायचा आहे. आज ना उद्या, केव्हा तरी तो त्याची गेलेली शक्ती परत मिळवेलही किंवा मिळवू शकणारही नाही. पण त्याला जगण्याला कारण दिलंच पाहिजे. त्यानं माझ्यातलं स्त्रीत्व जागं केलं; नचपेक्षा मी अशीच जगत राहिले असते— एक फ्रिजिड स्त्री म्हणून. मला त्याच्यासाठी काही तरी केलं पाहिजे. तुला असं वाटत नाही की त्याच्या आजच्या अवस्थेला जर तूच जबाबदार असशील, तर तूसुद्धा त्याचं काही देणं लागतेस.''

''नाही—नाही. मी काही करू शकणार नाही... मला भलत्या संकटात टाकू नका.''

''मी तुझ्यावर कसलीच जबरदस्ती करणार नाही; माझा तो हक्कही नाही. आणि तू तरी त्याच्यासाठी काही करावंस का म्हणून? त्यानं तुला धोका दिला. अधांतरी सोडून दिलं. तुझा त्याच्यावर राग असणार. उलटपक्षी, देवानं त्याला शिक्षा केली, म्हणून मनातल्या मनात तुला आनंदही झाला असेल.''

''नाही—नाही. मी इतकी दुष्ट नाही. खरं सांगू? त्याला विसरण्याचा मी प्रत्येक क्षणी प्रयत्न करते आहे. एवढ्यासाठी त्याचा द्वेष करायलासुद्धा मी मनाला शिकवलं नाही. भरकटणारं आयुष्य हेतुपूर्वक स्वीकारलं, पण त्याचा विसर पडलेला नाही. त्याच्या सहवासाची धुंदी ओसरली नाही. त्याच्यापासून दूर-दूर जाण्याचा प्रयत्न करते आहे, पण ते जमलंच नाही.''

''मला कल्पना आहे की, शरीर आणि मन तसं एकरूपच असतं. शरीराचे कणन्‌कण ज्यानं फुलवले, त्याला मनातून असं निपटून टाकता येत नाही. पण लक्षात ठेव, या जगात फक्त तूच त्याला उपयोगी पडू शकशील.''

''नाही, ती वेळ आता गेली आहे. मी जर त्याच्यासाठी वाट पाहत थांबले असते, तर गोष्ट निराळी आहे. पण दुसऱ्या पुरुषानं उष्टावलेल्या स्त्रीला नजरेसमोरसुद्धा येऊ द्यायला काशिनाथ तयार होणार नाही... माझा काही उपयोग नाही. मला त्याला तोंड दाखवायलासुद्धा जागा नाही.''

''आशा, तू एक धीराची स्त्री आहेस. एकट्यानं जगण्याचा हट्ट तू चालवला

आहेस. मनात आणलंस, तर तुला काही अशक्य नाही. काशिनाथनं तुला जर कधी काही सुख दिलं असेल, तर त्याची उतराई होण्यासाठी तरी तू त्याला मदत कर. तुझ्या परदेशी बहिणीला तेवढी तरी भीक घाल.'' असं म्हणत ज्युलियानं आशाला मिठीत घेतले. तिच्या डोळ्यांतून तर पाणी गळत होतंच, पण आशालाही हुंदका आवरणं शक्य झालं नाही. एका अनामिक धाग्यानं बांधलेल्या त्या दोन स्त्रिया कुठे तरी एकत्र आल्या आणि एकमेकींच्या दु:खात सहभागी झाल्या. थोडा वेळ गेल्यावर ज्युलिया म्हणाली,

"चल, खूप उशीर झाला. आपण थोडे जेवून घेऊ."

"नको, मला भूकच नाही.''

"असं कसं करून चालेल? आपलं मन दुबळं झालं असेल, त्या वेळेला तरी आपलं शरीर दुबळं करून चालणार नाही. प्रसंगाला सामोरं जायचं असेल, तर मनही दुबळं आणि शरीरही दुबळं— असं असून कसं चालेल?''

"हाच तुमच्या आमच्या संस्कृतींतला फरक असावा. एक तर आम्ही संकटातून पळून जातो किंवा संकटात बुडून जातो. एखादं संकट स्वीकारावं, त्याच्याशी झगडावं, त्यातूनही आपली मान उंच करण्याचा प्रयत्न करावा— असं आम्हाला वाटतच नाही. म्हणून इथली स्त्री खऱ्या अर्थानं स्वतंत्र कधी होतच नाही. तुझी हिंमत मोठी. तुझ्या जागी मी असते, तर तुला भेटण्याची हिंमत झाली नसती. दु:खाचं तुणतुणं वाजवण्यात आम्हाला धन्यता वाटते. असं करू—इथंच थोडंसं काही तरी खायला मागवू. मी पण ऑफिसला फोन करते, मी येत नाही म्हणून.''

ज्युलियाची आणि आशाची आता चांगली मैत्री जमली. अर्थात विषयाचे सूत्र काशिनाथ असे. काशिनाथच्या शारीरिक दुर्बलतेच्या रहस्याबद्दल जेवढं म्हणून सांगणं शक्य होतं तेवढं तिनं आशाला सांगितलं. आशाच्या व्यक्तिमत्त्वाचा एक सुप्त परिणाम काशिनाथच्या मनावर कसा आहे, हे तिनं मानसोपचार करणाऱ्या डॉक्टरांच्या बरोबर घेतलेल्या काशिनाथच्या टेप्स वाजवून तिच्या लक्षात आणून दिलं.

स्वत:च्या हक्काविषयी आग्रही असणाऱ्या या अमेरिकन स्त्रीनं आपल्याला हवा असणारा पुरुष दुसऱ्या स्त्रीत किती गुंतलेला आहे, हे सांगणं आशाला खूप चमत्कारिक वाटलं. हिच्याजवळ मत्सराचा लवलेश कसा नाही, हेच तिला समजेना; का, तिचं वागणं खऱ्याखुऱ्या अर्थानं शहाण्या प्रौढत्वामुळे सुसंगत

होतं?

काशिनाथचा आपल्याला द्वेष वाटला नाही; राग आला त्याच्यामागं आपल्या मनात तीव्र अभिलाषा होती, हेच कारण असेल काय? त्याचीच प्रतिक्रिया आत्ताच्या आपल्या जीवनक्रमाशी निगडित आहे काय?

कुठे तरी एखादा जिव्हाळा निर्माण झाला, दुरावा संपला की, माणसं अधिकाधिक खुलेपणानं बोलू लागतात. हे खुलेपणाचं बोलणं मग कित्येकदा आत्मनिरीक्षणाचं ठरू लागतं. एरवी स्वत:बद्दल कोण कशाला विश्लेषण करील? एकदा आशाचं आणि ज्युलियाचं संभाषण सुरू झालं मग तिथं गुप्तता आणि संकोच राहिलाच नाही.

नारायण आपल्या मनातून दूर कसा गेला, हे सांगता-सांगता तिच्या लक्षात आलं की, काही तरी गंभीर सबब हवी म्हणून आपण नारायणमध्ये उणीव शोधली; आपल्या समाधानासाठी तो जे-जे करी त्यातली त्याची भलाई आपल्या लक्षात आलीच नाही. लक्षात आली ती लाचारी, पडखाऊपणा. मग असं होतं तर नारायणबरोबर आपण लग्न केलंच का? त्याच्या प्रेमात पडलोच का? का, कॉलेजच्या बहुरंगी जीवनात असणाऱ्या माफक अपेक्षा पुढे-पुढे अपुऱ्या वाटत गेल्या? आपलं मन असमाधानी व्हायला आणि संसारातून ते उडून जायला कारणं तरी कुठली घडली? काशिनाथकडे आपण कसे ओढलो गेलो? प्रथम तो चोरटा शरीरसंबंध चोरटाच ठेवायचं आपल्या मनात होतं किंवा नाही? मग त्या शरीरधर्माची गोडी कशी लागली? नारायणबरोबर राहणं असह्य का होत गेलं?

नारायणही नाही आणि काशिनाथही नाही—अशा पोकळीच्या अवस्थेत सारी सुरक्षितता सोडून दिल्लीत आपण आलोच कसे? मुलाचा आपण सहजगत्या त्याग कसा करू शकलो? या साऱ्या गोष्टी आपोआप तिच्या तोंडून व्यक्त होत गेल्या. संभाषण अखंड नव्हतं. मधेच त्या हिंडण्यासाठी बाहेर पडल्या. दिल्लीच्या राजरस्त्यावरून हिंडल्या, कॅनॉट प्लेसमध्ये जाऊन त्यांनी खरेदी केली आणि मग ज्युलियाला आशा आपल्या फ्लॅटमध्ये घेऊन गेली.

आशाचा फ्लॅट पाहताना ज्युलिया आश्चर्यचकित झाली. तीन बेडरूम्सचा प्रशस्त फ्लॅट. सर्व सुखसोईंनी व श्रीमंतीने नटलेला तो निवास पाहून तिला वाटलं, बाकी काही नाही तरी आशानं निदान सुखस्वास्थ्य तरी मिळवलं असलं पाहिजे. ती म्हणाली, ''तू नशीबवान दिसतेस आशा. इथं तर कशाचीच कमतरता दिसत नाही. मला वाटतं, तू सुखी असशील.''

किंचित नाराजीच्या स्वरात आशा म्हणाली, ''सुखी आहे की नाही, मला

माहीत नाही. किंबहुना, नाहीच. पण सुरक्षित आहे. तसं मला इथं काही कमी नाही. मोहनलाल कपूर चांगले सज्जन गृहस्थ आहेत. पैशाचा काही प्रश्नच नाही. त्यांचे खूप उद्योग आहेत. सिंगापूर, हाँगकाँग, टोकियो इथं त्यांच्या पेढ्या आहेत. चार-दोन कारखाने आहेत, माणूस उदार आहे... पण–''

''पण काय आशा?''

''त्यांनी साठी केव्हाच ओलांडली आहे. एक करमणुकीची शोभिवंत वस्तू—एवढंच त्यांच्यापाशी माझं स्थान आहे. त्यांचं लग्न झालेलं आहे. त्यांना मुलं आहेत. त्यांचं सारं कुटुंब चंदीगढला असतं. जेव्हा त्यांनी माझी नेमणूक केली, तेव्हा कसलाही संकोच न बाळगता त्यांनी आपल्या अपेक्षा सरळ-सरळ मला सांगितल्या. त्यांचं सरळ वागणं मला पटलं.

''आणि खरं सांगू? उगीच आढेवेढे न घेता, मनातले हेतू न लपवता त्यांनी व्यक्त केलेलं प्रपोजल माझ्या त्या वेळच्या परिस्थितीत मला सुरक्षित वाटलं. त्यांचे-माझे संबंधसुद्धा गमतीचे आहेत. केव्हातरी चार-आठ दिवसांनी त्यांची माझी गाठ पडते. ते आधी वेळ ठरवून येतात. माझ्याबरोबर राहणं तर त्यांना शक्य नाही, कारण त्यांचा मुक्काम कुटुंबीयांबरोबर चंदीगढलाच असतो. माझ्या वागण्यावर त्यांचं कसलंही बंधन नाही. हा माझा फ्लॅट, माझा सगळा खर्च ते विनातक्रार करतात. ते येतात तेही काही मनात खास अपेक्षा धरून नाही. स्त्री म्हणूनसुद्धा माझा त्यांना फारसा उपयोग नाही. इथं आल्यावर ते एखाद्या लहान मुलांसारखे एक-दोन दिवस वावरतात.

''माझं कोडकौतुक करतात. मी आग्रहच केला, तर एखाद्या वेळेस माझ्याबरोबर सिनेमाला किंवा पिकनिकलासुद्धा येतात. पण लोकांत हिंडण्याची त्यांची मनापासून इच्छा नसते आणि मीही आग्रह धरत नाही.

''आपण कधीही लग्न करू शकणार नाही; एवढेच नव्हे, तर एकटेपणानं राहणाऱ्या मला फारसा सहवासही देऊ शकणार नाही, असं त्यांनी स्वच्छ सांगून टाकलंय. माझ्यासाठी ते इतक्या वस्तू आणतात, माझं इतकं कोडकौतुक करतात की, माझी मलासुद्धा कधी कधी लाज वाटते. स्त्रीचा असा नाद लागावा, तिच्यात एवढं गुंतून जावं, असं आता त्यांचं वयही नाही आणि वृत्तीही नाही. खरं सांगू? त्यांच्या ऋणातून मुक्त होण्यासाठी मलाच नेहमी वाटतं की, जे-जे देता येईल ते-ते त्यांना दिलं पाहिजे. या आमच्या विचित्र संबंधांचा अपरिहार्य भाग म्हणून क्वचित आम्ही एकत्र येतोही.

''पण ते केवळ आश्चर्यचकित होऊन माझ्याकडे पाहतच बसतात. मला

काही समजत नाही. एकदा मी त्यांना विचारलं की, तुम्हाला माझा काही उपयोग नाही, तर तुम्ही एवढा जीव कशासाठी टाकता? तेव्हा ते नुसते हसले आणि म्हणाले की, तुझा मला उपयोग नाही काय म्हणतेस! मी म्हणाले की तुम्ही कधी माझ्यासाठी आसुसलेले नसता. त्यावर ते नुसते हसले– एखाद्या लहान मुलासारखे. ते म्हणाले की, मी शिकलेलो नाही. तसा मी जंगलीच आहे. तुझ्यासारखी सुशिक्षित, सुसंस्कृत स्त्री मला पूर्वी कधी भेटलीच नाही. या तुझ्या घरी आलो म्हणजे मला वाटतं, एक नवं आयुष्य सुरू होत आहे.

"दुसऱ्याचे सुसंस्कृत संसार पाहिले की, पूर्वी मला हेवा वाटायचा. आता याला उशीर झाला, हे मला मान्य आहे. हा संसार अपुरा असेल, कदाचित तुला संतुष्ट करणाराही नसेल, पण हा विचित्र संसार मला आवडतो. बरेच दिवस मनात असलेली एक इच्छा तुझ्यामुळे पुरी झाली.

"खरं म्हणजे, आता काही नवीन महत्त्वाकांक्षी बेत आखावेत, अशी मला उमेद नाही. धंदा-उद्योग उत्तम प्रकारे चालला आहे. माझी मुलं धंद्याचा पुष्कळसा भार उचलतात. हळूहळू मला वाटायला लागलं होतं की, जगण्याचं माझं कारणच संपलं. पण आता तुझ्या संगतीत असलं म्हणजे मला आयुष्य निरर्थक वाटत नाही. तुझ्यावर अन्याय होत असेल, पण तिकडे मी डोळेझाक करतो. तू सुंदर आहेस, तरुण आहेस. ज्या कित्येक गोष्टी मला आनंदाच्या वाटल्याच नाहीत, त्यांची मला आता गोडी वाटते आहे.

"सिनेमा पाहावासा वाटतो. वेस्टर्न म्युझिक ऐकावंसं वाटतं. खरं सांगू मला कधी तरी वाटतं आयुष्यात जे-जे मिळवलं ते सगळं सोडून देऊन मनाली- कुलूसारख्या एखाद्या डोंगराळ भागात एक छोटंसं घर बांधावं, बागबगीचे फुलवावेत आणि दिवसरात्र तुझ्या उमलत्या यौवनाकडे नुसतं पाहत बसावं."

"मग मी विचारलं की तसं का करीत नाही? माझी तयारी आहे. यावर ते म्हणाले, की कसं शक्य आहे? मुलं अजून नवखी आहेत. खूप मोठा पसारा मांडलेला आहे. पैसे मिळवण्याचासुद्धा एक नाद असतो आणि शिवाय माझ्यासारख्या म्हाताऱ्याबरोबर एखाद्या निर्जन स्थळी तू तुझं आयुष्य काय म्हणून फुकट घालवावंस? त्यांनी खरं म्हणजे, माझ्यासाठीच ही ॲडव्हर्टायझिंग फर्म काढली आहे. माझाही वेळ त्यात चांगला जातो."

"पण तुला कधी एकटं वाटत नाही? हा असा क्षणिक पुरुष-सहवास तुला कसा पुरेसा वाटतो?"

"अगदी भरपूर पुरुष सहवास मिळवून तरी काशिनाथच्या आणि माझ्या

संबंधांचं काय झालं? काय हवं आहे, हे तरी माणसाला कुठे कळतं?''

''समज—तुझ्या आयुष्यात तुला आवडणारा कोणी पुरुष भेटला तर...''

''मी त्याच्याकडे पाठ फिरवीन. मला आता खरंच तसल्या हव्यासाचा कंटाळा आला आहे. मला हवं होतं ते काही मिळालं नाही, आणि प्रयत्न करूनदेखील ते मिळेल याची खात्री काय? असले जुगार वारंवार खेळण्याची माझी मनोवृत्ती नाही. तेव्हा आहे ते काय वाईट आहे?''

''पण उद्याचा काय भरवसा द्यायचा? आजची तुझी सुरक्षितता उद्या राहीलच. याचा काय भरवसा?''

''तसा भरवसा कोणी देत नाही आणि तूच पाहा ना—प्रकाशाची खात्री नसताना तूसुद्धा काशिनाथबरोबर आपलं भवितव्य का गुंतवून घेतेस?''

जवळपास दोन दिवस त्या वेगवेगळ्या विषयांवर असंच काही तरी बोलत एकमेकांच्या संगतीत वावरत होत्या. पण काशिनाथ येण्याची वेळ जसजशी जवळ येत चालली तसतशा दोघीही अस्वस्थ होत गेल्या. ज्युलिया म्हणाली, ''आज संध्याकाळी तो येईल. मी त्याला तुझ्याकडेच पाठवीन.''

''नाही—नाहीऽऽ. मी त्याला एकटीनं भेटणार नाही.''

''वेडी आहेस का? मी तिथं असून कसं चालेल?''

''मला भीती वाटते.''

''कमाल आहे! आशा, तुझ्याबद्दल माझ्या केवढ्या अपेक्षा आहेत. स्वत:च्या पायावर उभी राहणारी तू एक कर्तबगार मुलगी आहेस. कुणालाही आणि कशालाही भ्यायचं तुला कारण नाही. काशिनाथला तर नाहीच नाही. कदाचित काशिनाथला इथं यायला तयार करताना मलाच अडचण येईल. लक्षात ठेव, तुझ्याकडून मी खूप अपेक्षा करते. काशिनाथ मला मिळाला नाही तरी चालेल, पण तो पूर्वस्थितीला यायला पाहिजे. काही झालं तरी त्याचं पौरुष त्याला मिळायला पाहिजे, म्हणजे त्याचे निर्णय घ्यायला तो समर्थ होईल. आज त्याची अवस्था एखाद्या लहान, दुखावलेल्या मुलासारखी झाली आहे. तो बुद्धिमान आहे, उत्तम दर्जाचा संशोधक आहे. मला जसा त्याला पुनर्जन्म मिळावासा वाटतो तसाच तुलाही वाटत असेल, अशी मला खात्री आहे. तुझ्या प्रयत्नांना यश यावं अशी मी प्रार्थना करीन. तुमच्या दोघांचीही मी अशोका हॉटेलमध्ये रात्री वाट पाहीन. गुड लक.''

ज्युलिया तिच्या फ्लॅटमधून बाहेर पडली तेव्हा आशा दिड्मूढ होऊन तिच्याकडे पाहतच राहिली. 'काय विक्षिप्त स्त्री आहे ही!' असं तिच्या मनात

आलं. तिचं प्रेम असणाऱ्या पुरुषाला दुरुस्त करण्याचं एक साधन म्हणूनच ती आपल्याकडे पाहत असेल का? या विचारानं तिच्या मनात असंतोष उत्पन्न झाला. पण ज्युलियाचे निष्कपट आणि निर्मळ हास्य आठवून तिच्या साऱ्या शंका दूर झाल्या. ती तशीच सोफ्यावर बसून राहिली. खोलीत काळोख दाटला. तेवढ्यात घंटा वाजली. ती चमकून उभी राहिली. तिनं दार उघडलं. तो तिचा नोकर बाजारातून सामान घेऊन आला होता. तिला हायसं वाटलं.

काशिनाथ आला तर आपण त्याचं स्वागत तरी कसं करावं हे तिच्या ध्यानात येईना. मनातून ती घाबरली. शेवटी तिनं हा प्रसंग टाळायचा, असं मनाशी योजलं आणि नोकराला आपण बाहेर जातो आहोत, नऊ वाजता परत येऊ—असं सांगून ती बाहेर पडली.

ज्युलिया हॉटेल अशोकामध्ये येऊन काशिनाथची वाट पाहत थांबली. काशिनाथ येताच तिनं त्याला मिठीत घेतलं आणि आपले ओठ त्याच्या ओठांत गुंतवले. तिच्याठायी एक नवीन आवेश निर्माण झालेला काशिनाथला जाणवला. ही नेहमीची ज्युलिया नाही, हेही कळायला त्याला वेळ लागला नाही. अलाहाबादची लेक्चर टूर कशी झाली, हे त्यानं उत्साहानं सांगितलं. तिनंही आपण दिल्लीत काय काय पाहिलं याचं मोठ्या उत्साहानं वर्णन केलं. थोडं स्थिरस्थावर झालं. मग ती हलकेच म्हणाली, ''आशा मला भेटली होती.''

काशिनाथच्या चेहऱ्यावरचे स्नायू एकदम ताठरले. तो एकदम सावरून बसला. त्याचा खेळकरपणा एकदम लोपला. तो म्हणाला, ''काय! आशा भेटली? कशी? कधी? केव्हा?''

''थांब, सगळं सांगते. डोंट गेट एक्सायटेड. गेले दोन-तीन दिवस आम्ही बरोबरच होतो. आशा खूप चांगली मुलगी आहे. तिला तुझ्याबद्दल मी सगळं सांगितलं. तिला धक्काच बसला. ती मला म्हणाली की, हे अशक्य आहे. असं होता कामा नये. तू तिला भेटायचं आहेस. आजच ती तुझी वाट पाहील.''

''नाही—नाही. मी माझं तोंड तिला दाखवू शकत नाही.''

''पण तू माझ्यासाठी वाटेल ते करायचं कबूल केलं आहेस. केलंयस की नाही?''

''हो, तरी पण आशाशी गाठ-भेट! नाही—नाही, ते शक्य नाही.''

''नाही. तुला तिला भेटलंच पाहिजे. मी जर हवी असेन, तर तिला माझ्यासाठी भेटलंच पाहिजे. त्यातून तुझी सुटका नाही.''

"अगं, पण भेटून काय करणार?"

"ते तू ठरवायचं आहेस. काही झालं तरी तिची गाठ तू घेतलीच पाहिजेस. ती तुझी वाट पाहत आहे."

"...पण हे टाळता नाही का येणार?"

"कशासाठी टाळायचं? तुझा-तिचा काही परिचय नाही, असं नाही. तुम्ही एकमेकांवर अपार प्रेम केलेलं आहे. तुम्हा दोघांना एकमेकांपासून मूलसुद्धा झालं आहे. तुला तिच्यावर रागवायचं काही कारण नाही. उलट, तूच तिच्यापासून पळून गेलास. निदान तुला तिची क्षमा मागायची संधी यामुळे मिळते आहे आणि सभ्य गृहस्थ म्हणून ती तू टाळता उपयोगी नाही. यू हॅव टू गो."

काशिनाथ काहीच बोलू शकला नाही. एखाद्या यंत्राप्रमाणे मोठ्या कष्टानं तो उठला. ज्युलिया पण एकदम उठली आणि म्हणाली, "काशिनाथ, तू मला हवा आहेस. तीव्रतेनं, सर्वार्थानं. हे पाहा, माझा देह तुझ्या स्पर्शासाठी आतूर झालेला आहे." असं म्हणत तिनं आपल्या अंगावरचे सगळे कपडे ओढून काढून टाकले. "बघितलंस— माझ्या शरीराचा रेणून्‌रेणू तुझ्या उत्तेजित शरीराची वाट पाहत आहे. माझ्यासाठी तरी तुला तिला भेटलंच पाहिजे. प्लीज काशिनाथ–" असं म्हणत, डोळ्यांत आलेले अश्रू अडवत तिनं त्याला मिठीत घेतलं. तिचे अश्रू पुसत काशिनाथ एवढंच म्हणाला, "तुझ्यासाठी कोणत्याही प्रसंगाला मी तोंड देईन—आय प्रॉमिस."

काशिनाथ आशाच्या फ्लॅटवर पोहोचला, तेव्हा बरंच अंधारून आलं होतं. कॉलबेल वाजवताना क्षणभर तो चक्रावला. पण धीर धरून त्यानं घंटा वाजवली. दरवाजा उघडला जाताच त्यानं साऱ्या शक्ती गोळा केल्या. पण नोकरानंच दरवाजा उघडला, हे पाहून त्याला सावरता आलं. "बाई घरात नाहीत. पण त्या यायची वेळ झाली आहे." असं सांगून त्यानं त्याला आत येऊन बसण्याची विनंती केली, आणि तो बसलेला पाहताच त्याच्यासमोर पाण्याचा ग्लास आणून ठेवला. तो कामासाठी स्वयंपाकघरात निघून गेला.

किती वेळ निघून गेला, कुणास ठाऊक! प्रवासाच्या शिणभरानं आणि मनावर असलेल्या दडपणानं काशिनाथचा बसल्या बसल्या डोळा लागला. त्याला जाग आली, तेव्हा आशा गुणगुणत आपल्या बेडरूममध्ये कपडे बदलत असली पाहिजे, हे त्याच्या लक्षात आलं. आपल्या अस्तित्वाची तिला जाणीव दिली पाहिजे, या जाणिवेनं तो शरीर सावरून उभा राहिला आणि बेडरूमच्या दिशेनं

त्यानं पावलं टाकली. आशा अगदी मुक्तपणे पाठमोरी कपडे बदलत होती. तिचं लक्ष वेधून घेण्यासाठी तो म्हणाला, ''आशा, मी काशिनाथ—आलोय.''

गर्रकन वळून आशानं काशिनाथकडे पाहिले. ती साडीच्या निऱ्या करत होती, त्या तिच्या हातून सुटल्या. नुसती काचोळी आणि परकरासकट ती त्याच्या पुढे उभी राहिली. कपडे सावरायचेही तिला भान राहिलं नाही. काशिनाथची भेट टाळण्यासाठी ती बाहेर गेली होती. तिला वाटलं ती नको असणारी भेट टळली, म्हणून थोड्या निष्काळजीपणानं थोड्या मुक्तपणानं गाणं गुणगुणत ती बेसावध वावरत होती.

काशिनाथ आला कुठून? घराचे दार बंद होते. लॅच-कीनं दार उघडल्यावर आपण दरवाजा आतूनही बंद केला होता. मग अवचितपणे काशिनाथ आलाच कसा? का हे स्वप्न आहे? पुष्कळशी भीती, थोडं आश्चर्य तिच्या चेहऱ्यावर प्रकट झालं.

त्याला सामोरं कसं जायचं याचा गोंधळ तिच्या चेहऱ्यावर प्रकट झाला होता. पण काशिनाथच पुष्कळ सावरला होता. आशाचं किती तरी दिवसांनी त्याला दर्शन झालं होतं. तिचं सळसळणारं तारुण्य, रोमांचित करणारा देह त्याच्या परिचयाचा होता; परिचयाची नव्हती ती फक्त तिच्या डोळ्यांतील भीती. किती तरी दिवसांचं विस्मृत आयुष्य पुन्हा जगायला त्याची पूर्वीची धिटाई आणि बेबंदपणा याचा काठ त्याला सापडला. आशाचा बाह्यावतार थोडा बदलला होता; नाही असं नाही.

निष्काळजी सुखासीनता तिच्या अंगोपांगांवर फुलली होती. पूर्वीची ती अल्लड आशा आता उरलेली नव्हती, पण तरीही ती आशाच होती. जो देह कुरवाळताना त्याच्या सर्वांगाचं सार्थक झालेलं होतं, तीच आशा अर्धवस्त्र स्थितीत त्याच्या समोर उभी होती. त्यानं चट्कन चार पावले पुढे टाकली. तिच्या उघड्या खांद्यांवर पंजे रुतवले आणि म्हणाला,

''घाबरलीस आशा? मला घाबरण्यासारखं काय आहे? मला विसरलीस?''

गोंधळ लपवीत आशा म्हणाली, ''नाही रे, घाबरले नाही—आश्चर्य वाटलं.''

''मी येईन, असं तुला वाटलं नव्हतं—''

''छे—छे, तुझी मी वाटच पाहत होते. आज ना उद्या तू येशील याची मला खात्री होती. तू कुठेही असलास तरी मला विसरू शकणार नाहीस, हे का मला कळत नव्हतं?'' असं म्हणत म्हणत तिनं आपले हात त्याच्या गळ्यात गुंफले आणि ती त्याच्या अधिक निकट सरकली. तिच्या स्पर्शानं आपोआपच

काशिनाथची मिठी घट्ट झाली. दीर्घ ताटातुटीनं जमा झालेली अतृप्ती त्यांच्या डोळ्यांत उतरली. काही बोलण्यापेक्षा त्यांचे स्पर्शच एकमेकांशी बोलू लागले.

ती भाषा त्यांना अवगत होती. तेच थरार त्यांच्या परिचयाचे होते. जणू काही एकमेकांसाठीच आपला जन्म झाला आहे—असली अबोल भाषा ते सुचवीत होती. तिला घट्ट मिठीत आवळीत त्यानं तिला वर उचलली आणि स्वत:भोवती एक गिरकी मारली. ती त्याची एक आवडती लकब होती, पण आशा काही आता पूर्वीसारखी सडसडीत नव्हती. आपले पाय परत खाली टेकवीत ती म्हणाली,

"माझ्यातला फरक लक्षात आला ना?" आणि ती हसली. "पण तुझ्यात मात्र कसलाही फरक झाला नाही रे—" असं म्हणत ती त्याला आणखीन पुन्हा बिलगली. आपल्यात नेमका काय बदल होतो आहे, हे काशिनाथच्या ध्यानातच आलं नाही. त्याच्या पाठीवर तिचे हात होते आणि त्याच्या हातात तिच्या काचोळीचे चाप होते. ते त्याने सहजगत्या उलगडले आणि तिचा अनावृत्त देह तो कुरवाळू लागला.

उन्मादाची एकेक पायरी चढत-चढत आपण कुठवर येऊन पोहोचलो, हेही त्याच्या ध्यानात आलं नाही. पूर्वीच्याच धसमुसळेपणानं त्यानं तिचे उरलेले कपडे जवळपास ओरबाडून काढले. एखाद्या पिसाटाप्रमाणे तो तिच्यावर तुटून पडला. आपण काय करतो आहोत, याचा विचारही त्याच्या डोक्यात नव्हता. एखादा सैतान आपल्यावर स्वार होतो आहे, एवढंच त्याला जाणवलं. पण तिच्या अस्तित्वानं त्याच्या देहातले रेणून्‌रेणू बदलून गेले.

जेव्हा त्या अनावर ऊर्मीतून तो जागृतीत आला, तेव्हा आपण काय केलं, हे त्याच्या ध्यानात आलं. आपण ह्या घरात आलो— आशा दिसताच आपण एखाद्या पिसाटासारखे वागलो— सभ्य माणसाप्रमाणे तिच्या संमतीचासुद्धा विचार केला नाही, याची खंत वाटण्यापूर्वीच तिच्या डोळ्यांतलं विजयाचं हास्य त्याला चक्रावून गेलं. म्हणजे, विजय आपण मिळवला, का तिनं मिळवला?

खोलीत त्याचे आणि तिचे कपडे एकमेकांत मिसळून चहूकडे विखुरले होते. त्यांच्याकडे पाहण्याचंसुद्धा धारिष्ट्य नसल्यानं त्यानं डोळे मिटले. तेव्हा त्याच्या ध्यानात आलं की, पुन्हा एकदा आपण एका मखमली स्पर्शात अडकलो आहोत, काही तरी हरवलेलं गूढ सामर्थ्य आपल्या रंध्रारंध्रांतून पसरते आहे... या जाणिवेनं त्यानंही आपली मिठी घट्ट केली. तो तिच्या कानात एवढंच पुटपुटला,

"रागावलीस?"

"कशासाठी?"

"मी जंगलीपणानं वागलो, म्हणून?"

"म्हणजे पूर्वीसारखाच वागलास. तुझा हक्क तू शाबीत करून घेतलास, इतकंच. त्यात रागवण्यासारखं काय होतं?"

"पण मी तुला सोडून गेलो, एकटं टाकून गेलो याचा राग नाही?"

"आहे ना, जरूर आहे. पण तुझ्यावर रागावून मी काय करू? कुठं जाऊ? आणि तू कुठंही गेलास म्हणून माझ्यापासून पळून कुठं जाणार? ज्युलिया म्हणाली, तेच बरोबर आहे."

"ज्युलिया भेटली तुला?"

"नुसती भेटली नाही— तिनं जेव्हा सांगितलं–"

"तिनं सगळं सांगितलं?"

"सगळं-सगळं सांगितलं."

"आणि माझी तुला किळस आली नाही? चीड आली नाही?"

"चीड? अरे, उलट मला अभिमान वाटला. मला तू विसरू शकला नाहीस, कुठल्याही स्त्रीशी रममाण होऊ शकला नाहीस याचं दुःख होईल का आनंद होईल?"

"पण आशा, माझी शारीरिक विकृती तू दुरुस्त करू शकली नसतीस तर?"

"वेडा आहेस, झालं."

"आशा, ही गुंतागुंत आणखीन नाही वाढली?"

"मुळीच नाही. ज्युलियाचं तुझ्यावर किती गाढ प्रेम आहे, हे मला माहीत आहे. तिच्यासारखं प्रौढ आणि समजदार प्रेम मला करता आलं नाही. कोणतीही स्त्री आपल्या प्रेमाचं साफल्य अशा तऱ्हेनं करू शकणार नाही. तू माझ्या आयुष्याचं सारसर्वस्व आहेस, पण तुझ्यापासून तिला वेगळं करण्याची हिंमत माझ्यामध्ये नाही. तिचा मला मत्सर वाटतो आणि नाइलाजानं का होईना, मी एक विचित्र आयुष्य आता स्वीकारलं आहे. मी कसं तरी माझं आयुष्य पार करीनही त्यातून."

"छे—छे! आशा, असं होणार नाही... असं होता काम नये. माझ्या मनाचं तू सोड, पण माझ्या शरीराचंही नातं किती अतूट आहे, हे तुझ्या लक्षात आलं आहे. लोक काहीही म्हणोत— तुझ्या आणि माझ्या आयुष्यात काहीही घडलेलं नाही, आता पुन्हा ताटातूट परवडणार नाही. मला वाटलं होतं—मी

नारायणवर फार अन्याय करतोय. नाही, म्हणजे आपण दोघांनी तो केलाही आहे. पण तो त्या आघातातून आता सावरला आहे. कसल्या तरी चांगल्या बाईच्या कल्पनांत मी स्वत:ला अडकवून घेतलं आणि सत्यापासून दूर पळालो.''

''अरे, सत्य आत्ता जरी तुझ्या मिठीत असलं, तरी तुझ्या आयुष्यात ज्युलिया आहे, हेसुद्धा सत्य आहे. तिच्या चातुर्यानं, शहाणपणामुळं आणि खरं म्हणजे तुझ्यावरच्या असीम प्रेमामुळेच तुला पुनर्जन्म मिळाला आहे. तिला असं अधांतरी सोडू नकोस.''

काशिनाथ एकदम गलबलून गेला. त्याच्या डोळ्यांत अश्रू तरारले. तो म्हणाला, ''आशा, ज्युलियाचे माझ्यावर उपकार आहेत. पण त्या उपकारांच्या फेडीसाठी हा भलताच त्याग मी करू शकणार नाही. खरं म्हणजे, ह्या असल्या त्यागाला अर्थ नसतो. ज्युलिया मला सुख देईल, सर्वस्व देईल; पण त्या साऱ्या सहजीवनाला तुझ्या दु:खाची किनार लगटलेली असेल. तिच्याबरोबर मी कधीच सुखी होऊ शकणार नाही— प्रयत्न केला तरीही. शिवाय, विजयची जबाबदारी आपल्याला घ्यायची आहे. ज्युलिया शहाणी आहे. तिला काही सांगावं लागेल, असं मला वाटतं नाही. खरं सांगू? ती जी मला हिंदुस्थानात घेऊन आली आहे, ती परत नेण्यासाठी नाही.''

आता प्रथमच आशाच्या लक्षात आलं की, आपण अनावृत आहोत. ती लगबगीनं कपडे धुंडाळू लागली. काशिनाथ म्हणाला, ''आता आठवण झाली काय?''

''अरे, पण आठवण व्हायला तू फुरसत दिलीस कधी? दारसुद्धा बंद केलं नाहीस. नोकर आला असता म्हणजे इकडे?''

''खरं सांगू? मी या जगातच नव्हतो! अगदी एका परक्या ठिकाणी मी केवढ्या दडपणाखाली आलो होतो, याची तुला कल्पना नाही. पुरुषाला सर्वांत मानहानिकारक यातना कोणत्या असतात, त्या मी भोगत होतो. माझं आयुष्य तसं निरर्थक झालं होतं. ज्युलिया जर माझ्या आयुष्यात आलीच नसती, तर कुणाला माहीत मी काय केलं असतं. लाज, अब्रू, विवेक, स्वाभिमान या साऱ्या गोष्टींना मी पारखा झालो होतो; पण आता इथं फार काळ थांबता कामा नये. अखेरीस हे दुसऱ्या कुणा तरी पुरुषाचं घर आहे. तुला आत्ताच माझ्याबरोबर निघालं पाहिजे.''

''कुठं?''

''कुठंही, जगाच्या पाठीवर मी नेईन तिथं. वाटल्यास आपण अमेरिकेला

जाऊ. मला काय, कुठेही नोकरी मिळू शकेल. मात्र, इतकं सुखस्वास्थ्य मी कदाचित देऊ शकणार नाही.''

''सुखस्वास्थ्य? अरे पासष्ट वर्षांच्या पुरुषाबरोबर मी इथं राहत आहे— केवळ एक सुरक्षित आश्रय म्हणून. तुला माहीत आहे की नाही, कुणास ठाऊक... लोकदृष्ट्या मी एक रखेलीच आहे.''

''नाहीऽ नाहीऽऽ. असलं काही तरी घाणेरडं बोलू नकोस. जे काही मधे घडलं त्यालासुद्धा मीच जबाबदार आहे. मला आता सारं काही दुरुस्त करायचं आहे. घडलं त्याला कुणाचाच इलाज नाही. तुला निरवानिरव करायला वेळ हवा असेल, तर तो मी देईन. बट नथिंग मोअर. आत्ता तर तू माझ्याबरोबर अशोकात आलंच पाहिजेस.''

फारसं काही न बोलता आशा कपडे घालून तयार झाली. 'मी बाहेर जाऊन येते,' असा तिनं नोकराला निरोप दिला आणि दोघेही अशोका हॉटेलमध्ये आली. काऊंटरवर चौकशी केली, तेव्हा रिसेप्शनिस्टनं किल्ली दिली आणि निरोप सांगितला—''बाई बाहेर गेल्या आहेत. तुम्हाला थांबायला सांगितले आहे.''

ती दोघंही वर खोलीत गेली. खोलीचं दार उघडलं, तेव्हा काशिनाथ आश्चर्यचकित झाला. ज्युलियाचं कोणतंही सामान तिथं नव्हतं. सूटकेसही नव्हती. काशिनाथचेही कपडे तिनं आवरून ठेवले होते. त्यानं बाथरूममध्येसुद्धा डोकावून पाहिलं पण ज्युलियाच्या अस्तित्वाची कोणतीही खूण तिथं नव्हती. तो चकितच झाला. रिसेप्शनिस्टला खुलासा विचारावा, म्हणून तो टेलिफोनपाशी आला— तो तिथं एक पत्र ठेवलेलं होतं. थरथरत्या हातानं त्यानं पत्र ओढलं.

प्रिय काशिनाथ,

तुला मी आशाकडे पाठवलं, तेव्हाच मी निर्णय घेतला की, ताबडतोब अमेरिकेला परत जायचं. योगायोगानं एम्बसीच्या मदतीनं आत्ताच्या फ्लाईटला मला जागाही मिळाली आहे. यदाकदाचित मी अपेक्षा केली होती तशा तऱ्हेचा परिणाम आशामुळे तुझ्या आयुष्यात होऊ शकलाच नाही, तर तू लगोलग अमेरिकेला परत ये. तशाही अवस्थेत मी प्रेमानं आणि उत्सुकतेनं तुझं स्वागत करीन. पण माझी खात्री आहे की, तुझ्या सर्व दुःखांवरचा उतारा आशाच आहे. तिच्यासाठीच तुझा जन्म झाला आहे. आजपर्यंत मी एकटीच राहिले, पुढेही तसं राहण्यात मला कसलंही

दु:ख वाटणार नाही. तुझ्यासारख्या पुरुषाची संगत मिळाली आणि तुझ्यामुळं माझं स्त्रीत्व जागृत झालं, यासाठी मी जन्मभर तुझ्या ऋणात राहीन. मला तू मिळाला असतास—संपूर्ण पुरुष म्हणून किंवा केवळ मित्र म्हणून, तरीही मला त्याची अपूर्वाई होती. अखेरीस ज्याच्या-त्याच्या भाग्यात जे लिहिलेलं असतं तेच त्याला मिळतं. पण मी दुर्दैवी नाही. मी स्वत:ला भाग्यवान समजते की, माझ्या एका मित्राला मी सुखी करू शकले.

पण काशिनाथ, एक लक्षात ठेव— कोणत्याही कारणासाठी तुला परत माझ्याकडे यावं लागलं, तर संकोच मात्र करू नकोस. कारण मी तुझी नेहमीच वाट पाहणार— कल्पान्तापर्यंत. तुझ्याकडून काही मिळवण्यासाठी नव्हे, तर तुला काही देण्यासाठी. एक इच्छा मात्र जरूर होती की, आयुष्यात एकदा तरी खऱ्या अर्थानं तुझ्याशी एकरूप व्हायला हवं.

आशाला माझं नमस्कार सांग. तिला म्हणावं, मनातले सारे विकल्प दूर करून मी तिला दिलेली भेट गौरवानं स्वीकार आणि तिचा सांभाळ कर. जगात पवित्र गोष्ट एकच असते—ती म्हणजे, माणसाचं मन. काशिनाथच्या मनातील परस्त्रीच्या साऱ्या अभिलाषा आता जळून गेल्या आहेत आणि अशा घडलेल्या साऱ्या घटनांमुळे तुला प्रौढ शहाणपण आलं असेल, असं समजते. सुख ओरबाडून घेणाऱ्या पाश्चिमात्य संस्कृतीत मी वाढले, वावरले; परंतु दुसऱ्याला सुखी पाहण्यात खूप आनंद असतो, या कल्पनेनं मी भारून गेले आहे. तुम्ही दोघेही अमेरिकेत आलात की, तुमचं घर सांभाळणारी एक चांगली हाऊसकीपर किंवा तुमची मुलं जोपासणारी एक प्रेमळ दाई अमेरिकेत आहे, हे विसरू नका.

तुमची,
ज्युलिया

डोळे भरलेल्या स्थितीत काशिनाथनं ते पत्र आशाच्या हातात दिलं. पत्र वाचता-वाचता आशाच्या मुद्रेवर उमटणारे भाव तो न्याहाळीत होता. पापण्यांचा काठावर अडवून धरलेले अश्रू केव्हा बाहेर येतील, याचा त्याला भरवसा नव्हता.

पत्र वाचून पुरं होताच आशा म्हणाली, ''चल, आपण अजूनही तिला थांबवू शकू. इतक्यात विमान सुटणं शक्य नाही.''

''तिला थांबवण्यात काही अर्थ नाही. तिचा निर्णय उदात्त आहे, त्याग मोठा आहे; परंतु तिचं निदान बरोबर आहे. तिला तिचा निर्णय पार पाडण्याची शक्ती परमेश्वराने द्यावी, एवढीच आपण प्रार्थना करू शकू. चल आशा, आपल्यालाही आपलं आयुष्य सुरू करायचं आहे. कोणाच्या तरी दुःखावर सुख मिळवावं असा माझ्या आयुष्यात योग आहे. चल, मागं वळून पाहू नकोस.''

-०-०-०-